ചങ്ങമ്പുഴയുടെ

തിരഞ്ഞെടുത്ത

പ്രണയകാവ്യങ്ങൾ

ചങ്ങമ്പുഴ കൃഷ്ണപിള്ള

(1911–1948)

1911 ഒക്ടോബർ 11 ന് ഇടപ്പള്ളിയിൽ ജനനം. ഇടപ്പള്ളി മലയാളം പ്രൈമറി സ്കൂൾ, ശ്രീകൃഷ്ണവിലാസ് ഇംഗ്ലിഷ് മിഡിൽ സ്കൂൾ, ആലുവ സെന്റ്മേരീസ് സ്കൂൾ, എറണാകുളം സർക്കാർ ഹൈസ്കൂൾ, സെന്റ് ആൽബർട്ട് സ്കൂൾ എന്നിവിടങ്ങളിൽ സ്കൂൾ വിദ്യാഭ്യാസം. എറണാകുളം മഹാരാജാസ് കോളജിലും തിരുവനന്തപുരം ആർട്സ് കോളജിലും പഠിച്ച് ഓണേഴ്സ് ബിരുദം നേടി. കുറച്ചുനാൾ സൈനികസേവനം നടത്തി. മദിരാശിയിലെ ലോ കോളജിൽ ചേർന്നെങ്കിലും പഠനം പൂർത്തിയാക്കിയില്ല. പിന്നീട് മംഗളോദയം മാസികയുടെ പത്രാധിപസമിതി അംഗമായി പ്രവർത്തിച്ചു. അമ്പത്തിയേഴ് കൃതികൾ രചിച്ചു. വാതരോഗവും ക്ഷയരോഗവും ബാധിച്ച് 1948 ജൂൺ 17 ന് അന്തരിച്ചു.

ചങ്ങമ്പുഴയുടെ

തിരഞ്ഞെടുത്ത

പ്രണയകാവ്യങ്ങൾ

ലിപി പബ്ലിക്കേഷൻസ്

കോഴിക്കോട് - 673 002

Malayalam Language

Changampuzhayude
Thiranhedutha Pranayakavyangal
(POEMS)

By **Changampuzha Krishnappilla**

First Lipi Edition: October 2017
Second Lipi Edition: August 2018
Third Lipi Edition: February 2023

Typeset & Layout by LIPI DTP

Cover Design : Vijeesh Lipi

Printed at : Lipi Digital Prints

Publishers
LIPI PUBLICATIONS
Head Office
AL Ameen Building, 13/766- U 6
Rly.Stn. Link Road, Kozhikode - 673 002
Tel: 0495-2700321

Showroom
LIPI BOOKS
B-12, Vikas Building, Rly. Stn. Link Road, Kozhikode-2
Tel: 0495-2700192 Mobile: 9847262583
Email: lipipublicationsclt@gmail.com
lipiakbar@gmail.com
www.lipipublications.com

ഉള്ളടക്കം

വായനാനുഭവം

കത്തുന്ന ചുംബനങ്ങളിൽ പ്രാണനെ ചുട്ടുപൊള്ളിച്ചവർ

എസ്. ശാരദക്കുട്ടി

'I believe in eternal life; because am living it.' - LIVULMANN

ഓർമ്മകൾ സർവ്വശക്തവും അനിവാര്യവുമാണ്, എന്നാലത് തീരെ ദുർബ്ബലവുമാണ്. ഓർമ്മകൾ എന്ന മട്ടിൽ ഞാൻ പറയാൻ പോകുന്ന ഈ കഥകളെല്ലാം ഞാനുണ്ടാക്കിയെടുത്തതാണോ? മറ്റുള്ളവരുടെ കഥകളുമായി ഇത് കൂടിക്കുഴയുന്നുണ്ടോ? അതോ ആരോ എന്നോട് പറഞ്ഞ ഒരു കഥയോടൊപ്പം എനിക്ക് നന്നായി അറിയാവുന്ന ചില കഥകൾ കൂടി ഞാൻ ചേർത്തുവെച്ചതോ? പലതും നമ്മൾ തനിയെ ഉണ്ടാക്കിയെടുക്കുന്ന കഥകളാണെന്ന് മറ്റുള്ളവർക്കു തോന്നാം. ചിലപ്പോൾ നമുക്കു തന്നെയും അങ്ങനെ തോന്നാം. 'ഇന്നും സത്യമെന്താണെന്ന് എനിക്ക് അറിയില്ല. അല്ലെങ്കിൽ സത്യത്തിനോട് ഞാൻ ചെയ്തതെന്തെന്ന് എനിക്കറിയില്ല.' എന്നാണ് ലൂയി ബുനുവൽ ഓർമ്മകളെക്കുറിച്ച് പറഞ്ഞത്. അതുകൊണ്ടുതന്നെ ഒരു 'ഞാനും' വെറും 'ഞാൻ' മാത്രമാകുന്നില്ല. 'ഞാൻ' എന്നതിന് 'ഞങ്ങൾ' എന്നോ 'നമ്മൾ' എന്നോ 'നമ്മൾ ജീവിച്ച കാലം' എന്നോ ഒക്കെ അല്പം കൂടി വിശാലമായ ഒരർത്ഥം കൂടിയുണ്ട്. ബാല്യകാലത്തെക്കുറിച്ചോ പ്രണയത്തെക്കുറിച്ചോ ചങ്ങമ്പുഴയെക്കുറിച്ചോ യേശുദാസിനെക്കുറിച്ചോ പാട്ടുകളെക്കുറിച്ചോ ഒക്കെ മലയാളികൾ ആയ ആരോടും ചോദിച്ചു നോക്കൂ. എല്ലാവരുടേയും ഓർമ്മകൾക്ക് സമാനതകളുണ്ടാകും. എല്ലാവരിലും കാണും അവരവരുടേതായ ഓരോ ചങ്ങമ്പുഴയും ഓരോ യേശുദാസും കുറേ ഓർമകളും. എന്റെ ചങ്ങമ്പുഴയിൽ ചിലപ്പോൾ നിങ്ങളിൽ ആരുടേയെങ്കിലുമൊക്കെ ചങ്ങമ്പുഴയും ഉണ്ടായിരിക്കാം.

ഞാൻ ചിലപ്പോൾ സ്വപ്നം കാണാറുണ്ട്, ദൈവം മനുഷ്യ വർഗ്ഗത്തിനുമേൽ അന്തിമ വിചാരണയും ശിക്ഷയും നടത്തുന്ന ദിവസം വന്നെത്തുന്നതായി. ദിവസം പുലരുമ്പോൾ വലിയ വലിയ ചക്രവർത്തിമാരും മഹാവിജയികളും നിയമജ്ഞരും ഭരണ തന്ത്രജ്ഞരും അവരുടെ പ്രതിഫലം സ്വീകരിക്കാൻ ദൈവസന്നിധിയിൽ എത്തുന്നതായി. ഒടുവിൽ സാധാരണക്കാരായ നമ്മുടെ ഊഴമെത്തിയപ്പോൾ കയ്യിൽ പുസ്തകങ്ങളുമായി എത്തുന്ന നമ്മളെ ദൈവം കാണും. ഒരല്പം അസൂയയോടെ സർവ്വശക്തനായ ദൈവം പത്രോസിനു നേരെ തിരിഞ്ഞു പറയും, 'ഇവർക്ക് പാരിതോഷികങ്ങളൊന്നും ആവശ്യമില്ല. അവർക്ക് കൊടുക്കാൻ നമ്മുടെ കയ്യിലൊന്നു

മില്ല. അവർക്ക് നമ്മൾ ഒന്നും നൽകേണ്ടതില്ല. കാരണം അവർ വായനയെ സ്നേഹിച്ചവരാണ്.' വിർജീനിയ വൂൾഫിന്റേതാണ് ഈ വിചിത്രമായ സ്വപ്നം. പുസ്തകം ഇഷ്ടപ്പെടുന്നവരോട് ദൈവത്തിനു പോലും അസൂയയാണെന്ന തിരിച്ചറിവ് വായനയെ ഏറ്റവും പ്രിയപ്പെട്ട രഹസ്യകർമമായി കാണുന്ന എന്നെ ആഹ്ലാദിപ്പിക്കുന്നു.

വായനയുടെ രഹസ്യ ലോകങ്ങൾ പരിചയപ്പെടുത്തിത്തന്നത് അച്ഛനാണെങ്കിലും മകൾ വായനയുടെ ഉന്മാദങ്ങളിൽപ്പെട്ടുപോകുന്നത് അച്ഛനേക്കാൾ ആദ്യം അറിഞ്ഞത് അമ്മയാണ്. എനിക്കുപോലും ഭയം തോന്നുന്ന വിധത്തിൽ മനസ്സ് വികാരഭരിതവും അടക്കമില്ലാത്തതുമായി മാറിക്കൊണ്ടിരുന്നു. സ്വപ്നങ്ങളിൽ ഗിരിശീർഷങ്ങളുടെ സംഗീതവും വരാനിരിക്കുന്ന ഋതുക്കളുടെ മുഴക്കവും കേൾക്കാൻ തുടങ്ങിയ പ്രായം. ഏകാന്തതയുമായി ഇണചേരാൻ കൊതിക്കുന്ന കാലം. 'Monologue is my form of revenge' എന്ന് മദാം ബോവറിയോട് ചേർന്ന് നില്ക്കാൻ കൊതിച്ച പെൺകുട്ടിക്കാലം. 'നീയെന്താണ് വായിക്കുന്നത്? നീയെന്താണ് ആലോചിക്കുന്നത്? നീയെന്താണ് ചെയ്യുന്നത്? നീ ആരോടാണിപ്പോൾ സംസാരിച്ചത്? നീയെന്താലോചിച്ചാണ് ഇപ്പോൾ ചിരിച്ചത്? എന്ത് കടലാസാണിപ്പോൾ നീ കീറിക്കളഞ്ഞത്? എവിടെയായിരുന്നു ഇതുവരെ? ...... ' ഇങ്ങനെ അമ്മ നിരന്തരം അന്വേഷിച്ചുകൊണ്ടിരുന്നു. അമ്മയുടെ അന്നത്തെ പരിഭ്രമം നിറഞ്ഞ ചോദ്യങ്ങൾ എനിക്കിപ്പോഴും കേൾക്കാം. പിന്നീട് കാഴ്ച നഷ്ടപ്പെട്ടുപോയ പാവം അമ്മ ഈ ചോദ്യങ്ങൾ ഒരു ശീലമെന്നതുപോലെ എന്നോട് എന്നും ചോദിച്ചുകൊണ്ടേയിരുന്നു. അമ്മ എന്നെ വല്ലാതെ ഭയന്നിരുന്നുവെന്നു തോന്നുന്നു. തരം കിട്ടാത്തതുകൊണ്ടുമാത്രം അച്ചടക്കം ലംഘിക്കാതിരുന്ന മകളുടെ മനസ്സിന്റെ ഗതികൾ അമ്മ അറിഞ്ഞിരുന്നിരിക്കും. അപകടകരമായ എന്തിനേയോ നോക്കുന്നതുപോലെയാണ് ഓരോ നിമിഷവും അമ്മ എന്നെ നോക്കിയിരുന്നതെന്ന് ഇന്നെനിക്ക് തോന്നുന്നു. ഉള്ളിൽ തിളയ്ക്കുന്ന അഗ്നിയെ എങ്ങനെ അടക്കിനിർത്തണമെന്ന് എനിക്കുതന്നെ അറിയില്ലായിരുന്നുവല്ലോ. എന്നെക്കുറിച്ച് എനിക്ക് തന്നെ എന്തെന്ത് അനിശ്ചിതത്വങ്ങളായിരുന്നു! സ്ത്രീ ഭ്രമാത്മകതയുടെ അമ്മയാണ് എന്ന് പറയാറുണ്ട്. എല്ലാ സ്ത്രീയിലും എന്നപോലെത്തന്നെ അമ്മയുടെ ഉള്ളിലും ഉണ്ടായിരുന്നിരിക്കണം ഇത്തരം ഭ്രമാത്മകതകൾ. അല്ലെങ്കിൽ എങ്ങിനെയാണ് പുളിയാറില പറിക്കാൻ പറമ്പിലേക്ക് പോയ എന്നോട് ഇല മാറിപ്പോകരുത്, പുളിയാറിലയ്ക്ക് മൂന്ന് ഹൃദയങ്ങൾ തൊട്ടുതൊട്ടിരിക്കുന്ന ഷേപ്പ് ആണെന്ന് പറഞ്ഞുതരാൻ ആ സ്ത്രീക്ക് കഴിയുക? എന്റെ കയ്യെടുത്ത് അമ്മയുടെ കയ്യിൽ വെച്ചിട്ട് പുളിയാറിലയുടെ ചിത്രം കൈവെള്ളയിൽ വരച്ചു കാണിച്ചു അമ്മ. കാഴ്ചയില്ലാതിരുന്നിട്ടും അമ്മ വരച്ച ചിത്രത്തിലെ ഹൃദയങ്ങൾ മൂന്നും തൊട്ടുതൊട്ടാണിരുന്നത്. പണ്ടെന്നോ ഉള്ളിൽ പതിഞ്ഞ കാഴ്ചകൾക്ക് ഇത്ര കൃത്യതയോ എന്ന് ഞാൻ അമ്പരന്നുപോയി. ലോകത്തെ സൂക്ഷ്മമായി നിരീക്ഷിച്ചു നടന്ന ഒരു പെൺകുട്ടിയെ ഞാൻ അമ്മയിൽ കണ്ടു. എനിക്ക് കരച്ചിൽ വന്നു. ഞങ്ങളെ മിടുക്കരായി വളർത്തിയെടുക്കാനുള്ള തിരക്കിലാണ് അമ്മയുടെ കാഴ്ച നഷ്ടപ്പെട്ടത്. അമ്മയുടെ ഉള്ളിലെ കാഴ്ചകളെ പുറത്തെടുക്കാനോ ശ്രദ്ധിക്കാനോ

ഞങ്ങൾ ആരും തന്നെ ശ്രമിച്ചിരുന്നില്ല. 'വീടാക്കടമേ മമ ജന്മം' പ്രായശ്ചിത്തം പോലെ അമ്മയെ ഞാൻ നല്ല നല്ല പുസ്തകങ്ങൾ വായിച്ചു കേൾപ്പിച്ചുകൊണ്ടിരുന്നു..... 'ഇനി ഞാൻ ഉറങ്ങട്ടെ'യും 'നെട്ടൂർമഠ'വും 'പാണ്ഡവപുര'വും 'യയാതി'യും 'മയ്യഴിപ്പുഴയുടെ തീരങ്ങളും' അമ്മയുടെ പ്രിയ പുസ്തകങ്ങളായി. അന്ത്യ വിധിയുടെ ദിവസം എന്റെ അമ്മയോടും ദൈവം അസൂയപ്പെട്ടിട്ടുണ്ടാകും!

ഒരു കുറവായി തോന്നുന്നവർ പൊറുക്കട്ടെ, വായിക്കുമ്പോൾ എനിക്ക് ദാർശനികമാവാൻ കഴിയാറില്ല. സാമൂഹികപ്രതിബദ്ധതയുടെ യാതൊരുവിധ അലട്ടലുകളും ഇല്ല. ഞാൻ അപ്പോൾ പൂർണ്ണമായും എന്റെ ഇന്ദ്രിയങ്ങൾക്ക് അടിമയാണ്...അവ എന്നെ പൂർണ്ണമായും കീഴടക്കിക്കളയും. അപ്പോൾ എനിക്ക് സാധാരണലോകത്തിലെ വെറും ഒരു സാധാരണസ്ത്രീ ആകാനാവില്ല. സാധാരണബന്ധങ്ങളിൽ ഏർപ്പെടാനും ആവില്ല. എന്നോടെല്ലാതെ മറ്റൊന്നിനോടും മറ്റാരോടും സമരസപ്പെടാനും ആവില്ല. അതൊരുതരം ഭ്രാന്താണ്. അതിനോട് ചേർന്നുനില്ക്കാത്ത ഒരു എഴുത്തിനേയും എന്റെ ഇന്ദ്രിയങ്ങൾ സ്വീകരിക്കുകയുമില്ല. സാധാരണ ലോകത്തിന്റെ അളവുകളെയും കണക്കുകളെയും അത് നിരാകരിക്കുന്നു. എത്രയെത്ര രാവുകളിൽ ഞാൻ തനിയെ സഞ്ചരിച്ചിരിക്കുന്നു! എത്രയെത്ര പ്രതിഭാശാലികളോടൊത്ത് രാത്രി പങ്കിട്ടിരിക്കുന്നു! ഏതെല്ലാം അപകടങ്ങളിൽ ചെന്നുപെട്ടു! എന്തിൽനിന്നെല്ലാം തന്ത്രപൂർവ്വം രക്ഷപ്പെട്ടു. ആരോടെല്ലാം നുണകൾ പറഞ്ഞിരിക്കുന്നു! എഴുത്തിന്റെ ഉന്മാദഭാഷ വശമുള്ള എഴുത്തുകാരോടെല്ലാം പ്രണയമായിരുന്നു. ബോർഹസ് പറഞ്ഞതുപോലെ ബോർഹസ് എന്നു പേരുള്ള മറ്റേയാൾക്കാണ് എപ്പോഴും എന്തെങ്കിലും സംഭവിക്കാറുള്ളത്. അത് വായിച്ചതിനുശേഷമാണോ എന്നറിയില്ല, പുറംലോകം എന്നെ ബാധിക്കാതായത്. ആത്മാവ് കണ്ടെത്തിയ അയഥാർത്ഥ ലോകങ്ങളിൽ ഞാൻ സുരക്ഷിതയാണ്. അവിടെ എന്റെ കടുത്ത അസംതൃപ്തികളും എന്റെ പുസ്തകങ്ങളുമുണ്ട്. സ്വയം മറന്ന് വായനയിൽ പെട്ടുപോകുന്നതിന്റെ മനോഹരമായ ഉദാഹരണമായി പ്രശസ്ത ലാറ്റിൻ എഴുത്തുകാരനായ ഹൂലിയോ കോർത്തസാരിന്റെ ഒരു കഥയുണ്ട്. ആ കഥയിൽ വായനക്കാരനും കഥാപാത്രവും എതോ നിമിഷത്തിൽ ഒന്നായി മാറുന്നതിന്റെ അപൂർവ്വാനുഭവമുണ്ട്. ഏതെല്ലാം കാറ്റുകൾ ഏതെല്ലാം തീരങ്ങളിലേക്കാണ് നമ്മെ കൊണ്ടുപോകുക എന്ന് പറയാനാവില്ല. ഒരു പുസ്തകം വായിക്കുമ്പോൾ അവ്യക്തമായ സ്വന്തം ആശയങ്ങളെ അതിൽ കണ്ടുമുട്ടുകയും നമ്മുടെ തന്നെ ഒരു പ്രതിബിംബം വിദൂരങ്ങളിൽനിന്നെന്നപോലെ നമ്മെ തേടിയെത്തുകയും ചെയ്യുകയാണ്... ബാഹ്യലോകത്തെക്കുറിച്ചുള്ള ഒരുതരം ഉത്കണ്ഠകളും ഇല്ല. നമ്മുടെ നേരിയ നിശ്വാസങ്ങളെപ്പോലും പിടിച്ചെടുത്തുകൊണ്ട് കഥയും കഥാപാത്രങ്ങളും ഒഴുകുകയോ പറക്കുകയോ ചെയ്യും. കളിക്കുകയും കഥ കേൾക്കുകയും ചെയ്യുന്ന കുട്ടികളെപ്പോലെയാണ് ഭാവനാശാലികളായ എഴുത്തുകാരും. അവർ രണ്ടുകൂട്ടരും തങ്ങളുടെ ലോകത്തിലെ വസ്തുക്കളെ തങ്ങൾക്ക് കൂടുതൽ ആഹ്ലാദകരമായ രീതിയിൽ പുനഃസംവിധാനം ചെയ്യുന്നു. അവർ തങ്ങളുടെ കളികളെ വളരെ ഗൗരവമായെടുക്കുകയും എല്ലാ വികാരങ്ങളും അതിൽ ചൊരി

യുകയും ചെയ്യുന്നു. വായിക്കുമ്പോഴും അതുതന്നെയാണ് സംഭവിക്കുന്നത്.

'മനസ്സു കഥപറയുന്നത്
കേട്ടിരിക്കെ
എനിക്ക് വയസ്സായത്
ഞാൻ അറിഞ്ഞില്ല'

ഇപ്പോൾ എനിക്ക് പത്ത് വയസ്സ്. കുളികഴിഞ്ഞ് നിലക്കണ്ണാടിക്ക് മുന്നിൽ നിന്ന് ചുരുണ്ട തലമുടി നടുവിലൂടെ പകുത്ത് രണ്ടുവശത്തേക്കും ചീകിയൊതുക്കിക്കൊണ്ട് അച്ഛൻ പറയുന്നു: 'ഇതാണ് ചങ്ങമ്പുഴ സ്റ്റൈൽ'. ഇപ്പൊ എന്നെ കണ്ടാൽ ചങ്ങമ്പുഴയേപ്പോലുണ്ട് എന്ന്! കണ്ണാടിയിൽ നോക്കി സ്വയം അഭിമാനിക്കുന്നു. അച്ഛന്റെ പഴയകാല ഫോട്ടോകളിൽ ഇപ്പോഴും കാണാം സൗന്ദര്യാരാധനയുടെ ഒരു ചങ്ങമ്പുഴ സ്റ്റൈൽ. കവിതാഭ്രമം കലശലായുണ്ടായിരുന്ന അച്ഛന് ചങ്ങമ്പുഴയോട് പ്രത്യേക ആരാധനയായിരുന്നു. അച്ഛന്റെ കാലത്തിനും ആ കവിയോട് അന്ധമായ പ്രണയമായിരുന്നു. ഞങ്ങൾ ധാരാളം കേട്ടിട്ടുണ്ട്, ഓട്ടോഗ്രാഫുകളിൽ അന്നൊക്കെ ആൺകുട്ടികളും പെൺകുട്ടികളും ചങ്ങമ്പുഴയുടെ വരികളായിരുന്നു പകർത്തിയത് എന്ന്. പ്രണയലേഖനങ്ങൾ പലതും ചങ്ങമ്പുഴയുടെ ഭാഷയിലായിരുന്നു കൈമാറ്റം ചെയ്യപ്പെട്ടിരുന്നത്.

'ഒന്നുമെനിക്കുവേണ്ടാ മൃദുചിത്തത്തി-
ലെന്നെക്കുറിച്ചുള്ളോരോർമ്മ മാത്രം മതി.'
'കണ്ടിട്ടില്ല ഞാനീവിധം മലർ
ച്ചെണ്ടുപോലൊരു മാനസം.'
'നിന്നൂ ലളിതേ നീയെൻ മുന്നിൽ
നിർവൃതി തൻ പൊൻകതിർ പോലെ.'
'എന്നെ ഞാനാദ്യം മറന്നുവെങ്കിൽ
നിന്നടുത്തെന്നേ ഞാനെത്തിയേനെ."
'രമണാ നിൻ ചിന്തകൾക്കർഥമില്ല
ഭ്രമവും പ്രണയവുമേകമല്ല.'

ഈ വരികളൊക്കെ അച്ഛൻ ചൊല്ലി നടക്കുന്നത് കേട്ടുകേട്ടാണ് ഞങ്ങളും കവിതയിലേക്ക് ആകർഷിക്കപ്പെടുന്നത്. അച്ഛനിൽ തീവ്രമായ ഒരു കാമുകമനസ്സുണ്ടായിരുന്നിരിക്കും. അതൊന്നും ഞങ്ങൾക്ക് മനസ്സിലായില്ല. അച്ഛൻ വെറും അച്ഛൻ മാത്രമല്ലേ കുട്ടികൾക്ക? മറ്റു പലരെയുംപോലെ ഞാനും ആദ്യമായി മനഃപ്പാഠമാക്കിയ കവിത ചങ്ങമ്പുഴയുടേതു തന്നെ. നാലാം ക്ലാസ്സിലെ സാഹിത്യസമാജത്തിനു ചൊല്ലാനായി തിരഞ്ഞെടുത്തു തന്നത് 'ആ പൂമാല' എന്ന കവിതയായിരുന്നു. കവിത പഠിപ്പിക്കുമ്പോൾ അച്ഛന് ഒരു പ്രത്യേകതരം ഹൃദയലാഘവത്വവും സൗന്ദര്യവും ഉണ്ടാകുമായിരുന്നു. 'ആ പൂമാല' കേൾക്കുന്നെങ്കിൽ കൗമാരത്തിൽ തന്നെ കേൾക്കണം. അതിലെ പൂക്കാരിപ്പെൺകുട്ടിയുടെ പ്രായംതന്നെയായിരിക്കണം നമുക്കും. ആരാമത്തിന്റെ രോമാഞ്ചം എന്ന് കേട്ടതിന്റെ ലഹരിയിൽ പൊടുന്നനെ ഞാൻ നക്ഷ

ത്രങ്ങളുടെ നൃത്തസദസ്സിൽ പെട്ടുപോവുകയും മറ്റൊരു നക്ഷത്രമായി മാറുകയും ആ പദങ്ങൾക്കിടയിൽ നൃത്തമാടാൻ തുടങ്ങുകയും ചെയ്തു. ഇപ്പോൾ അവിടെ ഞാനും അച്ഛനും ഇല്ല. ഉദ്യാനവും പൂമാലയും സുഗന്ധവും നൃത്തവും ഗാനവും മാത്രം.

'ആരുവാങ്ങുമിന്നാരുവാങ്ങുമീ
യാരാമത്തിന്റെ രോമാഞ്ചം
അപ്രമേയ വിലാസലോലയാം
സുപ്രഭാതത്തിൻ സുസ്മിതം'

നർത്തകിയിൽ ഓരോ തവണയും പുതിയ ഭാവം... പുതിയ ഈണം... പുതിയ താളം... സസ്യശാസ്ത്രാധ്യാപകനായിരുന്ന അച്ഛന്റെ ഹെർബേറിയത്തിലെ ഇലകളും പൂക്കളും ഒരിക്കലും ഉണങ്ങിയില്ല.. കൊഴിയുന്ന പൂവിനെ നോക്കി

'അഞ്ചിതമായോരാ ചെമ്പനീർപ്പൂവിനൊ-
രഞ്ചാറുനാൾകൂടി നിന്നു കൂടേ?'

എന്ന് ചോദിക്കുമായിരുന്നു. എഴുത്തച്ഛനെയും കുഞ്ചൻ നമ്പ്യാരെയും കുമാരനാശാനെയും ചങ്ങമ്പുഴയെയും പി. കുഞ്ഞിരാമൻനായരെയുമാണ് അച്ഛൻ ഏറ്റവും ഇഷ്ടപ്പെട്ടിരുന്നത്. ജീവിതത്തിലെ ഓരോ പ്രത്യേക സന്ദർഭത്തിലും ഞങ്ങൾക്ക് കൈ പിടിച്ചു നടക്കാൻ ഓരോ കവിത തന്നുകൊണ്ടിരുന്നു. 'ആയിരം ശ്ലോകം പഠിച്ചാൽ അരക്കവിയാകും' എന്ന് അച്ഛൻ വിശ്വസിച്ചു. അക്ഷരശ്ലോകവും സംസ്കൃതവും പഠിപ്പിച്ചു. ബാഹ്യലോകത്തിന് മാത്രമല്ല ആന്തരികലോകത്തിനും ഒരു എഞ്ചിനീയർ വേണമെന്നും അതിനു സാഹിത്യം പഠിക്കണമെന്നും ഏംഗൽസിനെ ഉദ്ധരിച്ച് അച്ഛൻ പറയാറുണ്ടായിരുന്നു. ഒരിക്കൽ തിരുനക്കരയമ്പലത്തിന്റെ മുന്നിലെ പടിക്കെട്ടിൽ നീളൻ ജുബ്ബയിട്ട് എന്തോ ചവച്ചുകൊണ്ട് അലസമായിരിക്കുന്ന വൃദ്ധനെപ്പോലെ തോന്നുന്ന ഒരാളെ ചൂണ്ടിക്കാണിച്ച് 'കളിയച്ഛൻ എഴുതിയ കവി ദാ ഇരിക്കുന്നു ചെന്ന് പരിചയപ്പെട്ടോളൂ' എന്ന് എന്നെയും സഹോദരനെയും പറഞ്ഞുവിട്ടിട്ട് മാറി നിന്നു. 'കവിയുടെ കാല്പാടുകൾ' എപ്പോൾ വായിക്കുമ്പോഴും അന്ന് ആ നീളൻ ജുബ്ബയുടെ പോക്കറ്റിൽ നിന്നെടുത്തുതന്ന നിലക്കടലയുടെ ഗന്ധം എനിക്ക് കിട്ടാറുണ്ട്.

ഞാൻ ആറാം ക്ലാസ്സിൽ പഠിക്കുമ്പോൾ സ്കൂളിൽ പുതിയ ഒരു ഡ്രിൽ അദ്ധ്യാപകൻ നിയമിക്കപ്പെട്ടു. നല്ല ഉയരമുള്ള സുന്ദരനും ചെറുപ്പക്കാരനുമായ ആ സാറിന് വാസുദേവപ്പണിക്കർ എന്ന പേർ തീരെ ഇണങ്ങുന്നില്ലെന്ന കാര്യത്തിൽ ഞങ്ങൾ പെൺകുട്ടികൾ ഏകാഭിപ്രായക്കാരായിരുന്നു... അച്ഛൻ, ചങ്ങമ്പുഴയെക്കുറിച്ച് വർണിക്കുമ്പോഴൊക്കെ എന്റെ മനസ്സ് രൂപപ്പെടുത്തിയിരുന്ന ഒരു ചിത്രമുണ്ട്. പുതിയ ഡ്രിൽ സാറിനെ കണ്ടാൽ ആ ചിത്രത്തിനു ജീവൻ വെച്ചതുപോലെ തന്നെയുണ്ട്. അത്ഭുതം തന്നെ, ആദ്യ ക്ലാസിൽ ചങ്ങമ്പുഴയുടെ രമണൻ ആണ് അദ്ദേഹം ചൊല്ലിയത്. ഞങ്ങൾ കുറച്ച് പെൺകുട്ടികളെ അദ്ദേഹം രമണൻ അഭിനയിക്കാനായി തിരഞ്ഞെടുത്തു. അടുത്ത ഡ്രിൽ പീരിയഡ് ആകുമ്പോഴേക്കു തയ്യാറെടുക്കണം.

ഒരാൾ രമണൻ, മറ്റൊരാൾ ചന്ദ്രിക, വേറൊരാൾ മദനൻ, പിന്നെ ഇടയന്മാർ, ഭാനുമതി- അങ്ങനെ സർ തന്നെ ഞങ്ങളുടെ വേഷങ്ങൾ തീരുമാനിച്ചു. സ്കൂളിന്റെ മുറ്റത്ത് ഡ്രില്ലിന്റെ സമയത്ത് നൃത്തസംഗീതനാടകം. ഡ്രിൽ ഒരേസമയം കായികാഭ്യാസവും മാനസികോല്ലാസവുമായി. സ്ത്രൈണഭംഗിയോടെ സർ

'പുലരൊളി മാമലശ്രേണികൾതൻ
പുറകിലായ് വന്നുനിന്നെത്തിനോക്കി'

എന്ന് പാടി പെരുവിരലിൽ കുത്തിനിന്നു എത്തിനോക്കുന്നതായി അഭിനയിക്കുന്നത് ഞങ്ങൾ വല്ലാതെ ഇഷ്ടപ്പെട്ടു. ഓടക്കുഴലിന് പകരം കൈയിൽ ഒരു ചുള്ളിക്കമ്പു പിടിച്ചുകൊണ്ട് ഞാൻ ചോദിക്കണം

'തുച്ഛനാമെന്നെ നീ സ്വീകരിച്ചാ-
ലച്ഛനുമമ്മക്കുമെന്തു തോന്നും?'

അപ്പോൾ നീനിയുടെ ചന്ദ്രിക മറുപടിയായി

'കൊച്ചുമകളുടെ രാഗവായ്പി
ലച്ഛനുമമ്മയ്ക്കുമെന്തു തോന്നാൻ'...

എന്ന് ലജ്ജയോടെ പറയണം. നിർവികാരജീവികളെപ്പോലെ രമണനും ചന്ദ്രികയും നേർക്കുനേർ നിന്ന് 'പദ്യം ചൊല്ലൽ' നടത്തുന്നത് കണ്ടപ്പോൾ സർ നിരാശനായി. ഇതെന്തു പ്രേമം? പ്രണയികൾ തമ്മിൽത്തമ്മിൽ നോക്കുമ്പോൾ കണ്ണുകളിൽ നക്ഷത്രം മിന്നുമെന്നും ആ തിളക്കം കണ്ണുകളിൽ വരുത്തണമെന്നും സർ പറഞ്ഞു. അങ്ങനെയാണ് കണ്ണാടി നോക്കി കണ്ണിൽ നക്ഷത്രം മിന്നിക്കുന്ന വേല പഠിച്ചത്. പിന്നീട് 'ചന്ദ്രിക'യുടെ നക്ഷത്രം മിന്നുന്ന ഒരു നോട്ടത്തിനായി സ്കൂളിൽ ആൺകുട്ടികൾ മത്സരിച്ചു. ചന്ദ്രിക ഹെഡ്മാസ്റ്റർക്ക് പരാതി കൊടുത്തു. ഹെഡ്മാസ്റ്റർ ആ കുട്ടിരമണനെ ഓടക്കുഴൽ കൈയിൽ കൊടുത്ത് അതും വായിച്ച് സ്കൂളിന് മൂന്നു വലം വെപ്പിച്ചു. ചന്ദ്രികയ്ക്ക് ഒരു ദയയും ഉണ്ടായില്ല എന്ന് മാത്രമല്ല വാപൊത്തി ചിരിക്കുകയും ചെയ്തു. പിന്നെയും നാടകങ്ങൾ ഉണ്ടായി. അവിടെ ഞങ്ങൾ കാലിൽ ദർഭമുന കൊണ്ടതായി നടിക്കുന്ന ശകുന്തളയായി, വാഴക്കുല പഴുക്കുന്നതു കാത്ത് സ്വപ്നങ്ങൾ നെയ്യുന്ന അഴകിപ്പുലക്കള്ളിയായി, കൈയിലെ രക്തക്കറ കഴുകിക്കളയാൻ അറേബ്യയിലെ സുഗന്ധദ്രവ്യങ്ങൾക്കായി പുലമ്പുന്ന നിദ്രാടനക്കാരി ലേഡിമാക്ബത്ത് ആയി. ചോദ്യവും ഉത്തരവുമായി സർ കവിതകൾ ചൊല്ലിച്ചു.

'അങ്ങോട്ട് നോക്കിയാലെന്തു കാണാം?
ആയിരം കാടുകൾ പൂത്തു കാണാം
പൂവണിക്കാട്ടിൽ നിന്നെന്തു കേൾക്കാം
പൂവേണി, പൈങ്കിളിക്കൊഞ്ചൽ കേൾക്കാം
പൈങ്കിളിക്കൊഞ്ചൽ കേട്ടെന്തുതോന്നി?
തങ്കമേ നിന്മൊഴിയെന്നു തോന്നി'

ഓരോ വ്യാഴാഴ്ചയും അഞ്ചാമത്തെ പിരീഡിനായി 'ആറു സി' യിലെ

പെൺകുട്ടികൾ കാത്തുകാത്തിരുന്നു. ഞങ്ങൾ ഡ്രിൽസാറിനെ രഹസ്യമായി രമണൻ എന്ന് വിളിച്ചു. ഈ സാറിനെ ആരാണ് ഡ്രിൽസാറ് ആക്കിയതെന്നു ഞങ്ങൾക്കു സംശയം തോന്നാതിരുന്നില്ല. ആരായാലും അവരുടെ അരസികതയെയും ഔചിത്യമില്ലായ്മയെയും ഞങ്ങൾ വെറുത്തു. ആ വർഷമായിരുന്നു സാറിന്റെ വിവാഹം. വിവാഹം കഴിഞ്ഞ് ആദ്യമായി സർ ക്ലാസ്സിലെത്തിയ ദിവസം കട്ടിയുള്ള വിവാഹമോതിരത്തിൽ 'ഓമന' എന്ന് നീല നിറത്തിൽ എഴുതിയിരുന്നത് ഞങ്ങൾ കണ്ടുപിടിച്ചു. ആ ദിവസം ഞങ്ങൾക്കെല്ലാം വല്ലാത്ത നാണമായിരുന്നു. പിന്നീടെന്നോ സർ ഭാര്യവീടിനടുത്തുള്ള സ്കൂളിലേക്ക് മാറ്റം വാങ്ങിപ്പോയെന്നറിഞ്ഞു. അപ്പോഴേക്കും പക്ഷേ, ഞങ്ങൾ നല്ല നല്ല പ്രണയകാവ്യങ്ങൾ ചൊല്ലാനും അഭിനയിക്കാനും പഠിച്ചുകഴിഞ്ഞിരുന്നു. പ്രണയിക്കുന്നവരെ കണ്ടാൽ ഞങ്ങൾ തിരിച്ചറിഞ്ഞുതുടങ്ങി. ഞങ്ങളുടെ കണ്ണുകളിലും നക്ഷത്രങ്ങൾ മിന്നിത്തുടങ്ങിയിരുന്നു.

കുറച്ചു വർഷങ്ങൾക്കുമുൻപ് എന്റെ ഭർത്താവ് പഠിപ്പിക്കുന്ന കോളേജിലെ ഗ്രൗണ്ടിൽ വെച്ച് അപ്രതീക്ഷിതമായി ഞാൻ സാറിനെ കണ്ടു. സർ എന്റെ പേർ വിളിച്ചു, പെട്ടെന്ന് പത്തുവയസ്സുകാരിയായി മാറിയ ഞാൻ ഓടിച്ചെന്നു കൈപിടിച്ചു. എനിക്ക് കണ്ണ് നിറഞ്ഞു. നിമിഷങ്ങൾ നീണ്ട വാത്സല്യത്തിന്റെ നനുത്ത സ്പർശം നെറുകയിൽ ഞാൻ അനുഭവിച്ചു. സാറിനു രണ്ടു വശത്തേക്കും ചീകിയൊതുക്കിയിരുന്ന ചുരുണ്ട തലമുടി ഇപ്പോഴില്ല. നന്നായി കഷണ്ടി കയറിയിരിക്കുന്നു. മുൻവശത്തെ പല്ലുകൾക്കിടയിലെ വിടവ് അങ്ങനെത്തന്നെയുണ്ട്. ഞാൻ ചങ്ങമ്പുഴയും രമണനും ഓർത്തു. സർ ഓർക്കുന്നുണ്ടാവില്ല. ആണുങ്ങളെ പോലെയല്ലല്ലോ പെൺകുട്ടികൾ അവർ ഓർമച്ചെപ്പുകളല്ലേ? ഒന്നും സാറിനോട് ചോദിക്കാൻ കഴിഞ്ഞില്ല. വീടിനെക്കുറിച്ചോ കുട്ടികളെക്കുറിച്ചോ ഒന്നും. നീലനിറത്തിൽ ഓമന എന്നെഴുതിയ ആ മോതിരം അപ്പോഴും വിരലിൽ കിടക്കുന്നതു ഞാൻ ശ്രദ്ധിച്ചു. തിരിയെ വീട്ടിലേക്കു പോരുമ്പോൾ, 'സ്കൂൾ അധ്യാപകർ അങ്ങനെയാണ്. എത്ര വർഷം കഴിഞ്ഞാലും കുട്ടികളുടെ പേരു വരെ ഓർത്തിരിക്കും' എന്ന് എന്റെ ഭർത്താവ് തെല്ലൊരു അത്ഭുതത്തോടെ പറഞ്ഞു..., കുറെ നേരത്തേക്ക് ഞാൻ ഒന്നും കേട്ടില്ല. ചിറകു വിരിച്ച് ആകാശത്തേക്ക് ഒരു കുതിര പറന്നു പോയപ്പോൾ എന്റെ കൗമാരവും അതിന്റെ പുറത്തുണ്ടായിരുന്നു.

ഒരിക്കൽ കെടാമംഗലം സദാനന്ദന്റെ 'രമണൻ' കഥാപ്രസംഗം കേട്ട് താഴത്തെവീട്ടിലെ തങ്കമണി അമ്പലമുറ്റത്ത് ബോധംകെട്ട് വീണുപോയി. കെടാമംഗലത്തിന്റെ രമണൻ അമ്പലമുറ്റങ്ങളെ ഇളക്കിമറിച്ചിരുന്ന കാലമായിരുന്നു അത്. തങ്കമണിക്ക് അന്ന് കൊടുമ്പിരിക്കൊണ്ട ഒരു പ്രണയമുണ്ടായിരുന്നു. അത് ഏതാണ്ട് തകർന്ന നിലയിലുമായിരുന്നു. ഘനഗംഭീരമായ ശബ്ദത്തിൽ വാദ്യമേളങ്ങളോടെ രമണന്റെ ക്ലൈമാക്സ് രംഗത്തേക്ക് പോവുകയാണ് കാഥികനും കൂട്ടരും. മദനൻ രമണനെ അന്വേഷിച്ച് വനത്തിൽ അലയുന്ന വികാരതീവ്രമായ അവസാനരംഗം.

'മണിമുഴക്കം! സമയമായ് മാരണ

മണിമുഴക്കം! വിടതരൂ പോട്ടെ ഞാൻ'...

കല്യാണമണ്ഡപം വനം, കല്യാണമണ്ഡപം വനം ഇങ്ങനെ മാറി മാറി കാഥികൻ ഭിന്നവികാര സമ്മിശ്രമായി കഥ അവതരിപ്പിക്കുകയാണ്. അന്തരീക്ഷം മുറുകി മുറുകി വരുന്നു.

'രമണാ രമണാ നീയെങ്ങുപോയി
സമയമിന്നേറെക്കഴിഞ്ഞുപോയീ
പതിവില്ലിതിന്നിത്ര താമസിക്കാൻ
കഥയെന്തു ഹാ നിനക്കെന്തു പറ്റീ'

എന്ന് മദനൻ തൊണ്ട പൊട്ടിപ്പാടിയതും ആൽത്തറയിൽ നിന്നിരുന്ന തങ്കമണി ബോധംകെട്ടു താഴെ വീണു.. തങ്കമണിക്ക് വേറെ വിവാഹാലോചന നടക്കുന്ന സമയമായിരുന്നു അത്. അന്ന് ബോധം കെട്ടു വീണതിന്റെ പേരുദോഷം ഇന്നും തങ്കമണിയെ വിട്ടുപോയിട്ടില്ല. ഇതൊരു ഒറ്റപ്പെട്ട കഥയായിരിക്കില്ല. കേരളത്തിലെ കാമുകീകാമുകന്മാരെ മറ്റൊരു പ്രണയകാവ്യവും ഇത്രയധികം അസ്വസ്ഥരാക്കിയിട്ടുണ്ടാവില്ല. പത്തുവയസ്സുകാരി പെൺകുട്ടിയോട് ഒരു അധ്യാപിക തന്റെ കുട്ടിക്കാലത്തെ രമണൻ അനുഭവം വികാരതീവ്രമായി പറയുകയാണ്... ഇടപ്പള്ളിയുടെ 'മണിമുഴക്കം' എന്ന കവിത പഠിപ്പിക്കുന്നതിനിടെ അധ്യാപിക ക്ലാസ്സിലുണ്ടായിരുന്ന മറ്റൊരു പെൺകുട്ടിയെ ചൂണ്ടിക്കൊണ്ട് 'ഇതാണ് രമണന്റെ ചന്ദ്രികയുടെ മകൾ' എന്ന് പറഞ്ഞു. പൊടുന്നനെ ക്ലാസ് ആകെ സ്തബ്ധമൂകമായി മാറി. ആ നിമിഷം കവിത വെറും കവിതയല്ലാതായി. അതുപറയുമ്പോൾ ആ അധ്യാപികയുടെ കണ്ണിൽ ഒരു പ്രത്യേക തിളക്കം ഞാൻ കണ്ടു. ഈ രംഗം ഞാൻ പലതവണ മനസ്സിൽ സങ്കൽപ്പിച്ചു നോക്കിയിട്ടുണ്ട്. 'രമണന്റെ ചന്ദ്രിക' എന്ന ആ പ്രയോഗത്തിന് ഒരു വിലാപകാവ്യത്തിന്റെ മുഴുവൻ ശക്തിയും ഉണ്ടായിരുന്നു. ഒരു കാവ്യം ജീവിതവുമായി കൂട്ടിമുട്ടുന്ന സന്ദർഭം മലയാളത്തിൽ അത്യപൂർവമായിരിക്കും.

രമണൻ കേരളീയ പശ്ചാത്തലത്തിൽ എഴുതപ്പെട്ട കവിതയല്ല. കേരളത്തിൽ ഒരു ഇടയസംസ്കാരമില്ല. വനത്തിലൂടെ ഓടക്കുഴൽ വായിച്ച് ആട് മേച്ചുനടക്കുന്ന ഇടയന്മാരെ മലയാളിക്ക് പരിചയമില്ല. പല നിരൂപകരും രമണനെതിരെ പല ആരോപണങ്ങളും ഉന്നയിച്ചു. എന്നിട്ടും വള്ളക്കാരനും പാടത്ത് പണിയുന്നവനും തെങ്ങുകയറ്റക്കാരനും രമണൻ പാടി നടന്നു... കാൽപ്പനികത കവിതയിൽ പുഷ്പിക്കുകയും വിഷാദം വ്യക്തിയുടെ രീതിയാവുകയും ചെയ്തു. സാധാരണമലയാളിക്ക് ഒരിക്കലും തോന്നിയില്ല കാടും ആടും ഇടയനും ഓടക്കുഴലും വിലാപകാവ്യവും തങ്ങളുടെതല്ല എന്ന്. ഒരിക്കൽ മത്തീസ് താൻ വരച്ച ഒരു നഗ്നസ്ത്രീരൂപം മറ്റൊരു സ്ത്രീയെ കാണിച്ചു. അവൾ പറഞ്ഞു, 'സ്ത്രീ ഇങ്ങനെയാണെന്ന് നിങ്ങളോട് ആരാണ് പറഞ്ഞത്? സ്ത്രീരൂപം ഇങ്ങനെയല്ല'. ഉടൻ ചിത്രകാരന്റെ മറുപടി വന്നു. 'മാഡം, ഇതൊരു സ്ത്രീയല്ല, സ്ത്രീയുടെ ചിത്രമാണ്. സാധാരണക്കാരന്റെ വികാരങ്ങളിലേക്കും വിഷാദങ്ങളിലേക്കും മലയാളകവിത ചങ്ങമ്പുഴയുടെ കാലത്തെന്നതുപോലെ പിന്നീട് ഒരിക്കലും ഇറങ്ങിച്ചെല്ലുകയുണ്ടായില്ല. അവരുടെ വിഫലത

കൾ കണ്ടതായി നടിച്ചാൽ പരിവേഷനഷ്ടം സ്ഭവിക്കുമെന്ന് പല കവികളും ഭയന്നു. ബോദ്‌ലയറുടെ 'Loss of a halo' ഈ ഭയത്തെ ഭംഗിയായി ആവിഷ്കരിച്ചിട്ടുണ്ട്. പരിവേഷം ശിരസ്സിൽ നിന്ന് വഴുതി താഴെ വീണുപോകുന്ന എഴുത്തുകാരന്റെ ഭയവും ഒടുവിൽ അത് നഷ്ടപ്പെട്ടുപോയതിലുള്ള ആശ്വാസവുമാണ് ബോദ്‌ലയർ ആവിഷ്ക്കരിക്കുന്നത്. 'എനിക്ക് ആഭിജാത്യം മടുത്തു' എന്ന് എഴുത്തുകാരൻ വെളിപ്പെടുത്തുകയാണ്. കാവ്യാത്മകമല്ലാത്ത പരിസരങ്ങളിലും കവിത തഴച്ചുവളരുമെന്നും അതിജീവിക്കുമെന്നും ബോദ്‌ലയർ പറഞ്ഞതിനെ ചങ്ങമ്പുഴ മലയാളത്തിൽ തെളിയിച്ചു. ബോദ്‌ലയറിനെ വായിക്കാൻ മാത്രമായി ഫ്രഞ്ചുഭാഷ പഠിച്ച കവിയാണ് ചങ്ങമ്പുഴ. യൂറോപ്യൻ സാഹിത്യത്തോടുള്ള ആഭിമുഖ്യം ചങ്ങമ്പുഴയുടെ സഹജപ്രകൃതിക്ക് ഇണങ്ങുന്നത് തന്നെയായിരുന്നു. സാധാരണ മലയാളി കണ്ട സ്വപ്നങ്ങളല്ലായിരുന്നു ചങ്ങമ്പുഴ കണ്ടത്. മലയാളിയെ അന്തമില്ലാത്ത സ്വപ്നങ്ങളുടെ ലോകത്തേക്ക് കൂട്ടിക്കൊണ്ടുപോയി ആ കവി. ഭാവനാശേഷി കുറവായിരുന്ന സങ്കുചിതനിരൂപണങ്ങൾ വെറും 'ശീലാവതിക്കവി' എന്ന് നിസ്സാരപ്പെടുത്തി അകറ്റി നിർത്തിയത് അപൂർവ സ്വപ്നങ്ങൾ കാണാൻ ശേഷിയുണ്ടായിരുന്ന ഒരു പ്രതിഭയെയായിരുന്നു. താൻ മറ്റുള്ളവർക്ക് അവരുടെ വികാരങ്ങളും ആസക്തികളും പ്രതിഫലിപ്പിച്ച് കാണിച്ചുകൊടുക്കുന്ന ഒരു നോക്കുക്കണ്ണാടി ആയിരുന്നെന്ന് പ്രശസ്ത നടി മരിലിൻ മൺറോ പറഞ്ഞിട്ടുണ്ട്. ആളുകൾ എന്നെയല്ല, അവരുടെ തന്നെ വികാരങ്ങളെയാണ് എന്റെ ശരീത്തിൽ കണ്ടതെന്ന് അവർ പറഞ്ഞു. ചങ്ങമ്പുഴയിൽ മലയാളി കണ്ടതും തങ്ങളുടെതന്നെ വികാരങ്ങളെയായിരുന്നു.

സാഹിത്യം വായിക്കാനുള്ള ആദ്യപ്രേരണ എനിക്ക് കിട്ടിയത്, മനസ്സ് ആദ്യമായി നഗ്നനൃത്തം ചെയ്യാൻ പഠിച്ചത് ചങ്ങമ്പുഴയുടെ നൃത്തസദസ്സിൽനിന്നാണ്. സ്വപ്നങ്ങളിലേക്ക് എന്നത് പോലെ കവിതയിലേക്ക് ചങ്ങമ്പുഴ സ്വയം അറിയാതെ എടുത്തെറിയപ്പെടുകയായിരുന്നു. എഴുത്തിലും വായനയിലും സ്വയം മറക്കുകയും ഉദാത്തമായ അനുഭൂതികളിലേക്ക് സ്വയം ഉയർത്തപ്പെടുകയും ചെയ്യുന്നത് എല്ലാ എഴുത്തുകാരിലും എല്ലാ വായനക്കാരിലും പൊതുവായി നടക്കുന്ന പ്രതിഭാസമല്ല. മദാം ബോവറി എഴുതുമ്പോൾ തന്റെ നായികയുമായി രതിവേഴ്ചകളിൽ ഏർപ്പെടുന്നതായിപോലും ഫ്ലോബേർ സങ്കൽപ്പിച്ചിട്ടുണ്ട്. അത്രമാത്രം ആസക്തി തന്റെ നായികയോടു ചില നേരങ്ങളിൽ തോന്നിയിരുന്നതായി ഫ്ലോബേർ എഴുതിയിട്ടുമുണ്ട്. 'ഉച്ചയ്ക്ക് രണ്ടു മണി മുതൽ ഞാൻ ബോവറിയിൽ പണിയെടുത്തുകൊണ്ടിരിക്കുകയായിരുന്നു. അവളിൽ മുഴുകിയതോടെ പെട്ടെന്ന് രതിമൂർച്ഛയുടെ ഉത്തുംഗശൃംഗത്തിലായി ഞങ്ങൾ. ഞങ്ങൾ വിയർത്തു കുളിച്ചു. തൊണ്ട വരണ്ടു. എന്റെ ജീവിതത്തിൽ, പൂർണമായ വശീകരണത്തിൽ പെട്ടുപോയ അപൂർവ ദിവസങ്ങളിൽ ഒന്നാണിത്; തുടക്കം മുതൽ ഒടുക്കം വരെ... 'മാനസിക വിക്ഷോഭം' എന്നെഴുതിയതും ഞാനാകെ പെട്ടുപോയി. ഒച്ചയിട്ട് അലറുകയായിരുന്നു ഞാൻ. എന്റെ പെണ്ണ് അനുഭവിക്കുന്നത് വളരെ തീവ്രതയോടെ ഞാനും അനുഭവിച്ചു. എനിക്കും 'അതു'ണ്ടാകുന്നത് പോലെ തോന്നി. എഴുത്തുമേശയിൽ നിന്നെഴുന്നേറ്റ് ആശ്വാസ

ത്തിനായി ജനാല തുറന്നു. തല കറങ്ങുന്നുണ്ടായിരുന്നു. ഇപ്പോഴും എന്റെ കാൽമുട്ടുകളിലും പുറത്തും തലയിലും കുത്തുന്ന വേദനയുണ്ട്. എത്ര എഴുത്തുകാരുണ്ടാകും എഴുത്തിന്റെ വേളകളിൽ ഇത്തരം വൈകാരികാനുഭൂതികളിൽ പെട്ടുപോയവരായി? ഏതായാലും ചങ്ങമ്പുഴയെ വായിച്ച മലയാളി, കവി കടന്നുപോയ വേദനകളിലൂടെയും അനുഭൂതികളിലൂടെയും കടന്നുപോയിട്ടുണ്ട്. കവി അനുഭവിച്ചതെന്തോ അത് വളരെ തീവ്രതയോടെ അനുഭവിച്ചു. ഒരു സാധാരണ മലയാളിക്ക് ചങ്ങമ്പുഴ ആരായിരുന്നുവെന്ന് വൈലോപ്പിള്ളി 'സുൽത്താനും കവിയും' എന്ന കവിതയിൽ എഴുതി. ചങ്ങമ്പുഴയോടുള്ള തന്റെ ആരാധന അത്ഭുതാദരങ്ങളോടെ കവി ഇങ്ങനെ പകർത്തി. ഈ വിശേഷണങ്ങൾ വായിച്ചാൽ ഏതു കവിയാണ് ആഹ്ലാദകരമായ ഒരു അസൂയയിൽ പെട്ടുപോകാതിരിക്കുക?

'ഞങ്ങൾ തൻ പ്രിയപ്പെട്ട കവിയെക്കവർന്നീലേ
യങ്ങ്, താരുണ്യോദാര സൗരഭ്യം പകർന്നോനെ'
'പിച്ചകപ്പൂ പോലശ്രു കവിളിൽ തോരാത്തോനെ'
സ്വച്ഛമാം പൂന്തേൻ നീണ്ടകഴുത്തിൽ നിറഞ്ഞോനെ'
'അനുരാഗത്തിൻ കിനാവാണ്ടതൂമിഴിയിലേ
തജപാലബാലയും മുകരാൻ കൊതിച്ചോനെ'
'സൗമ്യനെ, കൃശാംഗനെ പേലവനിലാവിന്റെ
സൗഹൃദം ശീലിച്ചോനെ'
'താരകൾ തൻ തോഴനെ'.

വൈലോപ്പിള്ളിയുടെ ഈ വിശേഷണങ്ങളിലുണ്ട് ചങ്ങമ്പുഴക്കവിതയുടെയും കാൽപനികതയുടെയും മലയാളിയുടെ സ്വപ്നകാലങ്ങളുടെയും മുഴുവൻ ദീപ്തിയും മാധുര്യവും.

ചങ്ങമ്പുഴയുടെ അകാലമരണം മലയാളത്തിലെ ഒരു കവിതാകാലത്തിന്റെ മരണവും കൂടിയായിരുന്നു. അപ്പോഴേക്കും കാൽപനികതയുടെ ഊർജ്ജവും ഓജസ്സുമെല്ലാം കവിതയിലും കാലത്തിനും നഷ്ടമായിക്കഴിഞ്ഞിരുന്നു. കാല്പനികതയ്ക്ക് മലയാളകവിതയിൽ വാർധക്യം ബാധിച്ചു തുടങ്ങിയിരുന്നു. 'പാടുന്ന പിശാച്' എന്ന കവിതയിലൂടെ ആധുനിക മനസ്സിന്റെ വൈരുദ്ധ്യങ്ങളെ കടുപ്പമാർന്ന ബിംബാവലികളിൽ ആവിഷ്കരിച്ചുകൊണ്ട് ചങ്ങമ്പുഴ തന്നെയാണ് ഇവിടെ ആധുനികതയുടെ തുടക്കം കുറിച്ചതും. ചങ്ങമ്പുഴയുടെ മരണത്തിന് ഒരു ദശകത്തിനുശേഷമാണ് ചങ്ങമ്പുഴ തുടക്കമിട്ടു പോയ ആധുനികതയുടെ ആന്തരികവൈരുധ്യങ്ങൾ മലയാളകവിതയിൽ സജീവമാകുന്നത്. അയ്യപ്പപ്പണിക്കരുടെ കുരുക്ഷേത്രത്തോടൊപ്പമാണ് ഞങ്ങളുടെ തലമുറ പിറക്കുന്നത്. അതൊരു വ്യത്യസ്തമായ കവിതാകാലത്തിനു തുടക്കം കുറിച്ചു. രൂപപരവും പ്രമേയപരവും ആസ്വാദനപരവുമായി കവിതയിൽ ഒരു നവീകരണം സാധിച്ച കാലമായിരുന്നു അത്. കവിത ജീവിതത്തിന്റെ കടുത്ത സത്യങ്ങളെ മുഴങ്ങുന്ന ശബ്ദത്തിൽ അനുഭവപ്പെടുത്തി. ഋജുവായ സംഭാഷണഗദ്യവും വായ്ത്താരിവൃത്തങ്ങളും പരീക്ഷിക്കപ്പെട്ട കാലം. പക്ഷേ, കവിത

വലിയ വിഭാഗം സാധാരണക്കാരിൽ നിന്ന് വല്ലാതെ അകന്നുപോയി. രമണനും വാഴക്കുലയും പാടിനടക്കുകയും കഥാപ്രസംഗരൂപത്തിലും മറ്റും തങ്ങളുടെ വൈകാരികജീവിതത്തോട് സാഹിത്യത്തെ ചേർത്തു വായിക്കുകയും ചെയ്തിരുന്ന ഒരു വിഭാഗം ജനത, പെട്ടെന്ന് കവിത തങ്ങളുടേതല്ലെന്ന് തിരിച്ചറിഞ്ഞു. അങ്ങനെ കവിതാകാലത്തിനു സമാന്തരമായി ഒരു പാട്ടുകാലം കൂടി വളർന്നുവരികയായിരുന്നു. ആ സമാന്തരപാതകളിൽ ഒന്നിൽ കുറേക്കാലത്തേക്കെങ്കിലും കൂടി ചങ്ങമ്പുഴയുടെ നിഴൽ ഉണ്ടായിരുന്നു. മറ്റേതിൽ പൂർണ്ണമായും ചങ്ങമ്പുഴയുണ്ടായിരുന്നു, അത് ചലച്ചിത്രഗാനങ്ങളുടെ പാതയാണ്. കുഴലൂത്തുകാരന്റെ കഥയിലെ കുട്ടികൾ എന്നത് പോലെ ആ ജനപ്രിയ സംഗീതത്തിനു പിറകെ കണ്ണുമടച്ച് ഒരു വലിയ വിഭാഗം ജനത സ്വപ്നത്തിലെന്നതുപോലെ നടന്നുനീങ്ങി. മലയാളത്തിൽ ചലച്ചിത്രഗാനങ്ങളുടെ പുഷ്കലകാലമായിരുന്നു പിന്നീട്. വയലാറും പി. ഭാസ്കരനും ഒ.എൻ.വിയും ശ്രീകുമാരൻതമ്പിയും എഴുതിയ പാട്ടുകൾ ജനപ്രിയങ്ങളായി. മലയാളി തങ്ങളുടെ പ്രണയവും പ്രണയഭംഗങ്ങളും ദർശനങ്ങളും വിശ്വാസവും സിനിമാപാട്ടുകളിൽ കേട്ടു. സിനിമാ പാട്ടുകളെല്ലാം ഏതാണ്ട് ചങ്ങമ്പുഴയുടെ തുടർച്ച തന്നെയായിരുന്നു. അങ്ങനെ ചലച്ചിത്ര ഗാനങ്ങളിലൂടെ ചങ്ങമ്പുഴ പുനർജ്ജനിച്ചു. രമണൻ ചലച്ചിത്രമായപ്പോൾ ആ കവിത തന്നെ പാട്ടുകളായി മാറി

'വെള്ളിനക്ഷത്രമേ നിന്നെ നോക്കി
തുള്ളിത്തുളുമ്പുകയെന്ന്യേ...
മാമകചിത്തത്തിൽ ഇന്നും
ഇല്ലാ മാദകവ്യാമോഹമൊന്നും....'

രമണന് ഉദയഭാനുവിന്റെ ശബ്ദമായിരുന്നു. പ്രേംനസീറിന്റെ രൂപവും. മലയാളത്തിൽ പുതിയൊരു പ്രണയകാലം പിറന്നു വീണു. പ്രേംനസീറിന്റെ മരണസമയത്ത് ദേശീയചാനലുകളിൽ പോലും കാണിച്ച രംഗങ്ങൾ രമണൻ എന്ന ചലച്ചിത്രത്തിലേതായിരുന്നു.

'ഭാവനാലോലനായേകനായി
പോവുക പോവുക ജീവനാഥാ'

എന്നാണു ഹൃദയം നുറുങ്ങി മലയാളി തങ്ങളുടെ നിത്യകാമുകന് വിട നൽകിയത്. ഏതോ കാനനച്ഛായയിലേക്ക് കൈയിൽ ഒരോടക്കുഴലുമായി അയാൾ നടന്നു കയറിപ്പോയപ്പോൾ മലയാള സിനിമയിൽ അതൊരു പ്രണയകാലത്തിന്റെ അസ്തമയവുമായി. കാനനച്ഛായ എന്ന വാക്ക് പോലും ഒരു കാലത്തിന്റെ കാല്പനികഭാവനയെ മുഴുവൻ ആവഹിക്കാൻ പോന്നതായി. മറ്റൊരാളും പിന്നീട് എടുത്തുപയോഗിക്കാൻ ധൈര്യപ്പെടാത്ത രീതിയിൽ പല മലയാള വാക്കുകളും ചങ്ങമ്പുഴയുടേത് മാത്രമായി മാറി. സാധാരണ മലയാളി കവിതയിൽ ഇങ്ങനെ മുഗ്ദ്ധമായിപ്പോയിട്ടില്ല പിന്നീടൊരിക്കലും. 'ഇന്നലെ രാത്രിയിൽ ഞാനൊരു പൂവിന്റെ മന്ദസ്മിതത്തിൽ കിടന്നുറങ്ങി' എന്ന ശൈലി ഇന്നും ഇവിടെ ചലച്ചിത്ര ഗാനങ്ങളുടെ സ്ഥിരം ശൈലിയായി നിലനിൽക്കുന്നു. ചങ്ങമ്പുഴയെ തൊടാതെ ഒരു ചലച്ചിത്രഗാനവും

കടന്നുപോകുന്നില്ല.

'മഞ്ഞുമ്മ വച്ചൊരച്ചെമ്പനീർപ്പൂ പോലെ
മന്ദഹസിക്കും മനസ്സുമായി'

എന്ന് ചങ്ങമ്പുഴ 'പാടുന്ന പിശാചി'ൽ എഴുതി എത്രയോ കഴിഞ്ഞാണ് വയലാർ

'മഞ്ഞുമ്മ വച്ചു വിടർത്തുന്ന പൂക്കൾ തൻ
മന്ദസ്മിതം കൊണ്ട് പൊട്ടു കുത്തി'

എന്ന് സിനിമയ്ക്ക് വേണ്ടി എഴുതിയത്.

'മല്ലികയവൾ മഹാകള്ളിയാ-
ണബദ്ധത്തിലെല്ലാം ഞാ-
നവളോട് പറഞ്ഞുപോയീ'

എന്നതോർമയിൽ വരുന്നുണ്ട്. 'ഓടയിൽ നിന്നി'ലെ

'കള്ളികൾ ചിരിച്ചപ്പോൾ ഉള്ളിലെ മോഹങ്ങൾ
എല്ലാം ഞാനവരോട് പറഞ്ഞുപോയീ...'

എന്ന പ്രസിദ്ധഗാനം കേൾക്കുമ്പോൾ. ഉദാഹരണങ്ങൾ ഇനിയും എത്ര വേണമെങ്കിലും കണ്ടെടുക്കാം.

'മലരൊളി തിരളും മധുചന്ദ്രികയിൽ
മഴവിൽക്കൊടിയുടെ മുനമുക്കീ
എഴുതാനുഴറീ കൽപന ദിവ്യമൊരഴകിനെ'...

എന്ന കവിതയും

'മധുചന്ദ്രികയുടെ മായത്തളികയിൽ
മനസ്സിൽ പൂമ്പൊടി ചാലിച്ചു'

എന്ന ഗാനവും കേട്ടുനോക്കുക. ഇതൊന്നും അനുകരണമെന്നു പറയുകയല്ല. ചങ്ങമ്പുഴ തൊടാത്ത ഒരു പ്രണയഭാവവും ഇല്ല. ഒരു സ്വപ്നകാന്തിയും ഇല്ല. അറുപതുകളുടെ ആരംഭത്തിൽ തന്റെ ശബ്ദത്തിന്റെ മാസ്മരികതയിലൂടെ മലയാളിയെ ആനന്ദത്തിന്റെ വിളുമ്പിലെത്തിക്കാനും യാതനയുടെ നിഴലിൽ നിർത്താനും സ്വപ്നത്തിന്റെ ശീർഷകങ്ങളിൽ എത്തിക്കാനും മറ്റൊരു ഗന്ധർവൻകൂടിയുണ്ടായി. യേശുദാസ്! ആ ശബ്ദത്തിലൂടെ മലയാളി എത്ര കടലുകൾ താണ്ടുകയും എത്ര കരകളിൽ ചെന്നടിയുകയും ചെയ്തിരിക്കുന്നു... സാഹിത്യത്തിൽ ചങ്ങമ്പുഴയും സംഗീതത്തിൽ യേശുദാസും മലയാളികളുടെ മൂന്നു തലമുറകളെ കൂട്ടിയിണക്കിയ ഗന്ധർവന്മാർ. ഈ രണ്ടുപേരെ മാത്രമാണ് മലയാളികൾ ഗന്ധർവൻ എന്നു വിളിച്ചത്.

'ഗന്ധർവന്മാർ ഭൂമിയിൽ വന്നൊരു
ചന്ദനമാളിക തീർക്കും അവർ
സുന്ദരിമാരുടെ ഹൃദയസരസ്സുകൾ
സ്വപ്നംകൊണ്ട് നിറയ്ക്കും.'

എന്ന് വയലാർ എഴുതിയത് അക്ഷരാർത്ഥത്തിൽ യേശുദാസിനും ചങ്ങമ്പു ഴയ്ക്കും ഒരുപോലെ യോജിക്കുന്നതായി. തങ്ങളുടെ സ്വപ്നങ്ങളുടെ പൂക്കൂട ഇവ രെയാണ് മലയാളി ഏല്പിച്ചിരുന്നത്. ഒരിക്കലും ഒഴിയാതെ നിറസമൃദ്ധിയിൽ അവർ അതിനെ കാത്തു. 'ഞാൻ ജീവിച്ചിരിക്കുമ്പോൾ യേശുദാസ് മരിക്കരുതേ' എന്ന് പ്രാർത്ഥിച്ചു എന്റെ അമ്മ. കാഴ്ച നഷ്ടപ്പെട്ടതിനുശേഷം അമ്മ കണ്ട എല്ലാ സ്വപ്ന ങ്ങളും ആ ഗന്ധർവന്റെ ശബ്ദത്തിലൂടെയായിരുന്നു. അത് ഒരു സ്ത്രീയുടെ മാത്രം സ്വപ്നമോ പ്രാർത്ഥനയോ ആയിരുന്നില്ല. ഒരു കാലഘട്ടത്തിന്റെ പ്രാർത്ഥനയാണ്. ഒരു വർഷത്തിനു മുൻപൊരു ദിവസം കോട്ടയത്തു വന്ന കവിയും ഗാനരചയിതാ വുമായ ശ്രീകുമാരൻതമ്പി അമ്മയെ കാണാനായി ഞങ്ങളുടെ വീട്ടിലെത്തി. പഴയ പാട്ടുകളുടെ ഓർമയിൽ അമ്മ വീർപ്പുമുട്ടുന്നത് ഞങ്ങൾ അന്ന് കണ്ടു. 'മോഹിനി യാട്ട'ത്തിലെ ചില സംഭാഷണങ്ങൾ അമ്മ ആ എൺപത്തിനാലാം വയസ്സിലും ഓർത്തുവെച്ചിരുന്നത് തമ്പിസാറിനെ അത്ഭുതപ്പെടുത്തി. തമ്പിസാർ പോയിക്കഴി ഞ്ഞപ്പോൾ അമ്മ എന്നെ ഫോണിൽ വിളിച്ചു ചോദിച്ചു: 'ഈ വയസ്സുകാലത്ത് അമ്മയ്ക്ക് പാട്ട് ഭ്രമം ഉണ്ടെന്ന് പറഞ്ഞത് നിങ്ങൾക്കൊക്കെ നാണക്കേടായോ മോളേ' എന്ന്. എനിക്ക് കെട്ടിപ്പിടിക്കാൻ തോന്നി അമ്മയെ. ഉള്ളിൽ നിറയെ നിറങ്ങളും സംഗീതവും ഉണ്ടായിരുന്ന അമ്മ ഓർമ നഷ്ടപ്പെടുന്ന അവസാന ദിവസംവരെയും പാട്ടുകൾ പാടി. എനിക്കെല്ലാം കാണാം. എല്ലാവരെയും കാണാം' എന്ന് സന്തോഷ ത്തോടെ പറഞ്ഞുകൊണ്ടേയിരുന്നു. മുപ്പതുവർഷമായി അമ്മ ഗന്ധർവന്മാരുടെ ലോകത്തായിരുന്നു ജീവിച്ചിരുന്നത്. ഗന്ധർവലോകത്തെ കാഴ്ചകളായിരുന്നു കണ്ടു കൊണ്ടിരുന്നത്.

ചങ്ങമ്പുഴയെക്കാൾ മികച്ച കവികൾ മലയാളത്തിലുണ്ടായിട്ടുണ്ട്. കൂടുതൽ പാണ്ഡിത്യവും ആഴവും ദാർശനികതയും സാമൂഹികപ്രതിബദ്ധതയും ഉള്ള കവി തകളും മലയാളത്തിൽ ധാരാളം ഉണ്ടായിട്ടുണ്ട്. ആശാനെയും ഇടശ്ശേരിയെയും വൈലോപ്പിള്ളിയെയും ബാലാമണിയമ്മയെയും ആറ്റൂരിനെയും സച്ചിദാനന്ദനെയും അവരുടെ കവിതകളിലെ ആഴങ്ങളുടെ സൗന്ദര്യഗരിമകളോടെ ഞാൻ ആദരിക്കു ന്നു. അവർ പകർത്തിയ ജീവിതദർശനങ്ങളുടെ വ്യാപ്തിയിൽ അമ്പരന്നുനില്ക്കാ റുമുണ്ട്. അവരോടൊപ്പം സാമൂഹികവ്യഥകൾ പങ്കുവെക്കാറുണ്ട്. എന്റെ സങ്കടങ്ങ ളിൽ അവർ കരുത്തു പകരാറുമുണ്ട്. ജീവിതത്തിൽ ഏതു പ്രശ്നത്തിനും ഉള്ള പരിഹാരങ്ങൾ തേടി പുസ്തകാലമാരയിലേക്കാണ് എന്നും ഞാൻ ഓടിച്ചെന്നത്. അവിടെ എല്ലാറ്റിനും ഉത്തരങ്ങൾ ഉണ്ടായിരുന്നു. പക്ഷേ, എന്റെ ജനാലയ്ക്കപ്പുറം കൈയെത്തുന്നത്ര അകലെ അന്ധമായി നിന്നു കത്തുന്ന ഒരു പനിനീർപ്പൂവിനോ ടുള്ള സ്നേഹമാണ് എനിക്ക് ചങ്ങമ്പുഴയോട്. കൊടിയ അപമാനവും തീവ്രമായ വേദനയും സ്വന്തം കലയുടെ ഉപകരണമാക്കിയതിന്റെ പേരിൽ ആ കവിയോട് കൂടുതൽ ചേർന്നുനില്ക്കാൻ ഞാൻ ആഗ്രഹിക്കുന്നു. സൂക്ഷ്മഗ്രഹണശക്തി അധി കമുള്ളതുകൊണ്ട് ജീവിതത്തിലെ സങ്കടങ്ങളും അഗ്നിപരീക്ഷകളും യഥാർത്ഥ കലാ കാരന്മാരെയാണ് കൂടുതലായി ബാധിക്കുക. ജീവിതത്തിൽ വിജയിക്കുന്നതിനുപോ

യിട്ട് ശാന്തമായി ഒന്ന് ജീവിക്കുന്നതിനുപോലുംകൂടി അവർക്ക് സാധാരണക്കാരെക്കാൾ കഠിനപ്രയത്നം ചെയ്യേണ്ടിവരുന്നു. ചങ്ങമ്പുഴയ്ക്കുശേഷം അങ്ങനെ വേദനയുടെ കൊടുമുടിയിലേക്ക് കൊണ്ടുപോയി മലയാളിയെ ആഹ്ലാദിപ്പിച്ച ഒരേയൊരു കവി ബാലചന്ദ്രൻ ചുള്ളിക്കാടാണ്. കാവ്യശൈലിയിലും സംവേദനശീലത്തിലും ജീവിതവീക്ഷണത്തിലും ഇവർ വ്യത്യസ്തരായിരുന്നെങ്കിലും തങ്ങളുടെ കാലത്തെ ക്ഷുഭിതമായ യൗവനതീക്ഷ്ണതകളെ ജ്വലിപ്പിച്ചു നിർത്തിയവർ എന്ന പ്രത്യേകത ഇവരെ ഒരുമിച്ചു നിർത്തുന്നു. ബാലചന്ദ്രനിലും ചങ്ങമ്പുഴയിലേതുപോലെ ഒരു അസംതൃപ്താത്മാവിനെ മലയാളി കണ്ടു. ഒരു അരക്ഷിതജീവിതത്തിന്റെ പിടച്ചിലുകൾ കണ്ടു. ഏതു സുരക്ഷിതജീവിതം ജീവിക്കുന്നവരുടെയും ഉള്ളിൽ അരാജകജീവിതത്തിനായുള്ള ഒരുതരം അബോധവാഞ്ഛ ഉണ്ടാകാറുണ്ട്. അത് ഒരു തരം പിടച്ചിലാണ്. എവിടെയും ഉറച്ചുനില്ക്കാൻ കൂട്ടാക്കാത്ത മനസ്സുമായി ജീവിക്കേണ്ടിവരുക എന്നത്. അത് മനസ്സിലാകാത്തവരാണ് കുടുംബത്തിൽ സുരക്ഷിതമായി ജീവിച്ചുകൊണ്ടാണ് ഇവർ സമൂഹത്തെ വഴിതെറ്റിക്കുന്നത് എന്ന് ആക്ഷേപിക്കുന്നത്. കുടുംബത്തിൽ ശരീരം മാത്രമാണ് സുരക്ഷിതം എന്നും ആത്മാവിന്റെ അശാന്തിക്ക് അവിടെ പരിഹാരം ഇല്ലെന്നും ആർക്കും മനസ്സിലാക്കിക്കൊടുക്കുക എളുപ്പമല്ല. ചങ്ങമ്പുഴയിലും ബാലചന്ദ്രനിലും ഈ അശാന്തിയുണ്ടായിരുന്നു. ചങ്ങമ്പുഴ വീട്ടിൽതന്നെ, കുടുംബത്തിൽതന്നെ പിടിച്ചുനിന്നുകൊണ്ട് ആ അശാന്തിയെ അതിന്റെ മൂർധന്യത്തിൽ അനുഭവിച്ചു. ബാലചന്ദ്രൻ തന്റെ ചെറുപ്പകാലം മുഴുവൻ അലഞ്ഞുനടന്നു. ചങ്ങമ്പുഴയുടെ ധൈര്യവും കരുത്തും തനിക്കില്ലായിരുന്നു എന്നാണ് ബാലചന്ദ്രൻ ഇതേക്കുറിച്ച് പറഞ്ഞത്. കുടുംബം വിട്ടിറങ്ങാനല്ല, അതിലെ പൊരുത്തക്കേടുകളിലും സമരങ്ങളിലും പങ്കാളിയായി ഇരട്ടജീവിതം ജീവിച്ചുകൊണ്ട് അവിടെ തുടരാനാണ് കരുത്തു വേണ്ടത്. അബോധങ്ങളിൽ മലയാളി മോഹിച്ച ജീവിതമാണ് ഈ രണ്ടു കവികൾ ജീവിച്ചത്. ആ കവിതകൾക്കു കിട്ടിയ പൊതു സ്വീകാര്യതയുടെ പൊരുൾ അവിടെയാണ്. ചങ്ങമ്പുഴയിൽ എന്നതുപോലെ ബാലചന്ദ്രനിലും കാലം ഒരു പനിയായി പടർന്നുകയറി. ഞങ്ങളുടെ തലമുറയുടെ മുഴുവൻ വ്യഥകളും ബാലചന്ദ്രന്റെ വരികളിലുണ്ടായിരുന്നു.

ബാലചന്ദ്രനെ ഞാൻ ആദ്യമായി കാണുന്നത് 1982-ലാണ്. അന്ന് സി.എം.എസ്. കോളേജിലെ ചരിത്രപ്രസിദ്ധമായ ഗ്രേറ്റ് ഹാളിൽ കാലത്തിന്റെ മുഴക്കം നേരിട്ടു കേൾക്കാനായി വരാന്തയിലെ തൂണിൽ ചാരി ഞാനും നില്പുണ്ടായിരുന്നു... എന്തൊരു ആവേശമായിരുന്നു കുട്ടികൾക്ക്! 'ജോസഫ് ഒരോർമ തൻ ക്രൂരമാം സൗഹൃദം' എന്ന് മുഴങ്ങുമ്പോഴും ആ ശബ്ദത്തിൽ അമ്മയെ തേടുന്ന ഒരു കുഞ്ഞിന്റെ ദൈന്യം എന്തുകൊണ്ടോ എനിക്കനുഭവപ്പെട്ടു. ആ നിലവിളിയിൽ എന്റെയുള്ളിലെ പെണ്ണുണർന്നുപോയതായി ഞാൻ ഓർമിക്കുന്നു.

'എന്റെ രക്തത്തിന്റെ സിംഹാരവം കേട്ടു
വെന്തെരിഞ്ഞൂ നിൻ വിശുദ്ധകന്യാവനം'

ഇന്നും ബാലചന്ദ്രൻ ചുള്ളിക്കാടിനെ വായിക്കുമ്പോൾ എന്നിലെ സ്ത്രീ അവ

ളുടെ മുഴുവൻ ആർദ്രതയോടെയും ഏതോ വേദനയെ ആശ്ലേഷിച്ച് നെഞ്ചോട് ചേർത്തുപിടിക്കാറുണ്ട്. ലോകത്തെ മുഴുവൻ എന്റെ സ്നേഹം കൊണ്ട് പൊതിഞ്ഞുപിടിക്കണമെന്ന് ഉത്കടമായി അഭിലഷിക്കാറുണ്ട്. അന്ന് യൂണിയൻ ഭാരഹവാഹികൾ അവരുടെ സ്വകാര്യവസ്തുവിനെ എന്നപോലെ ആരും തൊടാതെ ബാലചന്ദ്രനെ തിരിയെ കൊണ്ടുപോയി. അകന്നുനിന്ന് ആരാധിച്ച പെൺകുട്ടികൾ എന്നെപ്പോലെ വേറെയും ഉണ്ടായിരുന്നു. ബാലചന്ദ്രന്റെ ക്രോധം, ആ പ്രായത്തിലുള്ള ഏത് ആൺകുട്ടിയുടെയും ക്രോധം, എന്റെ സ്വാസ്ഥ്യം നഷ്ടപ്പെടുത്തി. അവരുടെ നിലവിളികൾ എന്റെ ഉറക്കം കെടുത്തി... എല്ലാ പുരുഷന്മാർക്കും തന്നോടടുക്കുന്ന ഏതു സ്ത്രീയിലും ഒരമ്മയെ ആവശ്യമുണ്ടെന്ന് എനിക്കു തോന്നിയത് ചുള്ളിക്കാടിന്റെ കവിതകളിലെ അനാഥത്വത്തിന്റെ ശക്തിയിൽനിന്നാണ്. കാമരൂപിണിയായ പെണ്ണിലും അവൻ തേടുന്നത് അമ്മയെയാണ്. സ്വന്തം അമ്മയുടെ ശരീരത്തോടാണ് ഏതു പുരുഷനും ആദ്യവും അവസാനവും ഇണചേരുന്നത്. അവൻ തേടുന്ന പൂർണ സ്ത്രീരൂപവും അമ്മയുടേയതുതന്നെയാണ്. ബാലചന്ദ്രന്റെ കവിതകൾ വായിച്ച് അതിലെ ക്ഷോഭിക്കുകയും കരയുകയും തകരുകയും ചെയ്യുന്ന ആൺകുട്ടിയുടെ അമ്മയും പെണ്ണും ആകാൻ ഞാൻ മോഹിച്ചു.

ദാർശനികതയിലും ജീവിതവീക്ഷണങ്ങളിലും ഒട്ടേറെ വ്യത്യസ്തതകൾ പുലർത്തുന്ന കവികളായിരിക്കാം ചങ്ങമ്പുഴയും ചുള്ളിക്കാടും. എന്നാൽ ഒരു സാധാരണ വായനക്കാരി എന്ന നിലയിൽ എന്റെ അസംതൃപ്തികളെ, മോഹങ്ങളെ, ആസക്തികളെ പങ്കുവെച്ച കവികൾ ഇവർ രണ്ടുപേരുമായിരുന്നു. ചങ്ങമ്പുഴയ്ക്കുശേഷം കവിയെന്ന നിലയിൽ അതേ ജ്വരത്തിൽ കാലത്തെ ത്രസിപ്പിക്കാൻ കഴിഞ്ഞത് ബാലചന്ദ്രൻ ചുള്ളിക്കാടിനു മാത്രമാണെന്ന് എനിക്കു തോന്നുന്നു... സദാ വേദനിക്കുന്ന അസംതൃപ്താത്മാക്കൾക്കുമാത്രമേ മാറിമാറി സ്വപ്നംകാണാൻ കഴിയൂ, ആകാശക്കോട്ടകൾ കെട്ടാൻ കഴിയൂ. ഏറ്റവും വിക്ഷുബ്ധങ്ങളായ ആഹ്ലാദങ്ങളിലേക്കും വിഡ്ഢിത്തങ്ങളിലേക്കും ഭാവനകളിലേക്കും ചെന്നു വീഴാൻ കഴിയൂ. വളരെ നാൾകൂടി മലയാളത്തിൽ വായന സംഭ്രമിപ്പിക്കുന്ന അനുഭവമായി മാറിയത് ബാലചന്ദ്രന്റെ ബോദ്‌ലയർ പരിഭാഷയും ലോർക പരിഭാഷയും വായിച്ചപ്പോഴാണ്...

‘ഞാൻ മരിക്കുമ്പോൾ തുറന്നിടൂ ജാലകം
നാരങ്ങ തിന്നുന്ന കുട്ടിയെക്കാണട്ടെ
ഞാൻ മരിക്കുമ്പോൾ ആ വാതിൽ തുറന്നിടൂ
പാടത്ത് കൊയ്ത്തുകാർ പാടുന്ന കേൾക്കട്ടെ
ഞാൻ മരിക്കുമ്പോഴീ ലോകം തുറന്നിടൂ.’

(ബാലചന്ദ്രൻ ചുള്ളിക്കാട്)

രമണനെ കുറിച്ച് മുണ്ടശ്ശേരി ഉപയോഗിച്ച അതേ വിശേഷണം തന്നെയാണ് ബാലചന്ദ്രൻ ചുള്ളിക്കാടിന്റെ കവിതകൾക്ക് ആമുഖമായി കവി സച്ചിദാനന്ദൻ ഉപയോഗിച്ചത് എന്നത് കേവലം യാദൃച്ഛികമല്ല. ‘മധുരനാരങ്ങ പോലെ’ കവിത വിറ്റഴിയുക എന്നത് ചരിത്രത്തിൽ വല്ലപ്പോഴും മാത്രം സംഭവിക്കുന്ന പ്രതിഭാസമാണ്.

ചങ്ങമ്പുഴയ്ക്ക് കിട്ടാതിരുന്ന ഒരു വലിയ ഭാഗ്യം ബാലചന്ദ്രൻ ചുള്ളിക്കാടിന് കിട്ടിയത് ആധുനിക കാവ്യസംസ്കാരത്തിന്റെ ഭാഗമായി നിന്നുകൊണ്ട് ആ കാലത്ത് ജീവിക്കാൻ കഴിഞ്ഞു എന്നതാണ്. അതിന്റെ ഉത്കണ്ഠകൾ മുഴുവൻ പങ്കുവെക്കാൻ പറ്റിയ കരുത്തേറിയ ബിംബാവലികൾ സ്വയത്തമായിരുന്നു എന്നതാണ്. 'ഈ ആധുനിക കാവ്യസംസ്കാരമാണ്, ഒരുപക്ഷേ, അതിമധുരമായിപ്പോകാമായിരുന്ന ബാലചന്ദ്രന്റെ കവിതയ്ക്ക് തീക്ഷ്ണമായ ഒരു തിക്തകശക്തിയും പേലവമല്ലാത്ത ഒരു ഭീഷണസൗന്ദര്യവും ശിവനടനസമാനമായ ഊർജപ്രസരവും നൽകി അതിനെ വെറും ജനപ്രിയ കവിതയിൽനിന്ന് അതിന്റെ കാല്പ്പനികവും പുരോഗമനപരവുമായ അവതാരങ്ങളിൽ നിന്ന് ഏറെ ഉയർത്തി നിർത്തിയത്.' ബാലചന്ദ്രനിലെത്തുമ്പോഴേക്കും മലയാളഭാഷ കൂടുതൽ ശക്തിയും സംവേദനശേഷിയും ആർജിച്ചു കഴിഞ്ഞിരുന്നു. 'പാടുന്ന പിശാച്' ഒരു ബാധപോലെ ബാലചന്ദ്രനെ ഇന്നും വേട്ടയാടുന്നുണ്ട്. പൊതുവേ മരണത്തെക്കുറിച്ചുള്ള ആലോചന എന്നെ ഭയപ്പെടുത്താറില്ല. പക്ഷേ, ബാലചന്ദ്രൻ മരണത്തെക്കുറിച്ച് എഴുതുന്നത് വായിക്കുമ്പോൾ മരണത്തെ എനിക്ക് ഭയമാണ്. ബോദ്‌ലയറിന്റെ കവിത ബാലചന്ദ്രൻ പരിഭാഷപ്പെടുത്തിയത് ('മൃഗജഢം') വായിച്ചപ്പോൾ ആ ഭയം അതിന്റെ മൂർധന്യത്തിൽ ഞാൻ അനുഭവിച്ചു. ശരീരത്തെ ഒരു മലയാളകവിത ബാധിച്ചത് കുറെനാൾ കൂടിയായിരുന്നു. വ്യക്ത്യനുഭവമായി മാറാതെ നിൽക്കുന്ന ബാഹ്യാനുഭവങ്ങളുടെ പദ്യവത്കരണങ്ങൾ വായിച്ച് മനസ്സ് മടുത്തിരിക്കുമ്പോഴാണ് ആ കവിത വരുന്നത്. അതിൽ ബോദ്‌ലയറിനെക്കാൾ ബാലചന്ദ്രൻ ചുള്ളിക്കാടാണ് ഉണ്ടായിരുന്നത്. മലയാളത്തിൽ ബാലചന്ദ്രൻ ചുള്ളിക്കാടിനുശേഷം കവിയോ കവിതയോ ഇല്ല എന്ന് തോന്നി. ആ അർത്ഥത്തിൽ മലയാളത്തിലെ അവസാനത്തെ കവി ബാലചന്ദ്രൻ ചുള്ളിക്കാടാണ് എന്നുപറയാൻ എനിക്ക് രണ്ടമാതൊന്നുകൂടി ആലോചിക്കേണ്ടിവരുന്നില്ല. ബാലചന്ദ്രന്റെ 'സംശയം' 'മണിനാദം' എന്നീ പുതിയ കവിതകൾ എന്റെയീ വിശ്വാസത്തെ കൂടുതൽ ഉറപ്പിക്കുകയാണ്. കവിതയുടെ ചില മിന്നലുകൾ അവിടവിടെയായി കാണുന്നുണ്ടാകാം എന്നല്ലാതെ തന്റേതായ ഒരു കാവ്യകാലത്തെ സ്വപ്നം കാണാൻ ആത്മശേഷിയുള്ള ഒരു പുതുകവിയെയും ഞാൻ കാണുന്നില്ല. കവിയുടെ അനുഭവത്തെ മാത്രമല്ല, വായനക്കാർ കൂടിയുൾപ്പെടുന്ന കാലത്തിന്റെ വ്യക്ത്യതീതമായ രോദനങ്ങളെ, വൈകാരികാനുഭവങ്ങളെ കൂടി സ്പർശിക്കാൻ കവിതയ്ക്ക് കഴിയണം. അത് എല്ലാ മനുഷ്യജീവിതങ്ങളുടെയും സത്തയാണ്. ആ സത്തയെ ആവിഷ്കരിക്കുന്ന വാങ്മയസംഗീതമാണ് കവിത.

നിരൂപകർ ഇല്ലാതാകുന്നതോടെ ചില എഴുത്തുകാരും ഇല്ലാതാകും. ചിലതിനെ കാലം തേച്ചുമായ്ച്ചു കളയും. നമ്മുടെ സാഹിത്യചരിത്രത്തിൽ അതിന് എത്ര ഉദാഹരണങ്ങൾ വേണമെങ്കിലും ഉണ്ട്. ആധുനികതയുടെ കാലത്ത് ഏറെ കൊണ്ടാടപ്പെട്ട അയ്യപ്പപ്പണിക്കരും കടമ്മനിട്ടയും പോലും പതിയെപ്പതിയെ വിസ്മൃതരായിക്കൊണ്ടിരിക്കുന്നതിനു നാം സാക്ഷികളാണ്. നിരൂപകർ കൊണ്ടാടിയാലും അവഗണിച്ചാലും പച്ചയും പായലും കാലം വേർതിരിക്കാതിരിക്കില്ല.

'നീ നിന്റെ വേരുകളെ ശ്രദ്ധിക്കുക
പൂവുകളെ ശ്രദ്ധിക്കേണ്ട
വേരുകൾക്കാരോഗ്യമുണ്ടെങ്കിൽ
പൂക്കാതെങ്ങനെയിരിക്കും?
വേരുകൾ നശിച്ചാൽ
നീ ഇപ്പോൾ പൂക്കുന്നെങ്കിൽക്കൂടി
എത്ര കാലം പൂക്കും'

(വേരുകളെ ശ്രദ്ധിക്കുക -കെ.എ. ജയശീലൻ)

എനിക്ക് ജീവിതം തന്നതിനേക്കാൾ കാരുണ്യം വായന തന്നു. പുസ്തകത്തിന്റെ താളുകളിൽ ചൂണ്ടുവിരൽ അമർത്തി വിരലുകൾ നിരക്കി പല ഭൂമികളിലൂടെ ഞാൻ സഞ്ചരിക്കുകയാണ്. യാത്ര ചെയ്തു തളരുമ്പോൾ മദാം ബോവറിയിലെ എമ്മയെ പോലെ ക്ഷീണിച്ച കൺപോളകൾ അടച്ചുപിടിച്ച്, ഇരുട്ടിൽ, കാറ്റിൽ, കത്തുന്ന അഗ്നിജ്വാലകളെയും മറ്റും സങ്കൽപ്പിച്ചു കിടന്നു. സ്വന്തം മോഹങ്ങളുടെ സാങ്കൽപ്പികസംതൃപ്തി പുസ്തകങ്ങളിൽനിന്ന് തിരഞ്ഞു പിടിച്ചു. താൻ വായിച്ചതും കണ്ടതും അറിഞ്ഞതും ഒന്നും തനിക്ക് ആരിൽനിന്നും കിട്ടിയില്ല എന്ന് പല പ്രണയങ്ങൾക്കൊടുവിൽ എമ്മയും തിരിച്ചറിയുന്നുണ്ടല്ലോ. സമൂഹത്തിന്റെ ആനാദരവ് നേരിടാൻ ശക്തിയുള്ള അച്ചടക്കമില്ലാത്ത സ്ത്രീയാകണമെന്നും ആദരണീയ ആകാതെ ആകർഷണീയ ആയി നിലനിൽക്കണമെന്നും എമ്മ എനിക്ക് ധൈര്യം പകർന്നു... വായിക്കുമ്പോൾ മാത്രമാണ് ഞാൻ സമ്പൂർണമായി ഞാൻ തന്നെ ആയിത്തീരുന്നത്. സകലതിനും മുന്നിൽ സംഗീതം! വീണ്ടും സംഗീതം! സദാ സംഗീതം...

•

ആരാധകൻ

വിജയനും സോമനും യൗവനത്തിൽ
വികസിതകാന്തിയണിഞ്ഞിരുന്നു.
ഒരു ഞെട്ടിലങ്കുരിച്ചാത്തശോഭം
വിലസിടും രണ്ടോമൽപ്പൂക്കൾപോലെ,
അവരിരുപേരുമൊരാലയത്തി-
ലവിരളാനന്ദം സമുല്ലസിച്ചു.
അപരിചിതന്മാരവരെയേവ-
മൊരുമിച്ചടുപ്പിച്ച സുപ്രഭാതം,
അതിദൂരമെത്തിക്കഴിഞ്ഞു, വെന്നാ-
ലവരിന്നുമാബദ്ധരാണു തമ്മിൽ.

പരമാർത്ഥ സ്നേഹമിപ്പാരിലെങ്ങും
പരമസുദുർല്ലഭമായിരിക്കാം;
ശരി, യെന്നാലായതിൻ ലാളനങ്ങ-
ളനുഭവിപ്പോരെത്ര ഭാഗ്യവാന്മാർ!
ഹൃദയങ്ങൾ തമ്മിൽപ്പുണർന്നിടുമ്പോ-
ളുദിതമാം വിദ്യുത്പ്രവാഹമല്ലേ,
ക്ഷണികമാമീ ലോകജീവിതാങ്കം
കനകാഭമാക്കുന്നൊരിന്ദ്രജാലം?
ഭുവനസൗഭാഗ്യങ്ങളാകമാന-
മതിൽനിന്നുതിരുന്ന രശ്മിമാത്രം!

വിജയനു സോമനും, സോമനേവം
വിജയനും പ്രാണനായ്ത്തീർന്നുപോയി;
മരണത്തിനെക്കൊണ്ടുമാവുകില്ലൊ-
ന്നവരെയന്യോന്യമകറ്റിമാറ്റാൻ.
മദനമനോഹരമംഗളാംഗൻ
വിജയകുമാരൻ വിമലശീലൻ,
പലപല കായികമത്സരത്തിൽ

പരമവിചക്ഷണനാർദ്രചിത്തൻ.
സരസഗുണാങ്കിതൻ സോമനാഥൻ
സുവിദിതനാമൊരു ചിത്രകാരൻ.

ഒരുനിമിഷത്തെ വിരഹംപോലും
യുഗശതമാക്കുന്നൊരാത്മബന്ധം
ഹൃദയതന്തുക്കളെക്കോർത്തുകെട്ടി
ക്ഷിതിയിലവർക്കൊരു നാമമേകി.
വിജയൻ വിജയനെ വിസ്മരിച്ചു
വിബുധനാം സോമനിൽച്ചേർന്നലിഞ്ഞു.
അതുവിധം സോമനും സോമനേയു-
മവഗണിച്ചാത്മസുഹൃത്തിലാണ്ടു.
അഴലെന്നതെന്തെന്നറിഞ്ഞിടാത-
ന്നവരത്ര സംതൃപ്തരായി സുഖിച്ചു.

അനുദിനമന്തിമസന്ധ്യയിങ്ക-
ലയൽനാട്ടിലുള്ള നദീതടത്തിൽ
പ്രകൃതിസൗന്ദര്യം സമാസ്വദിക്കാ-
നവരിരുപേരും സവാരിപോകും.
ഒരു സുന്ദരാശയം മാത്രമേന്തും
സരളമാം രണ്ടീരടികൾപോലെ,
ഒരു ദിവ്യചേതസ്സെഴുന്നതാം ര-
ണ്ടുടലുകളായവരുല്ലസിച്ചു.
അവനിയിൽ സ്വർഗ്ഗവിശുദ്ധിചേർക്കു-
മവരോർക്കി, ലുത്ഭിന്നഭാഗധേയർ!

പതിവുപോലന്നും ദിനാന്തരംഗം
പരിണതകാന്തിയണിഞ്ഞു മിന്നി.
പലപല പുഷ്പങ്ങൾ തിങ്ങിനില്ക്കും
പനിമലർത്തോപ്പിൻ പകർപ്പുപോലെ;
കമിതാവെക്കാണുന്ന കാമിനിതൻ
കവിളിണക്കൂമ്പിൻതുടുപ്പുപോലെ;
സുലളിതവാർമണിമേഘജാലം
വിലസിയാ വാരുണദിക്കിലെല്ലാം.

ചിരിയടക്കിക്കൊണ്ടവയ്ക്കിടയിൽ
ചില വെള്ളിനക്ഷത്രമെത്തിനോക്കി.

വിജയനും സോമനും വീതതാപം
വിഹരിച്ചിരുന്നു നദീതടത്തിൽ.
അകലെത്തിളങ്ങുന്ന ചക്രവാള-
മതിലംഘിച്ചീടും തൻ ഭാവനയിൽ
അഴകിൻതിരകളിലങ്ങുമിങ്ങു-
മൊഴുകിനാനാ യുവചിത്രകാരൻ
പ്രകൃതിയവനെയണച്ചു പുല്കി
പ്രകൃതിയവനിലലിഞ്ഞൊഴുകി.
സിരകളുണർന്നവനപ്പൊഴേതോ
സുരതരുച്ഛായയിൽച്ചെന്നുപറ്റി.

അവികലാശ്ചര്യത്തിനാസ്പദമാ-
യവരൊരു സൗന്ദര്യം കാണ്മൂ മുന്നിൽ:
അരയോടടുക്കിപ്പിടിച്ചിരുന്ന
ജലഘടഭാരത്താൽച്ചെറ്റു ചാഞ്ഞും;
കുറുമൊഴിമുല്ലപ്പൂമാല ചൂടി-
ച്ചുരുൾമുടി പിന്നിലഴിഞ്ഞുലഞ്ഞും;
നറുവെണ്ണിലാവിൻ വിലാസലേശ-
മരുണാധരത്തിൻ പൊടിഞ്ഞുതിർന്നും
അതിലൂടണയുന്നു മന്ദമന്ദം
കുളിരണിയുന്നൊരു ദീപനാളം!

നവയൗവനാശ്ലേഷിതാംഗിയാകു-
മവളൊരു സംഗീതമായിരുന്നു.
ഉലകിലുടലെടുത്തുല്ലസിക്കു-
മൊരു മുരളീ ഗാനമായിരുന്നു.
അവളപാംഗത്താലുഴിഞ്ഞെറിഞ്ഞോ-
രനഘവിദ്യുല്ലതാബീജലേശം
അവരിലിന്നാരുടെ മാനസത്തി-
ലധികാരപൂർവ്വം പടർന്നതാവോ!
ഭുവനമറിഞ്ഞില്ലുടനെ രണ്ടു
യുവഹൃദയങ്ങൾ തുടിച്ച കാര്യം!

കനകാംഗി പോയി;– മറഞ്ഞു സൂര്യൻ
കമനീയസന്ധ്യ മയങ്ങി മങ്ങി
കുളിർവെണ്ണിലാവെങ്ങും വാരി വീശി-
ശ്ശിശിരാംശുലേഖ കിളർന്നു പൊങ്ങി.
മലയമന്ദാനിലനേറ്റു മന്ദം
മലരണിവല്ലികൾ നൃത്തമാടി.
അരുവിയും, തീരവും, മൺകുടവു-
മതു വഹിച്ചെത്തിയ പൊൻകിനാവും!
വിവിധ വിചാരതരളിതരായ്
വിജയനും സോമനും പിന്മടങ്ങി!

രണ്ട്

വേനലും മഞ്ഞും മഴയുമായി-
ക്കാലം പതുക്കെക്കടന്നുപോയി.
ആയിരം മൊട്ടുകൾ പൂക്കളായി;
ആയിരം പൂക്കളടർന്നുപോയി.
ഏതെല്ലാം മാറ്റങ്ങളേശിയാലും
ലോകത്തിനെല്ലാം വെറും വിനോദം!
എന്നാൽ, വിജയനും സോമനുമായ്
നിന്നിടും ബന്ധത്തിനില്ല ഭേദം.
പണ്ടു കഴിഞ്ഞ തരത്തിലിന്നു-
മിണ്ടലകന്നവർ ലാലസിപ്പൂ!

മുൻപൊരു സന്ധ്യയിൽ നമ്മൾ കണ്ട
ചമ്പകമേനിയാമോമലാളും
ഈ രണ്ടു ജീവസഖാക്കളുമാ-
യോരോദിവസവും കണ്ടുമുട്ടി.
ചേലിലല്പാല്പമായ് തമ്മിലന്നാ-
ളേറിത്തുടങ്ങീ പരിചയവും.
അത്തടിനീതടമായവർതൻ
നിത്യസന്ദർശനരംഗമായി.
നിർമ്മലസ്നേഹം തുളുമ്പുമോരോ
നർമ്മസല്ലാപസങ്കേതമായി.

സാമോദമേകശിലാതലത്തിൽ
സോമനും തോഴനും ചേർന്നിരിക്കും.
മുൻപിലായ് പൂത്തോരു രാജമല്ലി-
ക്കൊമ്പുചേർന്നോമലാൾ ചാഞ്ഞുനില്ക്കും.
വാരുണാങ്കത്തിലണഞ്ഞ സൂര്യൻ
വാരൊളിയങ്ങെങ്ങും വാരിവീശും
അത്യന്തവാചാലനാം വിജയൻ
നിർത്തിടാതോരോ വിശേഷമോതും.
പൊന്മണിനാദം പോലപ്പൊഴപ്പോൾ
പൊന്മണി പൊട്ടിച്ചിരിച്ചുപോകും!

മിത്രത്തെപ്പോലെ,യസ്സാധു സോമ-
നത്ര വാചാലനല്ലായിരുന്നു.
ഗൗനിക്കുമെങ്കിലും മിക്കവാറും
മൗനിയായ്ത്തന്നെ കഴിച്ചിരുന്നു.
വല്ലതുമല്പമൊന്നോതിയാലും
തെല്ലതിൽ നാണം പൊടിച്ചിരുന്നു!
പാറപ്പടർപ്പിൽപ്പുളഞ്ഞൊഴുകും
നീരോട്ടമാണാ വിജയനെങ്കിൽ,
സോമനോ നൽത്തെളിനീർ തുളുമ്പും
താമരപ്പൂമ്പൊയ്കയായിരുന്നു!

ഓരോ ദിനങ്ങൾ കഴിഞ്ഞുപോന്നു;
പ്രേമം പതുക്കെപ്പൊടിച്ചുവന്നു.
ഉല്ലാസലോലൻ വിജയനെന്നും
സല്ലാപവീചിയിൽത്താണുമുങ്ങി.
മാലെഴാതാ മനമെപ്പൊഴുതും
മാലതീമന്ത്രമുരുക്കഴിക്കെ,
സോമഹൃദന്തരമെന്തുകൊണ്ടോ
ദീനമായ്ത്തേങ്ങിക്കരഞ്ഞതാവോ!
ആ മുഖത്തെന്തൊരു മന്ദഹാസം!
ആ മനസ്സിങ്കലൊരഗ്നികുണ്ഡം!...

മാലതീ, നീയൊരു മാനസത്തിൽ
മാലിൻദുരന്തമാം വിത്തുപാകി.

ആ രണ്ടു കല്പകശാഖികളും
ഹാ, നിന്നെത്തന്നെ ഭജിക്കയല്ലേ?
ഹന്ത, യവയിലിന്നൊന്നിൽമാത്ര-
മെന്തിനു പിന്നെ നീ ചേർന്നു പറ്റി?
ആടലിൽനിന്നുമുയർന്നുതിരും
ചൂടിലത്തൈമരം വാടിയാലോ!
എത്ര വസന്തം കഴിഞ്ഞു വേണ-
മക്കലാസൗരഭം പൂർണ്ണമാവാൻ!

വാർമുറ്റുമക്കലാകല്പവൃക്ഷം
വാടിയാൽ ലോകത്തിനെന്തു ചേതം?
ആവുംവിധത്തിലതിങ്കൽനിന്നും
നേടേണ്ടതൊക്കെയും നേടിയല്ലോ?
അച്ചെറുതൂലിക കാഴ്ചവെച്ച
ചിത്രങ്ങൾ, ജീവരക്താങ്കിതങ്ങൾ,
രാഗാർദ്രമാമൊരു മാനസത്തിൻ-
ശോകപ്രകടനമായിരുന്നു!-
ഉദ്വേഗകങ്ങളുതിർക്കുമോരോ
വിദ്യുല്ലതികകളായിരുന്നു!-

മാലതീചിത്രം രചിക്കുവാന-
ത്തൂലികയൊന്നു പിടഞ്ഞുണർന്നു.
അന്തരിക്ഷത്തിലവിടെയെല്ലാം
സൗന്ദര്യസാരം തിരയടിച്ചു.
നിശ്ശബ്ദസങ്കടംകൊണ്ടൊരോമൽ-
സ്വപ്നപശ്ചാത്തലം സജ്ജമായി.
നാനാവികാരങ്ങൾ വെമ്പിയെത്തി-
ച്ഛായങ്ങൾ ചാലിച്ചു പിന്മടങ്ങി.
പ്രേമസങ്കോചം വിലക്കിയാലും
ഭാവന പക്ഷപുടം വിടുർത്തി.

ജീവിതലോലധവളപത്രം
സാവധാനത്തിൽ നിവർത്തിനോക്കി
മാലതീചിത്രരചനയിങ്കൽ

സോമഹൃദയം വിരണ്ടു മണ്ടി
യൗവനസ്വപ്നങ്ങൾ മാറിമാറി-
സ്സൗവർണ്ണവർണ്ണങ്ങൾ വീശിവീശി,
നാലഞ്ചുനാളുകൾക്കുള്ളിലേതോ
നാകാംഗനാചിത്രം ജാതമായി!-
ശോകാർദ്രരായതിൽ സാക്ഷിനിന്നോ-
രേകാന്തമാത്രകൾ ധന്യരായി!

ഒന്നതിൻ നെറ്റിയിലുമ്മവയ്ക്കാ-
നുന്നി, മുന്നോട്ട് തെല്ലാഞ്ഞു സോമൻ.
എന്നാലും, പെട്ടെന്നു ഞെട്ടിമാറി-
ദ്ധന്യനപ്പൂരുഷൻ പിന്മടങ്ങി.
ആ ദിവ്യസ്നേഹത്തിൻസന്നിധിയിൽ-
ത്താനത്ര നീചനായ് മാറുകെന്നോ!-
ആത്മപുഷ്പത്താൽത്താനാചരിക്കു-
മാരാധനകൾ ദുഷിക്കുമെന്നോ!-
വെല്ക നീ, നിർമ്മലസൗഹൃദമേ!
വെല്ക നീ, നിർവ്വാണകന്ദളമേ!

മൂന്ന്

ജനിതകൗതുകം സംഭവസഞ്ചയം
ജയപതാക പറപ്പിച്ചു പോകവേ;
ചകിതചിത്തങ്ങൾ തേങ്ങിക്കരകിലും
നിയതി നോക്കിച്ചിരിക്കയാണത്ഭുതം.
പിടയുകയാണു പിന്നെയും പിന്നെയും
കൊടുനിരാശയിൽ ജീവിതമെന്തിനോ!
ക്ഷണികഭാഗ്യങ്ങൾ പിന്നിട്ടറുതിയിൽ
പ്രണയമയ്യോ, കരയുന്നു ദീനമായ്!
ഇവിടെയെന്തിനീയാദർശകാഹളം?
ഇവിടെയെന്തിനീ മാതൃകാജീവിതം?

വിജയമാലതീരാഗതരംഗിണി-
ക്കൊരു വിളംബവുമേശീലൊരല്പവും.

അതു യഥോചിതം മന്ദയാനം തുടർ-
ന്നതുലമോദമവർക്കേകി നിത്യവും.
ഹൃദയവേദന താങ്ങാനശക്തനായ്,
പ്രണയചിന്തമറക്കാനസാദ്ധ്യമായ്
നിപതിതനായി ഹാ, ദീനശയ്യയിൽ
നിഹതനായൊരസ്സോമനും തൽക്ഷണം.
അവനു കേൾക്കായവനിൽ പലപ്പൊഴും
ശിഥിലമാം ചില ചിത്തത്തുടിപ്പുകൾ.

സതതമോരോ പരിചര്യ ചെയ്തുകൊ-
ണ്ടരികിൽ നില്ക്കും വിജയനെക്കാണ്കവേ,
അവനടക്കാൻ കഴിഞ്ഞതില്ലക്ഷിയി-
ലവതരിക്കുന്നൊരശ്രുകണങ്ങളെ!
അവരിരുവരുമൊന്നിച്ചനാൾ മുതൽ-
ക്കതുവരെയ്ക്കും കഴിഞ്ഞതഖിലവും,
ചലനചിത്രത്തിലെന്നപോൽ,ക്കാൺകയാ-
യവനനുക്രമം ഭൂതസ്മരണയിൽ
അവ സമസ്തവും സ്നേഹസാന്ദ്രോജ്ജ്വല-
മനഘമാനന്ദതുന്ദിലം നിർമ്മലം!

അരുതരുതു സഹിക്കുവാൻ സോമന-
സ്മരണയുള്ളിൽക്കൊളുത്തുന്ന സങ്കടം.
അവരിരുവരുമന്യോന്യമോതിടാ-
തവനിയിലില്ലൊരാത്മരഹസ്യവും.
വിജയനെപ്പൊഴുമോതുന്നു തന്നൊടാ
വിമലരാഗവിശേഷങ്ങളൊക്കെയും
അവനറിവീല, താനുമത്തന്വിയി-
ലഭിനിവിഷ്ടനാണെന്നുള്ള വാസ്തവം!-
ചുടുചിതയിൽ, പ്രപഞ്ചമറിഞ്ഞിടാ-
തടിയണം, ഹന്ത, സോമരാഗാങ്കുരം!

വിജനതയിൽ, വിറയ്ക്കും കരങ്ങളിൽ
ഹൃദയനാഥതൻ ചിത്രവുമായവൻ,
തരളചിത്തം തകർന്നു, കണ്ണീരിനാൽ-

ത്തലയണയും നനച്ചുകൊണ്ടങ്ങനെ
ശിലയുമേതാണ്ടലിഞ്ഞുപോകുംവിധം
ചലനമറ്റു കിടക്കും പലപ്പൊഴും!
പ്രണയസാരപരിമളം വീശിടു-
മൊരു സനാതനസങ്കല്പനന്ദനം
അവനൊരുക്കിക്കൊടുക്കുമിടയ്ക്കിട-
യ്ക്കമലമാമൊരു പുഷ്പശയ്യാതലം!

പരിചിലേറെനാളാശിച്ചിരുന്ന, തൻ-
പരിണയോത്സവമാസന്നമാകയായ്!
വിവിധലോലവികാരതരംഗിത-
വിധുരമായി വിജയഹൃദന്തരം.
കുസുമകാലമായ്, മൊട്ടിട്ടു മുല്ലകൾ,
കുളിരിളംതെന്നൽ വീശിയെല്ലാടവും,
മൃദഹിരണ്മയധൂളികാപാളി ചേർ-
ന്നതിമനോജ്ഞം തെളിഞ്ഞിതഷ്ടാശകൾ!-
എവിടെയും കേൾപ്പതാനന്ദമർമ്മരം
എവിടെയാണിനി ദുസ്സഹഗദ്ഗദം?

ഒരു മയക്കത്തിൽനിന്നും പൊടുന്നനെ-
ക്കരളു ഞെട്ടിപ്പിടഞ്ഞുണർന്നേല്ക്കവേ,
അരികിലായ്ക്കണ്ടു സോമൻ വിജയനൊ-
ത്തവിടെ നില്ക്കുന്ന മാലതീദേവിയെ!
ഞൊടിയിലായിരം മിന്നൽപ്പിണരുക-
ളിടറി, വിങ്ങിത്തുടിക്കും മനസ്സുമായ്,
മറവി മായ്ക്കിലും മായാത്തമാതിരി-
ക്കവനവരെയൊന്നുറ്റുനോക്കീടിനാൻ.
മിഴിയിണയിൽ നിറഞ്ഞു, കവിളിലൂ-
ടൊഴുകി ധാരയായ്ക്കണ്ണീർക്കണികകൾ

അരുതു കാണാ, നിതെന്തൊരു സംഭവം
ക്ഷണികലോകമേ, നീയെത്ര നിഷ്ഠുരം
പ്രളയ,മെങ്ങാ പ്രളയം?- അതിനക-
ത്തവനി താണിടാനെന്തിനിത്താമസം?

മരുമരീചികൾ!- ദാഹങ്ങൾ!- ചൂടുകൾ!-
എരിപൊരിക്കൊണ്ടിടും കൊടുംതൃഷ്ണകൾ!-
അനുനിമേഷമെരിഞ്ഞു പടർന്നടർ-
ന്നലറിയേറുന്ന തീപ്പൊരിക്കാടുകൾ!-
ഇവിടമല്ലേ സുഖം?- കനൽക്കട്ടയാ-
മിവിടമല്ലേ കുസുമശയ്യാതലം?...

മതി ജഗത്തേ, മതി നിൻ പരിഭവം;
മതി തെളിഞ്ഞിനി മന്ദഹസിക്ക നീ!
അവിടെനിന്നിതാ കേൾപ്പിതവ്യക്തമാ-
യിളകിടും ചില മാരണമർമ്മരം!-
"വിവശിതാത്മനായ്, വിശ്വം വെടിഞ്ഞിതാ
വിജയ, സോദര, പോവുകയായി ഞാൻ!
ഇവനെ നിങ്ങൾ മറക്കിലു,മെന്റെയി-
ച്ചപലചിത്രം വെടിയായ്കൊരിക്കലും!
ഒരു സുവിമലസ്നേഹാർദ്രമാനസ-
സ്മരണയായിതു കാത്തുകൊള്ളേണമേ!"

വിജയമാലതീപാദപങ്കേരുഹ-
യുഗളചുംബിയായക്കലാപാടവം!
വിവരമില്ലാത്തൊരോമനപ്പൈതൽപോൽ
വിജയനക്ഷണം വാവിട്ടു കേണുപോയ്!
അതിദയനീയശോകാത്ഭുതങ്ങളാ-
ലകമഴിഞ്ഞുടൻ മാഴ്കിനാൾ മാലതി.

....

....

മഹിതകാന്തി പൊലിഞ്ഞു!- കൊടുമിരുൾ
മരണവസ്ത്രം വിരിച്ചിതെല്ലാടവും!
തരുശിഖരിയിൽത്താന്തസ്വരങ്ങളിൽ-
ച്ചിറകടിച്ചു കരകയായ് മൂങ്ങകൾ!...

–1934 ഡിസംബർ

മോഹിനി

വ്യാമോഹങ്ങളകന്നകന്നു ഹൃദയം
സായുജ്യസന്ദായക-
പ്രേമോദ്യൽക്കനകാംശുധാരയിലലി-
ഞ്ഞാറാടുമാറങ്ങനെ,
ക്ഷേമോത്സംഗമതിൽസ്സുഖിച്ചരുളുമെൻ-
ദേവിക്കു വായിക്കുവാൻ
സാമോദം നിജതൃപ്പദത്തളിരിലി-
ക്കാവ്യം സമർപ്പിപ്പു ഞാൻ.

കൊച്ചി, 25 മെയ് 1944

-ചങ്ങമ്പുഴ

മോഹിനി

മനശ്ശാസ്ത്രപണ്ഡിതന്മാരുടെ അത്ഭുതാവഹമായ അപഗ്രഥനപാടവത്തെ കൊഞ്ഞനംകുത്തിക്കൊണ്ടു നില്ക്കുന്ന ഒന്നാണ് മനുഷ്യഹൃദയം. വൈചിത്ര്യങ്ങളും വൈവിധ്യങ്ങളും കെട്ടുപിണഞ്ഞു വിശകലനസാധ്യതയെ വെല്ലുവിളിച്ചുകൊണ്ടാണ് ഇന്നും അജയ്യഭാവത്തിൽ അതു നിലകൊള്ളുന്നത്. അടുത്തകാലങ്ങളിൽ ശാസ്ത്രത്തിന്റെ വെളിച്ചം അകത്തു കടക്കാൻ തുടങ്ങിയതോടുകൂടി സുസൂക്ഷ്മങ്ങളായ ഭാവകോടികളുടെ സങ്കീർണ്ണതയെ ആവരണംചെയ്തുകൊണ്ടിരുന്ന അന്ധകാരപടലം അല്പാല്പമായി നീങ്ങിത്തുടങ്ങിയിട്ടുണ്ടെങ്കിലും, അവയുടെ വ്യാപ്തിയും വൈവിധ്യവും ഇന്നും ദുരൂഹമായി വർത്തിക്കുന്നതേയുള്ളു.

ഈ ലോകത്തിൽ ജീവിക്കുന്ന സകലമനുഷ്യരും ബാഹ്യമായ ആകാരഘടനയിലെന്നപോലെത്തന്നെ ആന്തരമായ സ്വഭാവഘടനയിലും ഒന്നിനൊന്നു വ്യത്യാസപ്പെട്ടാണിരിക്കുന്നത്. ഒറ്റനോട്ടത്തിൽ യാതൊരു വ്യത്യാസവും തോന്നിക്കാത്ത ഇരട്ടപെറ്റ രണ്ടു കുട്ടികൾക്കു പോലും സൂക്ഷ്മനിരീക്ഷണത്തിൽ സാരമായ പലേ വ്യത്യാസങ്ങളും ഉള്ളതായിക്കാണാം. ശാരീരികഘടനയിൽ പ്രത്യക്ഷപ്പെടുന്ന ഈ വൈചിത്ര്യത്തിന്റെ വ്യാപ്തി മാനസികഘടനയിൽ അസീമവും അമേയവുമായി നിലകൊള്ളുന്നു. നിയതികൃതനിയമരഹിതമാണ് മനുഷ്യന്റെ ഹൃദയവ്യാപാരങ്ങൾ. അനന്തമായ ആഴിപ്പരപ്പിലെ അലമാലകളുടെ ആന്ദോളനങ്ങൾപോലെയാണ് അവയുടെ ഗതിവൈചിത്ര്യം. സകല മനുഷ്യരിലും ഒന്നുപോലെ ചില സമാനഭാവങ്ങൾ പ്രത്യക്ഷപ്പെടുന്നില്ലെന്നില്ല. എങ്കിലും അവയ്ക്കുപോലും സൂക്ഷ്മമായ വിശകലനത്തിൽ വ്യക്തികളെ ആശ്രയിച്ച് അല്പാല്പമായ അന്തരം കണ്ടുവരുന്നുണ്ട്.

ഈ കൃതിയിലെ നായകനായ 'സോമശേഖരൻ' ഒരു വിചിത്ര മനോഭാവത്തോടുകൂടിയവനാണ്. അവന്റെ സ്ഥാനത്തു സാധാരണക്കാരനായ ഒരു കാമുകനായിരുന്നുവെങ്കിൽ സുശീലയും സുന്ദരിയും സ്നേഹസമ്പന്നയുമായ മോഹിനിയുടെ പരിശുദ്ധജീവിതം ഇങ്ങനെ ദാരുണമായ ഒരു ദുരന്തത്തെ പ്രാപിക്കുമായിരുന്നില്ല. അവന്റെ ഹൃദയം തികച്ചും പ്രേമസമ്പൂർണ്ണമാണ്; അതിനെ വിശകലനം ചെയ്യുമ്പോൾ സൂക്ഷ്മങ്ങളായ അനവധി ഭാവങ്ങൾ പ്രത്യക്ഷപ്പെടുന്നുണ്ടെങ്കിലും, അവയ്ക്കെല്ലാം മീതെ നമ്മുടെ ശ്രദ്ധയെ ഒന്നോടാകർഷിച്ചടക്കി നിർത്തുവാൻ കരുത്തുള്ള കേന്ദ്രത്തോടുകൂടിയ ഒരു 'പ്രത്യേകഭാവം' നാം കണ്ടെത്തുന്നു. അതിൽനിന്നുറ

വെടുക്കുന്ന ഒരു വിചിത്രമായ ചിന്താവൈകൃതമാണ് അവന്റെ പൈശാചികപ്രവൃത്തിയുടെ നിദാനമായി നിലകൊള്ളുന്നത്.

മനുഷ്യരാശിയിൽ സാഡിസം, മസോക്കിസം, പിഗ്മാലിയാനിസം എന്നിങ്ങനെ മൂന്നുവിധത്തിലുള്ള സ്വഭാവവൈകൃതങ്ങൾ സ്ഥിതിചെയ്യുന്നതായി മനശ്ശാസ്ത്രപണ്ഡിതന്മാരും ലൈംഗികശാസ്ത്രവിദഗ്ദ്ധന്മാരും ഉദ്ഘോഷിക്കുന്നു. എല്ലാ മനുഷ്യരുടെയും മാനസികമണ്ഡലത്തിൽ ഈ മൂന്നു സ്വഭാവങ്ങളും അല്പാല്പമായിട്ടെങ്കിലും കലർന്നിരിക്കും. പക്ഷേ, അസംഖ്യങ്ങളായ ഇതരഭാവങ്ങളുമായി കെട്ടുപിണഞ്ഞുകിടക്കുന്നതിനാൽ അവ പ്രത്യേകം ശ്രദ്ധേയമായിത്തീരുന്നില്ല. എന്നാൽ അപൂർവ്വം ചില വ്യക്തികളിൽ ഇവയിലേതെങ്കിലും ഒന്ന് അനിയന്ത്രിതമായി വളർന്നുവെന്നു വരാം. അങ്ങനെ പരിപുഷ്ടമായി പരിണമിക്കുമ്പോളാണ് അത് നമ്മുടെ ശ്രദ്ധയിൽപ്പെടുന്നത്.

ദ്രോഹപ്രവൃത്തിയിൽനിന്നും സംജാതമാകുന്ന സന്തോഷം സാഡിസത്തിന്റെ സന്താനമാണ്. മറ്റുള്ളവരെ വേദനിപ്പിക്കുന്നതിൽ ആനന്ദം അനുഭവിക്കുന്ന ചില വ്യക്തികളുണ്ട്. രക്തം കണ്ടാൽ മൂർച്ഛിച്ചുവീഴുന്നവരെയും രക്തം ചൊരിയുന്നതിൽ പ്രത്യേക താത്പര്യത്തോടുകൂടിയവരെയും നാം കാണുന്നില്ലേ? യഥാർത്ഥമാലോചിച്ചാൽ നൈസർഗ്ഗികമായി നമ്മിൽ ഉൾച്ചേർന്നിരിക്കുന്ന ഒരു സവിശേഷതയാണിതെന്നു കാണാം. ഈച്ച, ഉറുമ്പ് മുതലായ സാധുപ്രാണികളെ അടിച്ചുകൊല്ലുന്നതിൽ കൊച്ചുകുട്ടികൾ ആവേശപൂർണ്ണമായ ഒരാനന്ദം അനുഭവിക്കുന്നതായിക്കാണുന്നില്ലേ? എവിടെയെങ്കിലും വെച്ച് ഒരു പട്ടിയെക്കണ്ടാൽ കല്ലെടുത്തൊന്നെറിയാത്ത ഒരു ബാലനെ എവിടെക്കാണുവാൻ കഴിയും? അതിൽ ഒരു രസമുണ്ട്; ആ പൈശാചികമായ രസാനുഭവത്തിനു പ്രേരകമായി നില്ക്കുന്ന നൈസർഗ്ഗികഭാവം, പില്ക്കാലങ്ങളിൽ, വിദ്യാഭ്യാസംകൊണ്ടും മറ്റും സിദ്ധമാകുന്ന സംസ്കാരത്താൽ നാമറിയാതെതന്നെ നിർവ്വഹിക്കപ്പെടുന്നുവെന്നേയുള്ളൂ. ലോകത്തിന്റെ ശൈശവദശയിൽ, ഹിംസ്രജന്തുക്കളുമായി മുഷ്ടിയുദ്ധം ചെയ്തു വിദലിതശരീരരായി രക്തക്കളത്തിൽ തളർന്നുവീണു കൈകാലടിച്ചു പിടയുന്ന നിസ്സഹായരായ അടിമകളുടെ പ്രാണവേദനയിൽ ആത്മാനുഭൂതി അനുഭവിച്ചിരുന്ന റോമൻചക്രവർത്തികളുടെയും രാജ്യവാസികളുടെയും ആ പൈശാചികമനോവൃത്തി ചരിത്രം നമ്മെ കാണിച്ചുതരുന്നില്ലേ? കോഴിപ്പോർ മുതലായ വേതാളകേളികളിൽ ഇന്നും എത്രയെത്ര മനുഷ്യഹൃദയങ്ങൾ ആനന്ദനൃത്തം ചെയ്യുന്നു?

വേദനയനുഭവിക്കുന്നതിൽ സംതൃപ്തിയുൾക്കൊള്ളുന്നവരുണ്ട്. അവരാണ് മസോക്കിസ്റ്റ്സ്. പരസ്പരം കണക്കിലേറെ കലഹിച്ചു 'കണ്ണീരും കൈയു' മായി കഴിഞ്ഞുകൂടുവാൻ എങ്ങനെയെങ്കിലും സാധ്യമാകാതെ വന്നുകൂടുന്ന ദിവസങ്ങളിൽ അനിർവാച്യമായ ഒരസുഖം അനുഭവിക്കുന്ന

പല ദമ്പതിമാരെയും എനിക്കറിയാം. സാഡിസത്തിനുനേരെ വിരുദ്ധമായി ട്ടുള്ളതാണ് മസോക്കിസം. മർദ്ദിക്കുന്നതിലല്ല മർദ്ധിക്കപ്പെടുന്നതിലാണ്, മറ്റുള്ളവരുടെ വേദനയിലല്ല സ്വന്തം വേദനയിലാണ്, ഇക്കൂട്ടർക്ക് ആനന്ദം.

സ്ത്രീരൂപത്തിലുള്ള ശിലാദിവിഗ്രഹങ്ങളിൽ ലൈംഗികമായ ഉൽക്ക ടാഭിനിവേശം ഉൾക്കൊള്ളുന്നതാണ് പിഗ്മാലിയാനിസം. യഥാർത്ഥമാലോ ചിച്ചാൽ കലാസ്വാദനത്തിനും ലൈംഗികജീവിതത്തിനും തമ്മിൽ വലിയ ഒരു ബന്ധമുണ്ടെന്നു കാണാം. മാനസികഘടനയിൽ പിഗ്മാലിയാനിസം എന്ന അംശമാണ് കലാബോധത്തിന്റെ അസ്തിവാരമായി നിലകൊള്ളു ന്നത്. കാമവികാരത്തിനു കാരണമായ 'ലിബിഡോ' കലാകാരന്മാരിൽ കണക്കിലേറെ കലർന്നിരിക്കും. കവികളുടെയോ ഗായകന്മാരുടെയോ ചിത്ര കാരന്മാരുടെയോ ശില്പികളുടെയോ ജീവചരിത്രം പരിശോധിച്ചുനോക്കി യാൽ, ലൈംഗികജീവിതത്തിനും കലാബോധത്തിനും തമ്മിൽ അഭേദ്യ മായ ബന്ധമുണ്ടെന്നുള്ള ശാസ്ത്രത്തിന്റെ വാദം തികച്ചും പരമാർത്ഥമാ ണെന്നു വെളിപ്പെടും. വിശ്വവിഖ്യാതരായ കലാകാരന്മാരിൽ ഭൂരിഭാഗവും സദാചാരത്തിന്റെ നിയമസീമയെ അതിലംഘിച്ചു കാമാത്മകങ്ങളായ ആന ന്ദാനുഭൂതികളുടെ അങ്കതലത്തിൽ സ്വച്ഛന്ദവിഹാരം ചെയ്തിരുന്നവരാ ണെന്നു കാണാം.

പരമാർത്ഥങ്ങളെ മനുഷ്യൻ ഇഷ്ടപ്പെടുന്നില്ല. എന്തുകൊണ്ടെന്നാൽ അവ അവനെ അവനായിത്തന്നെ ലോകസമക്ഷം പ്രദർശിപ്പിക്കുന്നു. സദാ ചാരവിധികളുടെ മറവിൽ പതുങ്ങിനിന്നുകൊണ്ട് ആത്മവഞ്ചന ചെയ്യുന്ന താണ് ആ ഭീരുവിന്നിഷ്ടം. ശാസ്ത്രത്തിന്റെനേരെ പൗരോഹിത്യത്തിന്റെ വെളിപാടുകൾക്കെല്ലാം അതാണല്ലോ കാരണം. ഈ കേരളത്തിൽത്തന്നെ, അടുത്തകാലത്ത്, വെണ്മണിമഹാമഹത്തിൽ, മഹാകവി വള്ളത്തോൾ ചെയ്ത പ്രസംഗത്തിൽ, കവികളുടെ സദാചാരബോധത്തെക്കുറിച്ചുണ്ടായ ചില സൂചനകൾ പത്രലോകത്തിൽ ഏറ്റവും അരിശംകൊള്ളിച്ചത് 'സത്യ നാദ'ത്തെയാണെന്നുള്ള കാര്യം ഒരിക്കലും മറക്കത്തക്കതല്ല. കാമവികാരം കണക്കിലേറെയുണ്ടായാൽ കവിയോ കലാകാരനോ ആയിത്തീരുകയില്ലെ ങ്കിലും, കവിയിലും കലാകാരനിലും മറ്റുള്ളവരിലേറെ കാമവികാരം കലർന്നിരിക്കുമെന്നുള്ളതു വെറും പരമാർത്ഥമാണ്. സ്ത്രീവിമുഖരായ കലാസ്വാദനലോലുപന്മാരുടെ സംഖ്യ വളരെ കുറവായിരിക്കുമെന്നു സമ്മ തിക്കാതെ നിവൃത്തിയില്ല. ശുഷ്കിച്ച സദാചാര തത്ത്വങ്ങളെ ആത്മവഞ്ച നയ്ക്കുന്നുവടിയായെടുക്കാതെ, നിഷ്പക്ഷമായി ചിന്തിച്ചുനോക്കിയാൽ- കലയെ ശാസ്ത്രത്തിന്റെ വെളിച്ചത്തിലേക്കു നീക്കിനിർത്തി അതിന്റെ അടി യിലേക്കു ചുഴിഞ്ഞിറങ്ങിച്ചെന്നാൽ- കലയുടെ ബീജം കാമവികാരത്തിൽ സ്ഥിതിചെയ്യുന്നതായി ക്കാണാം. തേജോമയവും സുരഭിലവുമായ ഷെല്ലി യുടെ കാവ്യാന്തരീക്ഷത്തിൽനിന്ന് വേഡ്സ്വർത്തിന്റെ കവനസാമ്രാജ്യ

ത്തിലേക്കു കടക്കുമ്പോൾ, എന്തെല്ലാം ആഹാര്യതകൾ ഉണ്ടായിട്ടും, എന്തോ ഒന്നിനുവേണ്ടി നമ്മുടെ ഹൃദയം ഉഴറിപ്പായുന്നതെന്തുകൊണ്ടാണ്? ശൃംഗാരത്തിനു രസരാജസ്ഥാനം കിട്ടുവാൻ ഹേതുവെന്ത്? ആടുന്നവനിലും പാടുന്നവനിലുമാണ് അംഗനമാർക്കഭിനിവേശമെന്നു പഴമക്കാരിയായ നമ്മുടെ മലയാണ്മപോലും പറഞ്ഞുതുടങ്ങിയിട്ട് എത്ര ശതാബ്ദങ്ങളായി! ആവക ചൊല്ലുകളെ ശാസ്ത്രത്തിന്റെ സിദ്ധാന്തങ്ങളുമായി തട്ടിച്ചുനോക്കുമ്പോൾ പ്രത്യക്ഷപ്പെടുന്ന അനുഭവം അതേപടി വെളിപ്പെടുത്തിയാൽ എന്തിനു നെറ്റിചുളിക്കുന്നു? കലയും കാമവികാരവും തമ്മിലുള്ള ബന്ധത്തെക്കുറിച്ച് ഇങ്ങനെ ചില സൂചനകൾ നല്കുവാനല്ലാതെ സവിസ്തരം പ്രതിപാദിക്കുവാൻ ഈ ലഘുപ്രബന്ധത്തിൽ നിവൃത്തിയില്ലല്ലോ.

നമുക്കു വീണ്ടും മോഹിനിയിലേക്കു കടക്കുക. സോമശേഖരന്റെ മാനസികഘടനയിൽ മേൽവിവരിച്ച സാഡിസം എന്ന അംശമാണ് മുഴച്ചുനില്ക്കുന്നത്. ശാസ്ത്രദൃഷ്ട്യാ വൈകൃതാത്മകമായ അവന്റെ ചിന്താഗതി അതിന്നനുരൂപവുമാണ്. എന്നാൽ ശ്രദ്ധേയമായ ഒരു പ്രത്യേകത അതിന്നുണ്ട്. തത്ത്വോപനിഷ്ഠമായ ഒരു സരണിയിലൂടെയാണ് അവന്റെ ചിന്താപ്രവാഹം. നൈസർഗ്ഗികമായ മാനസിക ഘടനയിലാണ് അവന്റെ പ്രവൃത്തിയുടെ ഉത്തരവാദിത്വം മുഴുവൻ സ്ഥിതിചെയ്യുന്നതെങ്കിലും, അതിനെ ഒരു മൂടുപടം ഇടുവിച്ചുകൊണ്ട്, അവന്റെ സംസ്കാരജന്യമായ തത്ത്വബോധം തലയുയർത്തുന്നു. ആ തത്ത്വചിന്ത തെറ്റോ ശരിയോ, അതിന്നാധാരമായ സംസ്കാരം അഭിനന്ദനീയമോ അവഹേളനാർഹമോ എന്നൊരു ചോദ്യത്തിന് ഇവിടെ വഴിയുണ്ട്. അതിന്നു സമാധാനം പറയേണ്ടതു കലാകാരനല്ല, നീതി ശാസ്ത്രജ്ഞനാണ്. ഭൗതികദൃഷ്ട്യാ അവന്റെ കർമ്മം അധിക്ഷേപാർഹമായിത്തോന്നിയേക്കാം; അതു കേവലം പൈശാചികവുമായിരിക്കാം. പക്ഷേ, ആ കർമ്മത്തിലല്ല, അതിന്നു പ്രേരകമായി വർത്തിക്കുന്ന തത്ത്വത്തിലാണ് അവൻ ആനന്ദിക്കുന്നതെന്നോർക്കണം. അവൻ മോഹിനിയെ കുത്തിക്കൊന്നത് അവളുടെ ഹൃദയരക്തം ചിന്നിച്ചിതറിത്തെറിക്കുന്നതു കണ്ട് ആനന്ദിക്കുവാനല്ല. ആ കാഴ്ച അവനെ വേദനിപ്പിക്കുന്നതേയുള്ളൂ. എങ്കിലും അവളെക്കൊന്നതിൽ അവന്നൊരു സംതൃപ്തിയുണ്ട്; അതു തികച്ചും സ്വാർത്ഥരഹിതവുമാണ്.

സോമശേഖരന് സ്വന്തമായ ഒരു തത്ത്വശാസ്ത്രമുണ്ട്. അവൻ സൗന്ദര്യാരാധകനാണ്. കാമജന്യമായ സ്വാർത്ഥപ്രീതിക്കു വശഗമായിരുന്നു അവന്റെ ഹൃദയമെങ്കിൽ, മൃണ്മയമായ ശരീരത്തെ അവലംബിച്ചുനിന്ന ദുർല്ലഭവും സ്വർഗ്ഗീയവുമായ ആ സൗന്ദര്യത്തെ അവൻ അനുഭോഗയുക്തമാക്കിത്തീർക്കുമായിരുന്നു. അതിന്നവൻ ഒരുമ്പെട്ടില്ല. സ്വാർത്ഥലാഭത്തിനുവേണ്ടി ആ സൗന്ദര്യം വിനിയോഗിക്കപ്പെടുന്നുവെങ്കിൽ, ഉത്തുംഗമായ ഒരു മേഖലയെ അധിരോഹണംചെയ്തിരിക്കുന്ന അതിന്നു മനഃപൂർവ്വം അവൻ

അപകർഷം വരുത്തുകയായിരിക്കും ചെയ്യുക. അപ്പോൾ അവൻ ഒരു യഥാർത്ഥ സൗന്ദര്യാരാധകനല്ലാതായിത്തീരുന്നു. മേഘജ്യോതിസ്സിന്റെ ക്ഷണികജീവിതം അവന്നു തികച്ചും അഭികാമ്യമാണ്.

ബ്രൗണിങ്ങിന്റെ 'പോർഫിറിയായുടെ കാമുക'ന്നും സോമശേഖരന്നും തമ്മിലുള്ള മൗലികമായ വ്യത്യാസം ഈ തത്ത്വത്തെ ആശ്രയിച്ചാണു നില്ക്കുന്നത്. സാമുദായികമായ ഉച്ചനീചാവസ്ഥയെക്കുറിച്ചുള്ള ബോധം സംജനിപ്പിച്ച സ്വാർത്ഥസൃഷ്ടമായ നൈരാശ്യമാണ് പോർഫെറിയായെ ഞെക്കിക്കൊല്ലുന്നതിൽ അവന്നു പ്രേരകമായി നില്ക്കുന്ന മനോഭാവം. സോമശേഖരനെ അതു തീണ്ടിയിട്ടുപോലുമില്ല. ആരാധ്യനായ ആ വിശ്വ മഹാകവിയുടെ കലാസുഭഗമായ ആ ഭാവനാസന്താനത്തെക്കാളധികം വിശി ഷ്ടമാണ് എന്റെ ഈ വികൃതസൃഷ്ടിയെന്നു ഞാനഭിമാനിക്കുന്നില്ല. വസ്തുസ്ഥിതിയെ ഞാനൊന്നു സൂചിപ്പിച്ചുവെന്നേയുള്ളൂ.

സോമശേഖരന്റെ ആ പ്രത്യേക ചിന്താസരണിയിലൂടെ നോക്കുമ്പോൾ അവന്റെ കർമ്മം ഒരിക്കലും പൈശാചികമായിത്തീരുന്നില്ല. മൃണ്മയമായ ഈ ഗാത്രപിണ്ഡം ഇന്നല്ലെങ്കിൽ നാളെ തകർന്നടിയുമെന്നുള്ളതു തീർച്ച യാണ്. അങ്ങനെയിരിക്കെ അത്യുത്തമമായ ഒരു ശോഭനമുഹൂർത്തത്തിൽ അതു സംഭവിക്കുന്നതല്ലേ അഭിലഷണീയം? അവർ ദമ്പതികളായിത്തീർന്ന്, അങ്ങനെ ജീവിച്ചുജീവിച്ച്, സന്താനോത്പാദനത്താലും മറ്റും അവളുടെ സൗന്ദര്യം ക്ഷയിച്ചു ക്ഷയിച്ച് ഒടുവിൽ അതു വാർദ്ധക്യത്തിന്റെ വികൃത ലീലകൾക്കു വിധേയമായി ദ്രവിച്ചടിയുവാൻ അവൻ ഇഷ്ടപ്പെടുന്നില്ല. അതെല്ലാം പ്രകൃതിനിയമമാണെന്നും അതുകൊണ്ട് അങ്ങനെയുള്ള അവന്റെ ചിന്താഗതി ആശാസ്യമല്ലെന്നും ചിലർ വാദിച്ചേക്കാം. ആ വാദം ഒരുപക്ഷേ, ശരിയാണെന്നുംവരാം. എന്നാൽ പ്രകൃതിനിയമങ്ങളെ പ്രതി ഷേധിച്ചുകൊണ്ടുള്ള പ്രവർത്തനങ്ങൾ ലോകാരംഭംമുതൽ അപൂർവ്വമായി ട്ടെങ്കിലും ഉണ്ടായിട്ടുണ്ടെന്നുള്ള പരമാർത്ഥം വിസ്മരിക്കാവതല്ല. കാണു ന്നതിനെ അതേപടി പകർത്തുകയല്ല, കാണേണ്ടതിനെ കാട്ടിക്കൊടുക്കു കയാണ് കവിയുടെ കർത്തവ്യമെന്ന ഒരു വാദത്തിനും ഇവിടെ വഴിയുണ്ട്. കാണുന്നതിനെ കണ്ട്, അതിനെ നോക്കി നല്ലപോലെ മനസ്സിലാക്കുന്ന തിൽനിന്നാണ്, കാണേണ്ടതെങ്ങനെയുള്ളതായിരിക്കണം എന്ന ബോധം ഉറവെടുക്കുന്നതെന്ന് അതിന്നു സമാധാനം പറയേണ്ടിയിരിക്കുന്നു. 'ഇയാഗോ' അനുകരണാർഹനല്ലായിരിക്കാം; അധികം 'ഇയാഗോ'മാർ ലോകത്തിൽ ജീവിക്കുന്നുമില്ലായിരിക്കാം. പക്ഷേ, അങ്ങനെയുള്ളവരെ ചിത്രീകരിക്കുന്നത് ഒരിക്കലും ഒരപരാധമായിരിക്കുമെന്നു തോന്നുന്നില്ല. സോമശേഖരനും ഇതുപോലെ ഒരപൂർവ്വസൃഷ്ടിയാണ് എന്നുമാത്രം.

ചങ്ങമ്പുഴ കൃഷ്ണപിള്ള

“കാമനീയകധാമമായെന്നെ-
ക്കാണണമിന്നെൻ കാമുകൻ.
ആ മദനനെയിന്നെനിക്കൊരു
രോമഹർഷത്തിൽ മൂടണം.
വിസ്മയാധീനചിത്തനായാത്മ-
വിസ്മൃതിയിലാക്കോമളൻ
മാമകാഗമചിത്രമോർത്തൊരു
പ്രേമഗാനം രചിക്കണം.
സാനന്ദമതു സാധിതമാക്കാൻ
ഞാനണിഞ്ഞൊരുങ്ങീടട്ടെ...”

മഞ്ജുവാസന്തവാസരോത്സവ-
രഞ്ജിതോദയം, ശ്രീമയം
ഉല്ലസാമലസൗരഭോജ്ജ്വല-
ഫുല്ലസൂനസമാകുലം,
ബാലമാരുതചാലിതലതാ-
ജാലനൃത്തസമ്മേളിതം,
കോകിലാലാപലോലകല്ലോല-
കോമളാരാവപൂരിതം
മോദസമ്പൂർണ്ണമാകുമാ രംഗം
മോഹനം, മനോമോഹനം!

സോമശേഖരൻ ധീരമാനസൻ
പ്രേമചിന്താപരവശൻ
വാണിടുന്നു തൻ പൂമണിമച്ചിൽ
ക്ഷീണിതാവിലപ്രജ്ഞനായ്;
കമ്രമായൊരാ ദൃശ്യമൊന്നിലും
കണ്ണയച്ചിടാതേകനായ്!

നിത്യമെത്തിടാറിപ്പൊഴാണടു-
ത്തപ്രണയസ്വരൂപിണി

തൻപവിത്രോപഹാരമായൊരു
ചെമ്പനീരലർച്ചെണ്ടുമായ്!

"നേരമാകുന്നു, നേരമാകുന്നു,
നീയെവിടെ, യെൻ സ്വപ്നമേ?-
തപ്തമായൊരെൻ ജീവിതത്തിലെ-
സ്സുപ്രഭാതവിലാസമേ!
എങ്ങൊളിച്ചിരിക്കുന്നു നീ കാവ്യ-
രംഗമേ, വിശ്വമഞ്ജിമേ?
ഇപ്രകൃതിതന്നപ്രമേയമാം
സുപ്രഭാതകേന്ദ്രമൊന്നിലും,
ചെന്നിടുന്നതില്ലെന്മനമിപ്പോൾ
നിന്നുദയപ്രതീക്ഷയാൽ!
വേഗമിങ്ങു വരേണമേ നീ,യെൻ-
ഭാഗധേയവിലാസമേ!..."
(തോന്നുന്നു സോമനോരോ മാത്രയും
നീങ്ങിടാത്ത യുഗങ്ങളായ്)

എങ്ങുപോകുന്നി,തേകയായ് പോവ-
തെങ്ങു നീയേവം മോഹിനീ?
ലോകസൗഭാഗ്യവല്ലികേ, ദിവ്യ-
രാഗനിർമ്മലദീപികേ!
ഒന്നു കാണട്ടെ ഞങ്ങളും നിന്നെ-
യൊന്നവിടെ നീ നില്ക്കണേ!
ഹന്ത, ദൈവമേ, മുന്നിലിക്കാണ്മ-
തെന്തൊരത്ഭുതസൗഭഗം!
കേവലമൊരു തമ്പിയ,ല്ലേതോ
ദേവകന്യകയാണു നീ!
മന്നിലെന്നല്ല വിണ്ണിലും കാണി-
ല്ലിന്നിലയ്ക്കൊരു താരകം.
എത്രകാലം ഭജിച്ചിരിക്കണ-
മിദ്ധരയിതു നേടുവാൻ?
ലഭ്യമല്ലല്ലൊരപ്സരസ്സിനു-
മിത്തരമൊരു ചൈതന്യം!

ചെമ്പനീരലർ പെറ്റതാകു,മൊ-
രമ്പിളിക്കതിരല്ല നീ.
ഏതു വാർമഴവില്ലിലും കാണി-
ല്ലീവിധമൊരു കൗതുകം.
ദിവ്യവൃന്ദാവനീയരാഗത്തിൻ-
ഭവ്യദോന്മദരശ്മികൾ,
സഞ്ചരിപ്പതുണ്ടോമലേ, നിന്റെ
പുഞ്ചിരികളിൽപ്പോലുമേ!
നിർണ്ണയമെത്ര ഭാവനകൾക്കും
വർണ്ണനാതീതയാണു നീ!

പൂനിലാവൊളിയാളിടും പരി-
ലോലമാമൊരു സാരിയാൽ,
നിഹ്നുതാംഗിയായ് മിന്നിടുന്നിതാ
നിർമ്മലസ്വപ്നരൂപിണി!
കാലടിവയ്പിൽ, കാലടിവയ്പിൽ,
ചേലിലേകാന്തവീഥിയിൽ,
ലോലനൂപുരാരാവവീചികാ-
മാലയോരോന്നിളകവേ;
കഞ്ചുകാഞ്ചലാച്ഛാദിതകുച-
കുംഭകങ്ങൾ കുലുങ്ങവേ;
മാറിലാളിന പൊന്മയമണി-
മാലികകൾ കിലുങ്ങവേ;
ചാലേ പിന്നിലായ്കെട്ടിയിട്ടൊരാ
നീലക്കാറണിവേണിയിൽ,
ചൂടിയ നറുംമുല്ലമാലത-
ന്നീടെഴുന്ന പരിമളം,
സുന്ദരാളകചുംബനാർത്ഥിയാം
മന്ദവായുവിലോലവേ;
തന്മുഖോദ്യന്മധുരശൃംഗാര-
ബിംബിതസ്മിതധാരയാൽ,
വെൺ 'നുണക്കുഴി' വിശി,യാക്കവിൾ-
പ്പൊന്നലർ തുടുത്തീടവേ;
ലോലലോചനാഗ്രങ്ങൾതൂമിന്നൽ-
മാലയാഞ്ഞാഞ്ഞെറിയവേ;

വിശ്വ സൗന്ദര്യസാരമങ്ങൊരു
വിഗ്രഹമാർന്നമാതിരി
കണ്ടില്ലേ, നിങ്ങൾ കണ്ടില്ലേ?- നോക്കൂ,
കൺകവരുമാറങ്ങനെ
പോകയാണവൾ, പോകയാണവൾ
രാഗലോലയാ,യേകയായ്!

കോവണിപ്പടി സഞ്ജനിപ്പിപ്പൂ
കോമളമൊരു ശിഞ്ജിതം.
സോമ,നെന്തോ, പിടഞ്ഞെഴുന്നേല്പൂ
രോമഹർഷവിവശനായ്!
വന്നണയുന്നൂ മന്ദമന്ദമ-
ത്തെന്നലിലൊരു സൗരഭം.
സാദരമതു സൂചിപ്പിക്കുവ-
തേതു ദിവ്യസമാഗമം?
ഭൂമിയിൽ സ്വർഗ്ഗനിർവൃതി നേടും
സോമ, നീയെത്ര ഭാഗ്യവാൻ!
ജന്മസാഫല്യം നേടുവാനിട-
വന്ന നീയെത്ര പുണ്യവാൻ!

"ഹാ മനസ്സേ, ചൊരിഞ്ഞിടായ്ക നിൻ-
പ്രേമഗദ്ഗദനിർഝരം!
ആ മനോഹരസ്വപ്നസാന്നിധ്യം
നീ മുകരുക മൂകമായ്!
നിർവിശങ്കം നീ നീന്തിയാലുമാ
നിർവൃതിതൻ തിരകളിൽ!"

സ്തബ്ധനായതാ മാറുന്നൂ സോമ-
നത്ഭുതോദ്വേഗവിഹ്വലൻ.
"എന്തു കാണ്മൂ ഞാൻ മുന്നി,ലിക്കാണ്മ-
തെന്തൊരത്ഭുതസ്വപ്നമോ?
ഓമലാളല്ലേ, മോഹിനിയല്ലേ,
ഹാ, മമ മുന്നിൽക്കാണ്മൂ ഞാൻ?
വിശ്വസിക്കാനരുതെനിക്കെന്റെ
വിഹ്വലനയനങ്ങളെ.

മുമ്പൊരിക്കലും കണ്ടിട്ടില്ലിത്ര
സുന്ദരിയായിവളെ ഞാൻ.
നിർഗ്ഗളിപ്പിതക്കണ്ണിൽനിന്നൊരു
സ്വർഗ്ഗചൈതന്യവിസ്മയം
മുഗ്ദ്ധമാ മുഖമൊന്നു ചുംബിക്കാ-
നെത്ര ദുർബ്ബലനിന്നു ഞാൻ!

ഇത്ര നാളുമൊളിച്ചിരുന്നതെ-
ങ്ങിസ്സമാരാധ്യസൗഭഗം?
എന്തു ചൈതന്യസാരകേന്ദ്ര, മി-
തെന്തു സായുജ്യമണ്ഡലം?
അല്പനേരത്തേക്കെന്നെയീവിധം
വിഭ്രമിപ്പിക്കാൻമാത്രമോ,
ജീവനായികേ, നീ വഹിക്കുന്ന-
തീവിലാസചൈത്രോത്സവം?
ഇന്നലേവരെ നിന്നിലിത്രമേൽ
മിന്നിടാത്തൊരിസ്സൗഭഗം
മായികമാ,ണതാരറിഞ്ഞു ഹാ,
മായുകില്ലെന്നു ഭാവിയിൽ!
ഓർക്കിലാ രംഗം ദുസ്സഹ,മതൊ-
ന്നോർക്കുവാൻപോലും വയ്യ മേ!
ഇന്നു ഗണ്യ നീ, യിന്നു ധന്യ നീ,-
യിന്നത്തേതിന്റെയാണു നീ!
കാണുവാൻമേല നാളെയെന്നൊരു
കാർനിഴൽ നിന്നെ നിർമ്മലേ!
വായ്ക്കുമിക്കാന്തി മായ്ക്കുവാൻമേല
വാർദ്ധകത്തിന്റെ കൈയുകൾ!
ഒക്കരുതു കാലത്തിനർപ്പിക്കാ-
നക്കവിളിൽച്ചുളുക്കുകൾ
മഞ്ജിമതൻ പരിധിയിൽ നീയാം
മഞ്ഞുതുള്ളി മറയണം.
മാമകാത്മാവിൽ നീയണിയിച്ച
രോമഹർഷങ്ങളൊക്കെയും
എന്നുമീവിധം നില്ക്കണമെങ്കി-
ലെന്നെ വിട്ടു നീ പോകണം.

സിദ്ധിമൂലം മുഷിവുതട്ടാത്ത
സക്തിയെന്തുണ്ടീയൂഴിയിൽ?
ഏതമൃതും ചെടിച്ചുപോകുന്ന
ചേതനയാണു മർത്ത്യനിൽ!
നിന്നഴകിനാൽ നീ ജനിപ്പിച്ചൊ-
രെന്നിലുള്ളൊരീയുത്സവം,
മാലിനാലംബമാക്കിടാം, പക്ഷേ,
നാളെ നിൻ പരിവർത്തനം
കാണുമോ നിന്നെയീവിധംതന്നെ
ഞാനുലകിലെന്നെന്നുമേ?
ഇല്ല കാണില്ല, പിന്നെ ഞാനതു-
ചൊല്ലി മോഹിപ്പിതെന്തിനായ്?
പൊള്ളയാം നിഷ്ഫലതയിൽ തല-
തല്ലിടുന്നൊരെൻ കാമിതം
ശാശ്വതാനന്ദദിവ്യപീയൂഷ-
മാസ്വദിക്കുവതെങ്ങനെ?
പാൽക്കതിരണിത്താരകം നാളെ-
പ്പാഴ്ക്കരിക്കട്ടയാവുകിൽ
എന്തുദാരുണമായിരിക്കു,മ-
ച്ചിന്തപോലും മേ ദുസ്സഹം!
ആകയാലിന്നു നീ മറയണം,
നാകഹീരകദീപികേ!
അത്യനഘമാമീ മുഹൂർത്തത്തി-
ലുത്തമേ, നീ മരിക്കണം.
മാമകാശയം ക്രൂരമാണെങ്കി-
ലോമനേ, നീ പൊറുക്കണേ!...

കൊണ്ടുവന്നൊരച്ചെമ്പനീരലർ-
ച്ചെണ്ടു തൻ നാഥനാദ്യമായ്,
'എന്റെ സമ്മാന' മെന്നു പുഞ്ചിരി-
ക്കൊണ്ടവൾ മന്ദമേകിനാൾ.
മിണ്ടിയില്ലവൻ; തന്മുഖത്താർക്കും
കണ്ടിടാമൊരു സങ്കടം.
തൽക്ഷണം തല താഴ്ത്തിടുന്നവൻ
തപ്തരാഗാർദ്രമാനസൻ.

മഞ്ജുശൃംഗാരസാന്ദ്രമാമൊരു
മന്ദഹാസം പൊഴിച്ചവൾ
ആടിയാടിക്കുഴഞ്ഞടുത്തു വ-
ന്നാദരാലിദമോതിനാൾ:

"എന്താണിന്നിത്ര മൗന,മീ മുഖ-
ത്തെന്താണിന്നിത്ര സങ്കടം?
സന്തതം ഹർഷരശ്മികൾ മാത്രം
സഞ്ചരിക്കുമീയാനനം
ഇന്നുമാത്രമെന്തേവമല്ലലാൽ
മങ്ങിക്കാണുവാൻ കാരണം?
അത്തലാലങ്കുരിച്ചിടുന്നൊരീ-
യശ്രുബിന്ദുക്കളൊക്കെ ഞാൻ
ഉൾപ്പുളകമാർന്നെന്നധരത്താ-
ലൊപ്പിയൊപ്പിക്കളഞ്ഞിടാം!"

ജീവിതേശൻതന്നാനതാനനം
പൂവിതളെതിർക്കൈകളാൽ,
ചഞ്ചലഹേമകങ്കണാരവം
സംക്രമിക്കുമാറോമലാൾ,
ആത്തരാഗമുയർത്തി, മന്ദമാ
നേത്രഫാലാധരങ്ങളിൽ,
മാറി മാറിപ്പൊഴിച്ചിതായിരം
മാദകാമൃതചുംബനം.

പ്രേമസാന്ദ്രമതേല്ക്കെ,യക്ഷണം
കോൾമയിർക്കൊണ്ടു കോമളൻ.
എന്നിട്ടും മാഞ്ഞീലാർത്തിതൻ നിഴ-
ലമ്മുഖത്തുനിന്നല്പവും.
ഉത്ഭവിക്കയാണപ്പൊഴുമവ-
നുൾത്തളിരിലീ മർമ്മരം:

"അത്യനഘമാമീ മുഹൂർത്തത്തി-
ലുത്തമേ, നീ മരിക്കണം.
മാമകാശയം ക്രൂരമാണെങ്കി-
ലോമനേ, നീ പൊറുക്കണേ!..."

രണ്ടുഭാഗമായ് ചീകിവെച്ചൊരാ-
ക്കൊണ്ടൽനേർച്ചുരുൾകുന്തളം
മെല്ലെ മെല്ലെത്തെരുപ്പിടിച്ചുകൊ-
ണ്ടല്ലണിവേണി ചൊല്ലിനാൾ:

“കാണട്ടേ ഞാനിന്നീ മുഖത്തൊരു
ചേണിയലുന്ന സുസ്മിതം.
പെണ്ണിനാണൂഴിയിൽപ്പുമാനല്ല
കണ്ണുനീരും കരച്ചിലും.
എന്തു കാരണമീവിധം ഭവാൻ
ചിന്തയിൽ വീണടിയുവാൻ?
കണ്ടിട്ടില്ലല്ലോ മുൻപൊരിക്കലും
കുണ്ഠിതമേവമങ്ങയിൽ.
എന്തുതാനാട്ടെ, സർവ്വവും തുറ-
ന്നെന്നോടൊന്നു പറയണേ!
ഹന്ത, തപ്തമാമീ മുഖം കാൺകെ
നൊന്തിടുന്നു മന്മാനസം.
താവകാധീനമല്ലയോ, നാഥ,
ജീവിതത്തിലെൻ സർവ്വവും?
കാഴ്ചവെച്ചില്ലേ സാനുരാഗമ-
ക്കാൽത്തളിരിങ്കലെന്നെ ഞാൻ?
പ്രാണനായക, സാദരം തവ
മാനസാമലവേദിയിൽ,
ഗാനസാന്ദ്രമായുള്ളതാമൊരു
കോണെനിക്കു ലഭിക്കുകിൽ,
നിർണ്ണയ, മതിന്മീതെ മറ്റൊരു
ജന്മസാഫല്യമില്ല മേ!...”

കണ്മണിയേവമോതിക്കൊണ്ടൊരു
ചുംബനമവനേകിനാൾ
എന്നിട്ടും മാഞ്ഞീലല്ലലിൻനിഴ-
ലമ്മുഖത്തുനിന്നല്പവും.
ഉൽപതിക്കയാണപ്പൊഴുമവ-
നുൾത്തളിരിലീ മർമ്മരം:

"അത്യനഘമമാമീ മുഹൂർത്തത്തി-
ലുത്തമേ, നീ മരിക്കണം.
മാമകാശയം ക്രൂരമാണെങ്കി-
ലോമനേ, നീ പൊറുക്കണേ!..."

പുഷ്മപമാലകൾപോലെഴും കൈകൾ
സസ്പൃഹം നീട്ടിയോമലാൾ
മാരതുല്യനാമപ്പുമാനെത്തൻ-
മാറോടുചേർത്തു നിർത്തിനാൾ,
തൽക്കുളിർമുലപ്പൊൽക്കുടങ്ങൾത-
ന്നുൾക്കുളിരേകും സ്പർശനം;
കഞ്ജലോലമക്കൈകളേകിടും
മഞ്ജുമംഗളാലിംഗനം;
അപ്പവിഴാധരങ്ങൾ സപ്രേമ-
മർപ്പണംചെയ്യും ചുംബനം;
വീണക്കമ്പികൾ സഞ്ജനിപ്പിക്കും
ഗാനബിന്ദുക്കൾമാതിരി,
ജീവനാളത്തിൽ ചേർന്നലിഞ്ഞുപോ-
മാ വിനയാർദ്രഭാഷണം;
എന്തൊരാനന്ദരംഗമാ,ണതിൽ
സന്തപിക്കയോ, സോമ, നീ?
ഏതു ശാപത്താലീവിധം, തവ
ജാതകം പ്രതികൂലമായ്?
പിന്നെയുമെന്തോ ചൊല്കയാണവൾ
നിന്നൊടൊടൊ,ന്നതു കേൾക്ക നീ:

"എന്തു വന്നാലും ഞാനില്ലേ?- പോരേ?
സന്തപിക്കരുതീവിധം.
അന്ത്യനിശ്വാസമായിടുംവരെ-
യ്ക്കങ്ങയെപ്പിരിയില്ല ഞാൻ.
താവകാനന്ദം മാത്രമേ വേണ്ടൂ
ഭൂവിലെൻസ്വർഗ്ഗമെത്തുവാൻ.
അങ്ങയെ ധ്യാനിച്ചെന്നുമെൻ മന-
സ്പന്ദനങ്ങൾ മറയണം.
മാനസേശ, ഭവൽസുഖത്തിനായ്

ഞാനൊരുക്കമാണെന്തിനും.
സങ്കടഭാവമെന്തിനാ,ണിതു
കണ്ടുനില്ക്കാനരുതു മേ!
ഒന്നുണർന്നൊരു ചുംബനം നല്കു-
കെന്നരുണാധരങ്ങളിൽ!
ഇന്നലേവരെ,ക്കാണുമ്പോഴേക്കും
മന്ദഹാസോജ്ജ്വലാലസ്യനായ്,
ഓടിവന്നുമ്മവെച്ചുവെച്ചോരോ
ചാടുവാക്കുകളോതുവോൻ,
ഇന്നൊരു വെറും സാലഭഞ്ജിക-
യെന്നപോ, ലേവം നില്ക്കയോ!
ജീവനാഥ, വിഷാദമഗ്നമാം
ഭാവമൊന്നിതു മാറ്റണേ!
തന്നിടാമല്ലോ വേണെങ്കിൽ ഭവാ-
നിന്നു മൽപ്രാണൻപോലും ഞാൻ!"

മിന്നി തൽക്ഷണമപ്പുമാനൊരു
മിന്നൽ തന്മനോഭിത്തിയിൽ.
വേണെങ്കിൽത്തനിക്കേകിടാംപോലും
പ്രാണൻപോലുമത്തയ്യലാൾ
ആത്തകൗതുകമർപ്പണംചെയ്വ-
താക്രമിക്കേണ്ട ഘട്ടമോ?
ഉൽപതിക്കയാണപ്പൊഴുമവ-
നുൾത്തളിരിലീ മർമ്മരം:

"അത്യനഘമാമീ മുഹൂർത്തത്തി-
ലുത്തമേ, നീ മരിക്കണം.
മാമകാശയം ക്രൂരമാണെങ്കി-
ലോമനേ, നീ പൊറുക്കണേ!" ...

മാത്ര നേരത്തിനുള്ളിലാ മുഖം
ക്ഷാത്രതേജോഭരിതമായ്.
സങ്കടം പോയീ, സംശയം പോയീ,
ചെങ്കനൽ പാറീ കൺകളിൽ.
എന്തു മാറ്റമി, താ മി,ഴിയതാ

ചിന്തിടുന്നോരോ കൊള്ളിമീൻ.
എന്തക്കാണ്മതു ദൈവമേ, കഷ്ട-
മെന്തിതെന്തൊരു സംഭവം!
എന്തു പൈശാചയജ്ഞസംരംഭ,-
മെന്തൊരാസുരതാണ്ഡവം?
എന്തെല്ലാമാകാം ലോകത്തിൽ മർത്ത്യ-
നെന്ത,തെന്തൊരു സാഹസം!

താഴ്ത്തിടുന്നു കുഠാരമോമലിൻ-
മാർത്തടത്തിലാ രാക്ഷസൻ.
ചിന്നിച്ചീറിത്തെറിക്കയാണതാ
ചെന്നിണത്തിൻകണികകൾ.
എന്തു സാഹസ,മെന്തു ഘോര, മി-
തെന്തു വേതാളതാണ്ഡവം!

രക്തരംഗമതെത്തിനോക്കുവാൻ
ശക്തരല്ല നാമാരുമേ!
കാണുവാനരുതാ ദയനീയ-
പ്രാണവേദന ലേശവും!
വേഗമയ്യോ, യവനികയിട്ടാ
വേദനാരംഗം മൂടണേ!

കയ്യടിച്ചില്ല, കാലടിച്ചില്ല,
തയ്യലാളാർത്തുകേണില്ല.
ആഗമിച്ചില്ലവളിൽനിന്നൊരു
ദീനരോദനംപോലുമേ.
ഇപ്പൊഴുമാ മുഖത്തുദിപ്പിതൊ-
രുൾപ്പുളകദസുസ്മിതം!
എങ്കിലും, രണ്ടു കൊച്ചരുവിക-
ളങ്കുരിപ്പിതക്കൺകളിൽ.

"പ്രാണനായകാ!..." ശേഷമോതുവാൻ
ത്രാണിയറ്റവൾ വീണുപോയ്.
'കാരണമെന്തു തന്നെയീവിധം
ഘോരനിഗ്രഹം ചെയ്യുവാൻ?'

ഉത്ഭവിച്ചിതക്കണ്ണിണയിലി-
ശ്ശബ്ദശൂന്യമാം സംശയം.

ആ ദയനീയരംഗദർശനം
വേദനിപ്പിച്ച മാനസം,
നൂറുനൂറായ് നുറുങ്ങി,ത്തൻ കൈകൾ
മാറിലാഞ്ഞടിച്ചങ്ങതാ,
കേണുകേണുച്ചരിക്കയാണെന്തോ
സോമനും ഹാ, സഗദ്ഗദം:

"ചെയ്തിട്ടില്ലപരാധമൊന്നും നീ
ചൈതന്യത്തിൻവികാസമേ!
സങ്കടമെനിക്കുണ്ടിതു കാണാ-
നെങ്കിലും നീ മരിക്കണം!
നിഗ്രഹിച്ചു നിനക്കുവേണ്ടി ഞാൻ
നിർദ്ദയം നിന്നെയോമലേ!
ജീവിതാനുഭോഗത്തിലും കാമ്യം
പാവനേ, ഹാ, നിൻ സൗന്ദര്യം!
മന്നിൽനിന്നു മറഞ്ഞിടം നിന്റെ
മഞ്ജിമ നിത്യമാക്കി നീ!
പ്രേമത്തിൻപാത്രം പൂർണ്ണമാക്കി നി-
ന്നീ മരണത്തിൻ മാധുര്യം.

റിണ്ണിലെന്നും വിളക്കുവയ്ക്കണം
നിന്നനുപമജീവിതം!
മിഥ്യയാം നിഴൽ വിട്ടുയർന്നു നീ
നിത്യതയിലേക്കോമലേ!
അത്യനഘമുഹൂർത്തത്തിൽത്തന്നെ-
യുത്തമേ, ഹാ, മരിച്ചു നീ!
മാമകകൃത്യം സാഹസമെങ്കി-
ലോമനേ, നീ പൊറുക്കണേ!"

–1935 മെയ്

തിലോത്തമ

അല്ല;- ചായങ്ങൾ ചേർത്തു ചാലിച്ച-
തല്ല, നിന്നെ ഞാ,നോമലേ!
ആകയില്ലൊരു തൂലികയ്ക്കുമീ
നാകസൗഭഗം പൂശുവാൻ.
ചിത്രമല്ല, ചിരന്തനമാ,മ-
ച്ചിത്പ്രകാശശ്രീയാണു നീ!
മിത്ഥ്യയ,ല്ലനവദ്യമാമൊരു
സത്യവിഗ്രഹമാണു നീ!

നിർമ്മലേ, ദേവി, നീയൊരു വെറും
നിർമ്മിതിയാവുന്നെങ്ങനെ?
ശുഷ്കഭാവനയ്ക്കോമലേ, ഹാ, നിൻ-
സ്വർഗ്ഗചൈതന്യവിസ്മയം,
ചിത്രണംചെയ്യാനാവുമോ?- ലോകം
വിശ്വസിക്കുമോ ചൊല്ലിയാൽ?
അല്ല;- ചായങ്ങൾ ചേർത്തു ചാലിച്ച-
തല്ല, നിന്നെ ഞാ,നോമലേ!

നന്ദനാരാമവീഥികൾ വെടി-
ഞ്ഞെന്തിനിങ്ങോട്ടു പോന്നു നീ?
ഞാനൊരു വെറും ചിത്രകാരകൻ
പ്രാണ,സൗന്ദര്യയാചകൻ,
ജ്ഞാനഭണ്ഡാരശൂന്യ,നാകുല-
മാനസൻ, പ്രണയാലസൻ.
പാവനാദർശലോലുപൻ, വെറും
ഭാവനാമാത്രജീവിതൻ!-
എന്നെയോ വന്നനുഗ്രഹിപ്പൂ നീ
വിണ്ണിൻ വാടാവെളിച്ചമേ!

ഹർഷമേ, രോമഹർഷമേ, സുധാ-
വർഷമേ, നിൻ സമാഗമം,
ശൂന്യമായൊരിജ്ജീവിതപാത്രം
പൂർണ്ണമാക്കുമിസ്സന്ധ്യയിൽ,
മായണം ക്ഷണചഞ്ചലോജ്ജ്വല-
മായികമാമീപ്പാഴ്നിഴൽ!
പൊൻചിറകു വിരിച്ചു വാടാത്ത
പുഞ്ചിരിതൻ കിനാവുകൾ,
സഞ്ചിതോന്മദം സന്തതം ചുറ്റും
സഞ്ചരിക്കുമാറങ്ങനെ,
നിത്യതതൻ നികുഞ്ജകത്തിലി-
ക്കുഡ്മളം വികസിക്കണം!
ഇല്ലെനി, ക്കൊന്നുമില്ല, ലോകത്തിൽ
വല്ലതുമിനി നേടുവാൻ!

നിർമ്മലമാ, മീ യൗവനത്തിലു-
ള്ളെൻ മധുരപ്രതീക്ഷകൾ;
പ്രേമധാരയിൽ വീണു മുങ്ങിയ
കോമളങ്ങളാമാശകൾ;
ഗാനചിന്തകളാർദ്രമാക്കിയ
മാനസത്തിൻ തുടിപ്പുകൾ;
ശുദ്ധികൊണ്ടു നിറംപിടിച്ചോ,രെൻ-
മുഗ്ദ്ധസങ്കല്പലീലകൾ;
അസ്മദശ്രുക്കൾ കാട്ടിയോരാത്മ-
വിസ്മൃതിതൻ കിനാവുകൾ;
ഉദ്യതോൽപ്പുളകോൽക്കടങ്ങളാം
മദ്വികാരലഹരികൾ;
ഗർവ്വഹീനമെൻ ജീവിതത്തിലെ-
സ്സർവ്വസദ്ഗുണരശ്മികൾ;-
എന്നിവയെല്ലാമൊന്നുചേ,ർന്നൊരു
പൊന്നുടലെടുത്തെത്തുകിൽ,
ദേവലോകത്തു ചെന്നതു ദിവ്യ-
ജീവചൈതന്യം നേടുകിൽ,

നിന്നഴകിൻനിഴലുപോ,ലതു
നിന്നിടാമെൻ തിലോത്തമേ!

അത്രമാത്രമനഘലയാം നിന്റെ
ചിത്രമേവം രചിക്കുവാൻ
മത്കലാപ്രേമമിത്രകാലവും,
ദുഃഖമൂർച്ഛയിൽ നില്ക്കിലും,
സ്വപ്നമേ, വന്നീലിന്നോളം, സ്വർഗ്ഗ-
കല്പകത്തണൽ വിട്ടു നീ!
ഇന്നെനിക്കെന്റെ ജന്മസാഫല്യം
തന്നു നീ, ദിവ്യചാരി മേ!
ഇന്നൊരത്ഭുതസിദ്ധിയാക്കി നീ
മന്നിലെൻ ശുഷ്കജീവിതം!
അഭ്യുദയക്കൊടുമുടിത്തുഞ്ചിൽ
മജ്ജയക്കൊടി നാട്ടി നീ!
ഇല്ലെനിക്കൊന്നുമില്ല, ലോകത്തിൽ
വല്ലതുമിനി നേടുവാൻ!

ഇത്രനാളുമിജ്ജീവിതത്തിലെ
മൃത്യുവെന്തെന്നറിഞ്ഞു ഞാൻ.
മായികസ്വപ്നനിർവൃതിയുടെ
മാധുരിയാസ്വദിച്ചു ഞാൻ.
ആകെയാ, ലാ യഥാർത്ഥമൃത്യുവെൻ
ലോകജീവിതം മായ്ക്കുകിൽ.
അച്ചിദാനന്ദമിന്നിതിന്നേക്കാ-
ളെത്ര കാമ്യമായ്ത്തോന്നിടാം!

മൽകലാപ്രണയത്തിനു നേടാ-
നൊക്കുകില്ലിതിൻ മീതെയായ്,
മറ്റൊരു നിധി, നീണ്ട ജീവിത-
മെത്രമാത്രം ശ്രമിക്കിലും!
ജന്മവാസനകൊണ്ടു നേടിയൊ-
രമ്മഹനീയപാടവം,
ചിത്രതല്ലജമൊന്നിനാലൊരു

നിത്യജീവിതമേകി മേ!
ഹാ, മരിക്കിലും, ഞാൻ മരിക്കുകി-
ല്ലോമലാളേ, നീ കാരണം!
വിസ്തൃതമാമീ വിശ്വരംഗത്തിൽ
വിസ്മയാസ്പദേ, നിന്നെ ഞാൻ,
എന്നന്നേക്കുമായ് വിട്ടുപോകിലും
നിന്നിലെന്നെന്നും നിന്നിടും!
മഞ്ജുവിഗ്രഹേ, ഞാനൊരു വെറും
മന്ദഭാഗ്യനാണെങ്കിലും;
വിദ്രുമോജ്ജ്വലേ ഞാനൊരു വെറും
വിത്തശൂന്യനാണെങ്കിലും;
ഭദ്രദീപികേ, ഞാനൊരു വെറും
ക്ഷുദ്രജീവിയാണെങ്കിലും;
എന്നൊരുനാളുമാവുകില്ലിനി
മന്നിനെന്നെ മറക്കുവാൻ!

കേവലസ്വപ്നമാത്രമാകുമി-
ജ്ജീവിതം നീണ്ടുനില്ക്കുകിൽ
മേലിലും വലിച്ചീടുമാശ,യെൻ
പേലവമാം മനസ്സിനെ
മന്നിലെങ്ങും തെളിഞ്ഞിടുമോരോ
മഞ്ജിമയെപ്പുണരുവാൻ
ആകയില്ലെനിക്കെന്നാൽ, മറ്റൊരു
നാകസൗഭഗമീവിധം,
ചിത്രണംചെയ്‌വാൻ മേലി,ലാകയാ-
ലിക്ഷണം ഞാൻ മരിക്കണം!
പാവനേ, നിന്റെ മുന്നി,ലിന്നെന്റെ
ജീവിതസ്വപ്നം മായണം! –
എങ്കിൽ, മന്നിനെന്നെന്നും ഞാനൊരു
പൊൻകിനാവായിത്തീർന്നിടും!
മാമകാമലജീവിതമൊരു
രോമഹർഷമായ് വാഴ്ത്തിടും!...

മത്സിരകൾ തളർന്നിടുന്നു,- ഹാ!
മത്സരിപ്പൂ മൽപ്രജ്ഞകൾ!
സ്പന്ദനങ്ങൾ മുറുകിടുന്നു, നി-
ഷ്പന്ദമാകുന്നെൻ ചൈതന്യം!
അല്ലങ്കിലെന്തി, നിന്നെൻ ചൈതന്യ-
മെല്ലാം നിന്നിലലിഞ്ഞല്ലോ!
പോയല്ലോ നിന്നിലേക്കു മത്സത്വം
ചായക്കൂട്ടിലൂടൊക്കെയും!
ശിഷ്ടമിന്നെനിക്കുള്ളതീ വെറു-
മസ്ഥിപഞ്ജരം മാത്രമാം!
ആയതു,മടി വേച്ചുവെ,ച്ചെന്തി-
താപതിക്കുവാൻ പോകയോ!
ഏതോ ധൂമികയ്ക്കുള്ളിൽ, വിസ്തൃത-
ഭൂതലം മറയുന്നിതോ?
എന്തു മാറ്റ, മിതെന്തിനാകാ, മി-
തെന്തു?- ഞാൻ മരിക്കുന്നുവോ!
അത്ഭുതം! ഹാ, മരണമേ വരൂ
സസ്പൃഹമെതിരേല്പൂ ഞാൻ!
വെല്ക, മത്കലാഭാഗ്യരത്നമേ!
വെല്ക നീയെൻ തിലോത്തമേ!

ലാലസിച്ചിതാ മച്ചിലൊക്കെയും
ലോലസായാഹ്നദീപ്തികൾ.
അന്തിമാരുണകാന്തിവീചികൾ
ചിന്തിയ വാനിലേകയായ്,
ഉല്ലസദ്ദ്യുതി തൂകിനിന്നിതുൽ-
ഫുല്ലതാരക,യെന്തിനോ!...
ഒന്നു മുന്നോട്ടേക്കാഞ്ഞിതാ വേഗ-
മന്ദ,നക്കലാകാരകൻ!...
ആ മുഖത്തൊരു ഗാഢചുംബനം
പ്രേമപൂർവകമേകവേ,
തീർന്നിതാ രംഗം!- കാലിടറി,യ-
ങ്ങൂർന്നുവീണു നിലത്തവൻ!

ആ മിഴികളടഞ്ഞു!- കൂരിരുൾ
വീണു ഭൂമിയിലൊക്കെയും!

കേവലമൊരു മൃത്യുവല്ലതു
ജീവിതോത്കൃഷ്ടസിദ്ധിയാം!-
അക്കലാപ്രേമദിവ്യശക്തിയാ-
ലർപ്പിതമായ മുക്തിയാം!-
ഉണ്ടൊരവ്യക്തമർമ്മരാംശമ-
ച്ചുണ്ടിലൂറുന്നുണ്ടിപ്പൊഴും!...
“വെല്ക, മത്കലാ-
ഭാഗ്യരത്നമേ!
വെല്ക, വെല്കെൻ
തിലോത്തമേമേ!”

–1936 ജനുവരി

ദേവയാനി

[വേണുമതീതീരം. മനോഹരമായ ഒരു കുന്നിന്റെ പരന്നുകിടക്കുന്ന അടിവാരം, ചുറ്റുപാടും പൂത്തുപൂത്തുനില്ക്കുന്ന കാടുകൾ, പച്ചപ്പടർപ്പുകൾ, വള്ളിക്കുടിലുകൾ, കുന്നിന്റെ അഗ്രഭാഗത്തായി, ആകാശത്തിന്റെ ചരിവിൽ, ശിഥിലങ്ങളായ വെള്ളിമേഘച്ചുരുളുകൾ അങ്ങിങ്ങായി കാണപ്പെടുന്നു. സൂര്യൻ കുന്നിന്റെ മുകളിൽനിന്നും കുറെ മേലോട്ടുയർന്നു കഴിഞ്ഞു. വിദൂരത്തിൽ പച്ചക്കാടുകളുടെ വിള്ളലുകളിൽക്കൂടി സ്ഫടികാഭമായ നീലാകാശം ആകർഷകമാംവിധം പ്രത്യക്ഷപ്പെടുന്നു. കാടുകളാകമാനം പക്ഷികളുടെ കളകളത്താൽ മുഖരമധുരമാണ്. മാഞ്ഞു തുടങ്ങുന്ന മൂടൽമഞ്ഞിൽ, മദാലസകളായ കിന്നരകന്യകകളെപ്പോലെ, ആകർഷകങ്ങളായ ആദിത്യരശ്മികൾ അവിടവിടെ ആടിക്കളിക്കുന്നു. സൗരഭ്യസാന്ദ്രവും, സ്വപ്നാത്മകവും ഉത്തേജകവുമായ അന്തരീക്ഷം!

കചനും ദേവയാനിയും പശുക്കളേയുംകൊണ്ടു വേണുമതീതടത്തിൽ എത്തിയിരിക്കയാണ്. കാലികൾ പുല്ലുമേഞ്ഞുതുടങ്ങി.

അടിമുടി മൊട്ടിട്ടുനില്ക്കുന്ന ഒരു ബകുളവൃക്ഷത്തിന്റെ ചുവട്ടിൽ, ഒരു പാറക്കല്ലിന്മേൽ, കചൻ ഇരിപ്പുറപ്പിക്കുന്നു. അതിനോടടുത്തായി മറ്റൊരു വൃക്ഷത്തിൽനിന്നു തടിച്ച ഒരു കാട്ടുവള്ളി കീഴോട്ടുതൂങ്ങി ചരിഞ്ഞുലഞ്ഞു കിടക്കുന്നുണ്ട്. അതിന്റെ മറ്റേ അറ്റം വേറൊരു മരക്കൊമ്പിൽ ചുറ്റിപ്പിണഞ്ഞ് ഏതാണ്ടൊരൂഞ്ഞാലിന്റെ രീതിയിലാണ് കിടപ്പ്.

സർവ്വാംഗമോഹിനിയും സാന്ധ്യലക്ഷ്മിയെപ്പോലെ വിലാസിനിയും ആയ ദേവയാനി കാൽ കീഴോട്ടു തൂക്കിയിട്ടുകൊണ്ട് അതിന്മേലിരുന്നു മെല്ലെ മെല്ലെ ആടിത്തുടങ്ങുന്നു. അവളുടെ ഇളം നീലനിറത്തിലുള്ള മൃദുലവസ്ത്രാഞ്ചലങ്ങൾ, നെറ്റിത്തടത്തിൽ ഉതിർന്നുലഞ്ഞുകിടക്കുന്ന അളകാവലിയോടൊപ്പം ഇടയ്ക്കിടെ കാറ്റുതട്ടി മന്ദം മന്ദം ഇളകുന്നുണ്ട്.

അവാച്യമായ ഏതോ ഒരാനന്ദചിന്തയാൽ തികച്ചും പ്രഫുല്ലമാണ് ഇരുവരുടേയും മുഖം. മാദകമായ ഒരു പരിമളം, സ്വർഗ്ഗത്തിലെ സ്വപ്നം പോലെ അവിടെയാകമാനം പ്രസരിച്ച് അവരെ കോൾമയിർകൊള്ളിക്കുന്നു. ഒരുഭാഗത്ത് മന്ദമായി മൂളിക്കൊണ്ടു നൃത്തംചെയ്യുന്ന വേണുമതിയിലെ കല്ലോലങ്ങൾ...]

ദേവയാനി: കുമാരാ, അതാ നോക്കൂ! കുമാരന്റെ സമാഗമം മുതൽ എന്റെ ഹൃദയംപോലെ പുളച്ചൊഴുകുന്ന വേണുമതിയിൽ, വിടർന്നുനില്ക്കുന്ന ആ ചെന്താമരപ്പൂക്കൾക്കുചുറ്റും, രണ്ടു ചിത്രശലഭങ്ങൾ ഉട

ലെടുത്ത പ്രതീക്ഷകൾപോലെ, എത്ര കുതൂഹലത്തോടെ വട്ടമിട്ടു പറന്നു കളിക്കുന്നു.

കചൻ: ദേവീ, എന്റെ നിറംപിടിച്ച ആശകളെപ്പോലെ മനോഹരങ്ങളാണ് അവ.

അതിനുമകലെ നോക്കൂ, പൂത്തുപൂത്തുല്ലസിക്കും
ചിതമുടയ വനങ്ങൾക്കപ്പുറം നീലവിണ്ണിൽ,
ധൃതപുളകകളിങ്ങോട്ടെത്തിനോക്കിക്കുണുങ്ങി-
ക്കുതുകമൊടു ചിരിപ്പൂ വെൺമുകിൽപ്പെൺകിടാങ്ങൾ!

ദേവയാനി: അതേ അതേ; കുമാരനെപ്പോഴും ആ സ്വർഗ്ഗത്തെക്കുറിച്ചുള്ള ചിന്തമാത്രമേയുള്ളൂ, കാണുന്നതെല്ലാം അവിടത്തെ അപ്സരസ്സുകളായിത്തോന്നും!

കചൻ: കഷ്ടം! ദേവീ, ഇതാ എന്റെ സ്വർഗ്ഗമല്ലേ, ഇവിടെ, എന്റെ അടുത്തുതന്നെ മന്ദഹസിച്ചുകൊണ്ടിരിക്കുന്നത്? പിന്നെന്തിനിങ്ങനെ മുള്ളുവാക്കുകൾ പറയുന്നു?

കല്യാണി, നീയരികിലീവിധമുല്ലസിക്കെ-
പ്പുല്ലാണെനിക്കു സുരലോകസുഖാനുഭോഗം
ഉല്ലാസദേ, കചനു, നിൻപ്രണയാർദ്രചിത്ത-
മല്ലാതെ വേണ്ടുലകിൽ മറ്റൊരു ഭാഗധേയം!

ദേവയാനി: അതെന്നേ ഞാൻ കുമാരന്റെ പാദങ്ങളിൽ സമർപ്പിച്ചു കഴിഞ്ഞു! അവിടുന്നിനിയും സംശയാലുവാണോ, എന്റെ സ്നേഹത്തിൽ? അങ്ങയെ ആദ്യമായിക്കണ്ട നിമിഷംമുതൽ എന്റെ ഹൃദയം അങ്ങേയ്ക്കധീനമായിക്കഴിഞ്ഞു!

കചൻ: അതെനിക്കറിയാം, ദേവീ! ആ മനോഹരമായ സായാഹ്നം, എന്റെ സൗഭാഗ്യത്തിന്റെ സൂര്യോദയമായിരുന്നു. അതെങ്ങനെ മറക്കാനൊക്കും?

വീണയ്ക്കൊത്ത മൃദുസ്വനത്തിലമൃതം
    വർഷിച്ചു, ഭഗ്നാശയിൽ-
ത്താണല്ലൽപ്പെടുമെന്നിൽ വീണ്ടുമുണർവാ-
    റാടിച്ച ചൈതന്യമേ,
കാണപ്പെട്ടൊരുദാരതേ, കനിവിനു-
    ള്ളാകാരമേ, മാമക-
പ്രാണൻപോലു,മിതാ, ഭവൽപദയുഗ-
    ത്തിങ്കൽ സമർപ്പിപ്പു ഞാൻ!

ദേവയാനി: വരൂ. കുമാരാ, ഈ വള്ളിയിന്മേൽ എന്റെ അടുത്തു വന്നിരിക്കൂ... അല്പനേരം നമുക്ക് ഒന്നിച്ചിരുന്ന് ഊഞ്ഞാലാടാം!

കചൻ: അങ്ങനെതന്നെ. (കചൻ എഴുന്നേറ്റുചെന്ന് ദേവയാനിയോടൊപ്പമിരുന്നാടുന്നു)

ദേവയാനി: കുമാരാ, നമ്മുടെ ചുറ്റുമുള്ള പ്രകൃതിവിലാസം എത്ര രമണീയമായിരിക്കുന്നു! അതിനെ വർണ്ണിച്ചുകൊണ്ട് ഒരു പാട്ടു പാടൂ...

കചൻ: ദേവിതന്നെയാകട്ടെ. ആ മധുരാലാപം നിലാവുനിറഞ്ഞ എത്രയെത്ര രാത്രികളിൽ എന്റെ ഏകാന്തതകളെ പുളകംകൊള്ളിച്ചു! ഏതോ അജ്ഞാതമേഖലകളിലേക്ക് ആത്മാവിനെ ആവാഹിച്ചുകൊണ്ടുപോകുന്ന അദമ്യമായ അതിന്റെ മായാശക്തി! ഹാ, ദേവീ! എന്റെ ഹൃദയം വെമ്പുകയാണ്; ഒന്നു പാടൂ!...

ദേവയാനി: എന്തിനിങ്ങനെ മുഖസ്തുതി പറയുന്നു? കുമാരനെപ്പോലെ മധുരമായി പാടാൻ എനിക്കു വശമില്ല. ആകാശത്തിന്റെ ശബ്ദമാണത്; എന്റേതാകട്ടെ, മണ്ണിന്റെയും!... മണ്ണിന്റെ എന്തും മടുപ്പിക്കുന്നതല്ലേ?

കചൻ: എന്നെനിക്കു തോന്നുന്നില്ല; അനുഭവം നേരെ മറിച്ചാണ് എന്നെ പഠിപ്പിക്കുന്നതും.

ദേവയാനി: അനുഭവം വളരട്ടെ; അങ്ങയുടെ അഭിപ്രായം താനേ മാറിക്കൊള്ളും!... അതെന്തെങ്കിലുമാകട്ടെ. നമ്മുടെ പ്രായവും, അടുപ്പവും, ഈ സന്ദർഭവും മുരടിച്ച തത്ത്വചിന്തകൾക്കുള്ളതല്ല... പാടൂ, ആദ്യം കുമാരൻതന്നെ പാടൂ; എന്നിട്ടാകാം ഞാൻ.

കചൻ: അല്ല, ദേവിതന്നെ പാടിയാൽ മതി...

ദേവയാനി: ആട്ടെ, എന്നാൽ നമുക്കൊന്നിച്ചു പാടാം.

കചൻ: ശരി അങ്ങനെതന്നെ... പക്ഷേ, ദേവി വേണം തുടങ്ങാൻ...

ദേവയാനി: എന്തു കാര്യത്തിലും ഈ വാശിതന്നെ വാശി!- ഞാൻ തന്നെ തോറ്റു, സമ്മതിച്ചേക്കാം! എന്താ പോരേ? (പാടുന്നു)

ശ്രീലസ്നിഗ്ദ്ധനിതാന്തനിർമ്മലമതാ
രാജിപ്പൂ നീലാംബരം;

കചൻ: ബാലേ, മുഗ്ദ്ധസരസ്സിൽ നിന്മിഴികൾപോൽ
മിന്നുന്നിതിന്ദീവരം;

ദേവയാനി: മാലേയാനിലനെത്തിയാത്തകുതുകം
വീശുന്നിതാ ചാമരം;

കചൻ: ചാലേ പച്ചമരങ്ങൾ നിന്മൊഴികൾപോൽ
തൂകുന്നിതാ മർമ്മരം!

ദേവയാനി: കുമാരനെപ്പോഴും എന്നെ കളിയാക്കുന്നതാണിഷ്ടം... ആട്ടെ നമുക്കു കുറച്ചുകൂടി പാടാം!...

മലമുകളിൽ പൊങ്ങുന്നു ഭാനുബിംബം

കചൻ: മലർനിരയിൽത്തങ്ങുന്നൂ മത്തഭൃംഗം.

ദേവയാനി: കുളിരലകൾ മീട്ടുന്നു വല്ലകികൾ
കചൻ: കുസുമിതകളാടുന്നു വല്ലികകൾ
ദേവയാനി: കുറുമൊഴികൾ ചൂടുന്നു പൂങ്കുലകൾ
കചൻ: കുയിലിണകൾ പാടുന്നു കാകളികൾ
ദേവയാനി: (വനത്തിന്റെ ഒരു ഭാഗത്തേക്കു ചൂണ്ടിക്കാണിച്ചിട്ട്)
ആടലറ്റാ മരക്കൊമ്പത്തു തത്തിനി-
ന്നാടുന്നിതാണ്മയിൽ ചാലേ!
കചൻ: ഓമനേ, നിന്മിഴിക്കോണുതിർമിന്നലിൽ
മാമകമാനസംപോലെ!
ദേവയാനി: (ലജ്ജാമധുരമായ മന്ദസ്മിതത്തോടെ)
അ,ല്ലല്പസരസ്സുകളൊന്നിച്ചു മേളിച്ച
ചെല്ലസ്മൃതികളെപ്പോലേ!
കചൻ: അല്ലല്ല, മോഹിനി, നീ കൊളുത്തീടു, മെൻ-
ഫുല്ലപ്രതീക്ഷകൾപോലേ!
ദേവയാനി: (മറ്റൊരിടത്തേക്കു ചൂണ്ടിക്കാണിച്ചുകൊണ്ട്)
അപ്പനീർപ്പൂവിനടുത്തടുത്തേക്കൊരു
ഷൾപ്പദം പോവതു കണ്ടോ?
കചൻ: അപ്പൂവി,നെന്നാ,ലടുത്തതു ചെന്നിട്ടു-
മപ്രിയമല്പവുമുണ്ടോ?
ദേവയാനി: ദൂരത്തു ദൂരത്തുനിന്നു പറന്നതിൻ
ചാരത്തതെന്തിനു ചെന്നു?
കചൻ: വെമ്പിപ്പറന്നതു പോകും വഴിക്കതിൻ
മുമ്പിലതെന്തിനു നിന്നു ?
ദേവയാനി: ഒപ്പത്തിനൊപ്പം പറയാൻ പഠിപ്പിച്ച-
തപ്സരകന്യകളാണോ?
കചൻ: ഒപ്പത്തിനൊപ്പം പറയാ,നൊരാൾക്കിനി-
യപ്സരകന്യകൾ വേണോ?
ദേവയാനി: (ദൂരത്തേക്കു ചൂണ്ടിക്കാണിച്ച്)
അങ്ങോട്ടു നോക്കിയാലെന്തു കാണാം?
കചൻ: ആയിരം കാടുകൾ പൂത്തു കാണാം.
ദേവയാനി: പൂവണിക്കാട്ടിൽനിന്നെന്തു കേൾക്കാം?
കചൻ: പൂവേണി, പൈങ്കിളിക്കൊഞ്ചൽ കേൾക്കാം.
ദേവയാനി: പൈങ്കിളിക്കൊഞ്ചൽ കേട്ടെന്തു തോന്നി?
കചൻ: തങ്കമേ, നിൻമൊഴിയെന്നു തോന്നി.
ദേവയാനി: ഇന്ദ്രസദസ്സിലെക്കന്യകൾതൻ
സുന്ദരാലാപമാണെന്നു തോന്നി!

കചൻ: ഇന്ദ്രപുരത്തിലുമില്ലൊരൊറ്റ-
സ്സുന്ദരിപോലുമെന്നോമലേപ്പോൽ!

ദേവയാനി: (ലീലാലാലസയായി-ചൂണ്ടിക്കാണിച്ചുകൊണ്ട്)
ആടിച്ചൊന്നാരാരപ്പൂ പറിക്കും?

കചൻ: ചൂടിക്കാനാശിപ്പോനായിരിക്കും?

(മുമ്പിൽ, തെല്ലകലെ, അല്പം ഉയരത്തിൽ മനോഹരമായ ഒരു പുഷ്പം. ആട്ടം മുറുകുന്നു. പുഷ്പത്തോടു സമീപിക്കുമ്പോൾ ഇരുവരും കൈനീട്ടുന്നു. കിട്ടുന്നില്ല. ചിരിയിൽ കുഴഞ്ഞ വാശിയോടുകൂടിയ മത്സരം മുറുകുന്നു. ഒടുവിൽ, കചൻ ജയിച്ചു. ദേവയാനിയുടെ കവിൾത്തടങ്ങൾ ലജ്ജാവിവർണ്ണമാകുന്നു. കചൻ സ്നേഹപൂർവ്വം ദേവയാനിയെ ആ പുഷ്പം ചൂടിക്കുന്നു.)

ദേവയാനി: ഈ വള്ളിമേലിരുന്നാടിയാടി

കചൻ: ജീവൻ പുളകങ്ങൾകൊണ്ടു മൂടി!

ദേവയാനി: കുമാരാ, ഞാൻ വല്ലാതെ ക്ഷീണിച്ചു!

കചൻ: (ആട്ടം നിർത്തിയിട്ട്) എങ്കിൽ, വേണുമതിയിൽനിന്നു ചെന്താമരപ്പൂക്കൾ പറിച്ചുകൊണ്ടുവന്ന്, ഈ വള്ളിക്കുടിലിൽ വിരിച്ച്, അതിൽ ഞാനെന്റെ ദേവിയെ വിശ്രമിപ്പിക്കാം. (വള്ളിയിൽനിന്നു താഴെ ചാടിയിറങ്ങുന്നു.) ദേവീ, ഒരു നിമിഷം, ഞാനിതാ വന്നു കഴിഞ്ഞു. (പോകുന്നു)

ദേവയാനി: അമരനന്ദനവനികകൾ വിട്ടെ-
ന്നരികിലെത്തിയ കിരണമേ,
പരിചിലെൻപൂർവസുകൃതമേകിയ
പരമസായൂജ്യസ്ഫുരണമേ,
ഭരിതകൗതുകം ഭജനലോലമെൻ-
ഹരിതയൗവനമെതിരേല്പൂ!
തണൽപാകിപ്പാകിത്തളിർ വിരിക്കാവൂ
തവ സരണിയിൽ വിജയങ്ങൾ!

(കൈ നിറയെ വിടർന്ന താമരപ്പൂക്കളും ഇലകളുമായി കചൻ മടങ്ങിയെത്തുന്നു.)

കചൻ: ഞാനധികം വൈകിയില്ലല്ലോ, ഉവ്വോ, ദേവി?

ദേവയാനി: ഇല്ല, കുമാരാ, കുമാരൻ വേഗത്തിൽ തിരിച്ചെത്തി.

കചൻ: (ലതാഗൃഹത്തിൽ ശയനീയം സജ്ജമാക്കിയിട്ട്) എന്നാൽ വരൂ, ദേവീ, ഇതിൽ വന്നു വിശ്രമിക്കൂ!

ദേവയാനി: ഈ വള്ളിയിന്മേൽനിന്നു ചാടിയിറങ്ങാൻ എനിക്കു വയ്യ. കുമാരൻ ഒന്നെന്നെ താഴെ ഇറക്കിവിടൂ!

കചൻ: (അപ്രകാരം ചെയ്തിട്ട്) കഷ്ടം, എന്റെ ദേവി വല്ലാതെ ക്ഷീണിച്ചിരിക്കുന്നല്ലോ!

ദേവയാനി: സാരമില്ല. കുമാരന്റെ മടിയിൽ തലവെച്ച് അല്പനേരമങ്ങനെ കിടക്കുമ്പോഴേക്കും എന്റെ ക്ഷീണമൊക്കെ പറപറക്കുകയില്ലേ?

തവാംഗുലീസ്പർശവു,മിത്തളിർത്ത
തരുക്കളിൽത്തത്തുമിളംമരുത്തും
തരുന്ന രോമാഞ്ചമണിഞ്ഞ മെയ്യിൽ-
ത്തളർച്ച പിന്നെങ്ങനെ തങ്ങിനില്ക്കും?...

(വള്ളിക്കുടിലിൽ, കചന്റെ മടിയിൽ തലയുംവെച്ചു സുഖശയനം ചെയ്യുന്നു.)

ഇടതിങ്ങിയ കാട്ടുപിച്ചക-
ച്ചെടി മൊട്ടിട്ടീടുമീ നികുഞ്ജകം
ചുടുവെയ്ലിൽ നിതാന്തശീതള-
സ്ഫുടമാം പൂന്തണലിൻ നികേതനം.

ആട്ടെ, കുമാരാ, എന്നോടു വാസ്തവം പറയൂ; അനേകമനേകം നിറം പിടിച്ച മോഹങ്ങൾ നിറഞ്ഞുനില്ക്കുന്ന ഭാവിയെപ്പോലെ ആകർഷകമായി പരിലസിക്കുന്ന ഈ പച്ചക്കാടുകളും ലജ്ജയാൽ അമർത്തപ്പെട്ട മൂകമായ വികാരതീക്ഷ്ണതപോലെ അടങ്ങിയൊതുങ്ങി അണിനിരന്നുനില്ക്കുന്ന ഈ കുന്നുകളും അങ്ങയ്ക്കു പ്രിയങ്കരമായിത്തോന്നുന്നുണ്ടോ?

കചൻ: തോന്നുന്നുണ്ടോ എന്നോ, ദേവി? കഷ്ടം!

പച്ചക്കാടുപുതച്ചൊരീ മലകളും
പാടുന്ന പൂഞ്ചോലയും
സ്വച്ഛന്ദം കളധാരപെയ്തു സസുഖം
വാഴും വിഹംഗങ്ങളും;
അച്ഛശ്രീകലരുന്ന പൊയ്കകളും...

(വേണുമതീതടത്തിലേക്കു ചൂണ്ടിക്കാണിച്ചുകൊണ്ട്)

ആ പേരാലും...

(ഏതോ അനുഭൂതിയിൽ ലയിക്കുന്ന ക്ഷണികമായ ധ്യാനാത്മകതയോടെ)

...ആത്മാവിനെ-
ത്തച്ഛിന്നോത്സവദായകങ്ങൾ!...

(വികസിതനേത്രങ്ങളോടെ ദേവയാനിയെ സസ്മിതം ആശ്ലേഷിച്ചുകൊണ്ട്)

.... അവയെ
സ്നേഹിപ്പൂ ഞാ,നോമലേ!

(അല്പസമയത്തെ പുളകാങ്കിതമായ മൗനം)

ദേവയാനി: (അനുഭൂതിയുടേയും ആശങ്കയുടെയും കലർപ്പുള്ള ഒരു നെടുവീർപ്പോടുകൂടി) എങ്കിലും, കുമാരാ, ആ സ്വർഗ്ഗത്തിലെ നന്ദനോദ്യാനത്തോളം അവിടുത്തേക്കാകർഷകമാണോ അസുരസങ്കേതമായ ഈ കാട്ടിൻപുറം?

കചൻ: (നേരിയ പരിഭവസ്വരത്തിൽ) അതാ, ദേവി പിന്നെയും ആ പഴയ പല്ലവിതന്നെ എടുത്തല്ലോ! ഇതിനകം എത്ര പ്രാവശ്യം ഞാനെന്റെ ദേവിയോടു പറഞ്ഞിട്ടുണ്ട്, എനിക്കാ സ്വർഗ്ഗത്തെക്കാൾ പ്രിയപ്പെട്ടതാണ് ഈ വനപ്രദേശമെന്ന്!...

ദേവയാനി: എന്നന്നേക്കുമായി ഈ വനമണ്ഡലത്തോടിങ്ങനെ ബന്ധപ്പെട്ടാൽ, വല്ലകാലത്തും അങ്ങേയ്ക്കു പശ്ചാത്തപിക്കേണ്ടി വന്നാലോ?

കചൻ: ഇല്ല ദേവീ, ഒരു കാലത്തുമില്ല. ഈ വനമണ്ഡലം, ഇതെനിക്ക് എന്റെ ആത്മാവിനെക്കാൾ പ്രിയതരമാണ്. ഭവതിയുടെ ഹൃദയം പോലെ സദാ മന്ദഹസിച്ചുകൊണ്ടിരിക്കുന്ന പുഷ്പങ്ങളും, കമനീയമായ കമലകോരകംപോലെ പരിമൃദുലമായ ആ കാലിണയെ വിട്ടുമാറാതെ കെട്ടിപ്പിടിച്ചുകൊണ്ടിരിക്കുന്ന കനകനൂപുരങ്ങളോടു മത്സരിച്ചുകൊണ്ട് കളകൂജനംചെയ്യുന്ന പക്ഷികളും നിറഞ്ഞ ഈ വനമേഖലയിൽ എന്റെ സ്വർഗ്ഗത്തെക്കാൾ സുഖദായകമായ മറ്റൊരു സ്വർഗ്ഗം എനിക്കു ലഭിച്ചുകഴിഞ്ഞു. ഇല്ല, ദേവീ, ഒരു കാലത്തും എനിക്കും പശ്ചാത്തപിക്കേണ്ടിവരില്ല!...

ദേവയാനി: എന്റെ ഹൃദയം തുളുമ്പുന്നു, കുമാരാ! ഈ നിർവൃതിക്കു ഞാൻ എന്തു പുണ്യം ചെയ്തു? എന്റെ സ്വർഗ്ഗം!- ഈ ആത്മവിസ്മൃതിയിൽ, ഇതാ എന്റെ കണ്ണുകൾ താനേ അടഞ്ഞുപോകുന്നു. ഞാൻ അല്പമൊന്നുറങ്ങട്ടെ!

കചൻ: ദേവി സുഖമായി കിടന്നുറങ്ങിക്കൊള്ളൂ! ഞാൻ ഇവിടെ ദേവിയുടെ സമീപം ഇങ്ങനെ ഇരുന്നുകൊള്ളാം.

(ദേവയാനി മെല്ലെമെല്ലെ നിദ്രയിൽ ലയിക്കുന്നു)

(ദേവയാനിയുടെ നെറ്റിയിൽ ഉതിർന്നുലഞ്ഞുകിടക്കുന്ന അളകങ്ങൾ മന്ദം മന്ദം തടവിക്കൊണ്ട്)

കാപട്യം കലരാത്ത പിഞ്ചുഹൃദയം
　　ബിംബി,ച്ചുഷശ്ശാന്തിപോൽ
സ്വാപം പൊൻപൊടി പൂശുമിസ്സരസിജ-
　　ശ്രീയാർന്നൊരോമൽമുഖം,
ആപന്നോന്മദമിന്നു നിന്നെയലിവാർ-
　　ന്നാലംബമാക്കീടുവാൻ
നീ പുണ്യം പറകെന്തു ചെയ്തതിദമെ-
　　ന്നങ്കസ്ഥലീരംഗമേ!

ഇതെന്തു സൗന്ദര്യം! അപ്സരസ്സുകളുടെ ആവാസരംഗമായ എന്റെ സ്വർഗ്ഗത്തിൽപ്പോലും, ഇങ്ങനെയൊരു ദിവ്യമോഹിനിയെ ഞാൻ കണ്ടിട്ടില്ല. ഈ ബാലികയിൽ ഞാനറിയാതെതന്നെ അലിഞ്ഞു ചേരുന്നു എന്റെ ഹൃദയം. ഹാ, എന്തു നിഷ്കളങ്കത! എനിക്കുവേണ്ടി എന്തു ചെയ്യുവാനും ഇവൾ സദാ സന്നദ്ധയായിരിക്കുന്നു. ആകാര മാധുരിയും ഹൃദയസൗന്ദര്യവും ഒരിടത്തുതന്നെ ഇങ്ങനെ ഒത്തിണ ങ്ങിച്ചേരുമോ? ത്യാഗസമ്പൂർണ്ണമായ സ്ത്രീഹൃദയത്തിന്റെ മാധുര്യം ഇപ്പോഴാണ് ഞാൻ അറിയുന്നത്.

വെള്ളത്താമരപോൽ വിശുദ്ധിവഴിയും
    സ്ത്രീചിത്തമേ, ജീവിതം
പൊള്ളുമ്പോളമൃതം തളിച്ചു തടവും
    സത്സാന്ത്വനസ്വപ്നമേ,
മുള്ളേറ്റേറ്റു മുറിഞ്ഞു രക്തമൊഴുകു-
    മ്പോഴും പുമാനുന്മദ-
ത്തള്ളിച്ചയ്ക്കു ചിരിച്ചിടും സഹനതാ-
    സങ്കേതമേ, വെൽവു നീ!

ഇതാ, അലഞ്ഞു തളർന്ന വെൺമേഘശകലം ഗിരിതടത്തെ എന്ന പോലെ, എന്റെ അങ്കതലത്തെ ആശ്രയിച്ച്,

    അല്പം വിടർന്നൊരരുണാധരപല്ലവത്തിൽ-
    പ്പൊൽപ്പൂവിനൊത്ത പുതുപുഞ്ചിരി വെള്ളവീശി,
    ഉൽപന്നമായ നെടുവീർപ്പി,ലിടയ്ക്കു,മാർത്ത-
    ട്ടല്പാല്പമൊന്നിളകി, നീ സുഖനിദ്രചെയ്വൂ

ദേവീ, ഉറങ്ങൂ, സുഖമായിക്കിടന്നുറങ്ങിക്കൊള്ളൂ! അയ്യോ!- വെയി ലുലച്ച തൈമാന്തളിർപോലെ വാടിത്തളർന്ന ഭവതിയുടെ ശരീരം വല്ലാതെ വിയർക്കുന്നുണ്ടല്ലോ! വനത്തിലെ വല്ലിക്കുടിലിലിരുന്നിട്ട റിയുന്നില്ല; എന്തുഗ്രമായ വെയിലാണ്! ഞാൻ പൂക്കൾ പറിച്ചു പോരു മ്പോൾത്തന്നെ വേണുമതീതടം ചുട്ടുപഴുക്കാൻ തുടങ്ങി. പരാഗസു രഭിലമായ മന്ദാനിലന്റെയും മട്ടു മാറി. ഇതാ എന്റെ ദേവിയുടെ നെറ്റി ത്തടത്തിൽ ശുക്ലപൗർണ്ണമീസമക്ഷം ചന്ദ്രകാന്തമണികളെപ്പോലെ സ്വേദകണങ്ങൾ പൊടിഞ്ഞലിയുന്നു. ഈ താമരയിതളാൽ ഞാനിതു തുടച്ചുകളയട്ടെ!... (അങ്ങനെ ചെയ്യുന്നു) ഇനി, (വീശുന്നു)

    ദത്താനുമോദം ശിശിരാർദ്രമാമീ
    നൽത്താമരപ്പച്ചില വീശിവീശി
    ഉത്തേജകേ, നീയുണരുമ്പൊഴേക്കു-
    മിത്താപജായാസമകറ്റുവൻ ഞാൻ.

(ഒരു നേരിയ കാറ്റുതട്ടി വള്ളിക്കുടിലിൽ തളിർച്ചില്ലകൾ ഉലയുകയും

കുറച്ചു പുഷ്പങ്ങൾ ദേവയാനിയുടെ മുഖത്ത് അടർന്നുവീഴുകയും ചെയ്യുന്നു)

ദേവയാനി: അയ്യോ, കുമാരാ! എന്റെ കുമാരാ!... അങ്ങെവിടെ?... അയ്യോ, അങ്ങെവിടെ?...

കചൻ: എന്തു ദേവീ?– ഞാനിതാ ദേവിയുടെ അടുത്തുതന്നെയുണ്ടല്ലോ!... എന്തേ ഇങ്ങനെ ഞെട്ടിയുണർന്നത്?

ദേവയാനി: (അല്പനേരത്തെ മൗനം... ആശങ്കാത്മകമായ ഒരു വീക്ഷണം ചുറ്റും നടത്തിയിട്ട് ഒടുവിൽ കചന്റെ മുഖത്തു നോക്കി ഒരാശ്വാസ നിശ്വാസം വിട്ടുകൊണ്ട്) ഓ! ഒന്നുമില്ല. ഞാൻ ഒരു ദുഃസ്വപ്നം കണ്ടു. അസുരന്മാർ എന്റെ ജീവനുംജീവനായ കുമാരനെ– അയ്യോ!– അതു പോട്ടെ, സാരമില്ല; വെറും ഒരു സ്വപ്നം. അതിനൊരർത്ഥവുമില്ല... എന്നാലും... എന്റെ ഹൃദയം വല്ലാതെ മിടിക്കുന്നു... ഛേയ്! വെറും വിഡ്ഢിത്തം!... എന്നാലും എന്റെ കുമാരാ, എന്നിൽ ജീവൻ തങ്ങി നില്ക്കുന്നിടത്തോളം കാലം എന്റെ കുമാരന് യാതൊരാപത്തും വരികയില്ല... എങ്കിലും, ഛേയ്, അതൊന്നും സംഭവിക്കുകയില്ല. എന്റെ അച്ഛൻ!– അദ്ദേഹത്തിന്റെ ആ നിഗൂഢവും ദിവ്യവുമായ ശക്തി!– അദ്ദേഹത്തിന്റെ ആത്മവത്സലയ്ക്കോ ആപത്ത്! സ്ത്രീസഹജമായ ഭീതിമാത്രമാണെന്റേത്– അതെല്ലാം പോട്ടെ, ഞാനെന്തുമാത്രം ഉറങ്ങി? (ദൂരേക്ക് നോക്കിയിട്ട്) അല്ലാ, നേരം ഏതാണ്ടു മദ്ധ്യാഹ്നമാകാറായല്ലോ! അതാ, വേണുമതീ തടത്തിലെ വെള്ളാരങ്കല്ലുകൾ ആദിത്യന്റെ തീക്ഷ്ണങ്ങളായ കിരണങ്ങളേറ്റു മരീചികാസദൃശമായ ഒരു മയൂഖമണ്ഡലം സൃഷ്ടിച്ചുതുടങ്ങി! കഷ്ടം! കുമാരനു വല്ലാതെ വിശന്നിരിക്കും. ഈ വള്ളിക്കുടിലിൽത്തന്നെ ഇരിക്കൂ! ഞാൻ ആശ്രമത്തിൽപ്പോയി ക്ഷണത്തിൽ ആഹാരം കൊണ്ടുവരാം.

കചൻ: ദേവി ബുദ്ധിമുട്ടേണ്ട. ദേവിയുമൊന്നിച്ചു ഞാനും വരാം ആശ്രമത്തിലേക്ക്.

ദേവയാനി: എനിക്കു ബുദ്ധിമുട്ടോ കുമാരാ? ഇങ്ങനെ പറയാതിരിക്കൂ! എന്റെ പ്രാണനുംപ്രാണനായ കുമാരനുവേണ്ടി എന്തിനും സന്നദ്ധയായ എനിക്കു ബുദ്ധിമുട്ടോ?– പക്ഷേ, കുമാരനെ വിട്ടുപിരിഞ്ഞ് അര നിമിഷംപോലും തനിച്ചു കഴിച്ചുകൂട്ടുക എനിക്കു സാദ്ധ്യമല്ല. അതും പോരെങ്കിൽ! അയ്യോ! എന്റെ സ്വപ്നം! എല്ലാ മാസത്തിലും ശുക്ല പൗർണ്ണമിദിവസം ഞാൻ ആരാധിക്കുന്ന വനദേവതകൾ എനിക്കു നല്കിയ ഒരു മുന്നറിവാണത്! കുമാരൻ സൂക്ഷിക്കണം. കുമാരനെ ആപത്തുകൾ ആക്രമിക്കുവാൻ തക്കംനോക്കി കാത്തിരിക്കുകയാണ്. പക്ഷേ, കുമാരൻ അതു വിചാരിച്ചു ഭീതിപ്പെടേണ്ട. ഞാനുള്ളിട

ത്തോളംകാലം എന്റെ കുമാരന് ഒരാപത്തും വരികയില്ല. എങ്കിലും, സൂക്ഷിക്കേണ്ടതു നാം സൂക്ഷിക്കണം. വെയിലത്ത് എന്റെ കുമാരനെ നടത്തുന്നതിലുള്ള ഖേദംനിമിത്തം ഞാൻ ആദ്യമങ്ങനെ പറഞ്ഞുപോയി എന്നേ ഉള്ളു. വിജനമായ ഈ വനാങ്കണത്തിൽ കുമാരൻ തനിച്ചിരിക്കേണ്ട. നമുക്കൊന്നിച്ചുതന്നെ പോകാം.

കചൻ: അങ്ങനെതന്നെ. (വേണുമതീ തീരത്തേക്കു ചൂണ്ടിക്കാണിച്ചുകൊണ്ട്)

പച്ചപ്പുൽത്തകിടിപ്പരപ്പുകൾ വെടിഞ്ഞോടിക്കിത,ച്ചുഗ്രമാ-
മുച്ചച്ചൂടിൽ വലഞ്ഞു, പൈക്കളഭയംതേടീ വടച്ഛായയിൽ!
ഉച്ചണ്ഡാതപദണ്ഡിതാണ്ഡജകുലം വ്യാകീർണ്ണ
പർണ്ണോല്ക്കര-
പ്രച്ഛന്നസ്തിമിതാംഗമായി മരുവീ വൃക്ഷാഗ്രനീഡങ്ങളിൽ!

ദേവീ! വെയിൽ അതികഠിനമായിരിക്കുന്നു. ദേവിക്കു വല്ലാത്ത ക്ഷീണവുമുണ്ട്. ഞാൻ കൈപിടിച്ചുകൊള്ളാം!... മരത്തണലുകളിലൂടെ മെല്ലെമെല്ലെ നടന്നു നമുക്ക് ആശ്രമത്തിൽ ചെന്നുപറ്റാം!... (ഇരുവരും കൈകോർത്തുപിടിച്ചുകൊണ്ടു നടന്നുപോകുന്നു.)

–1940 മെയ്

വത്സല

അപ്പുഴവക്കിലെക്കായ്കനിത്തോപ്പിലൊ-
രപ്സരകന്യയെക്കാണാം.
പൊന്നുഷസ്സന്ധ്യയുമന്തിയും ചെങ്കതിർ
ചിന്നിച്ചിരിക്കുമ്പൊഴെന്നും:
നിഷ്കളങ്കത്വമുടലെടുത്തങ്ങനെ
നില്ക്കുന്ന വിസ്മയംപോലെ!

സൽസ്വഭാവത്തിനന്നാ നാട്ടിലൊട്ടുക്കു
'വത്സല'യെന്നാണു നാമം!
അമ്പഹാരാധനയ്ക്കങ്കമൊരുക്കുമ-
ക്കന്യകാജീവിതക്ഷേത്രം,
പാവനചിന്തതൻ തീർത്ഥാടനങ്ങൾക്കു
പാരിജാതത്തണലായി!
പ്രത്യഹശാന്തിയും കാന്തിയും കൈകോർത്തു
നൃത്തം നടത്തുമാ നാട്ടിൽ
ശാലീനതയ്ക്കൊരു മുദ്രപോ,ലാമുഗ്ദ്ധ-
ബാലികയങ്ങനെ മിന്നി!...

ചാരത്തു, ചാരത്തു, കാണാതടിവെച്ചു-
താരുണ്യമാമന്ദമെത്തി,
പൊട്ടിച്ചിരിച്ചുകൊണ്ടപ്പൂവുടലൊന്നു
കെട്ടിപ്പിടിച്ചപ്പോഴേക്കും,
ഞെട്ടി,ക്കുതറിയകന്നു, പരിഭവ-
പ്പെട്ടു, ലജ്ജിച്ചതുപോലെ,
ആ വനകോരകം പാതിവിടർന്നു നി-
ന്നാമോദധാമമായ് മിന്നി!
മാറത്തു താമരമൊട്ടിട്ട യൗവന-
മായികമാഹേന്ദ്രജാലം,

തൽക്കലാപൂർത്തിതൻ വൈജയന്തിക്കൊരു
പൊൽക്കസവിട്ടതുപോലെ,
ഉത്സാഹലോലയാ വത്സലബാലയൊ-
രുത്സവദായിനിയായി!

പല്ലവിതങ്ങളാം വല്ലികളോടവൾ
സല്ലപിക്കുന്നതു കാണാം.
ചെല്ലസ്സഖികളായ് നില്ക്കുന്നൊരുർവ്വശി-
മുല്ലകൾ പൂക്കുന്ന കാലം,
ഓണമാ,ണാവശ്യമില്ലവൾക്കന്നൊട്ടു-
മൂണുമുറക്കവും പോലും!
നോവുതട്ടീടിലോ തോഴിമാർക്കോ,മലാൾ
പൂവറുത്തീടുകില്ലൊന്നും!
ബാലതൻ മുഗ്ദ്ധകലാസ്വാദനത്തിന്റെ
വേലിയേറ്റത്തിൻപുളപ്പിൽ,
സുന്ദരമക്കനിത്തോപ്പൊരു നൂതന-
നന്ദനാരാമമായ് മാറി!
അത്തൊടിതൻ പടിവാതിലിൽ പൂക്കാല-
മെത്തി, മുട്ടീടുമ്പോഴേക്കും,
ശ്രീലമഗ്രാമം മുഴുവനും സൗരഭ-
ച്ചോലയിൽ മുങ്ങുകയായി!

കൊച്ചരിപ്രാക്കളു, മക്കിളിവാതിലിൽ,
പച്ചക്കിളികളുമെത്തും.
കൈത്താമരത്തണ്ടിൽ നെന്മണിയോരോന്നു
കൊത്തിക്കൊറിച്ചങ്ങിരിക്കും.
തത്തകൾ മുറ്റത്തു മാതളത്തൈകളിൽ
തത്തിപ്പറന്നു കളിക്കും.

പൂവുടലാളിൻ തുടയിൽ തലചായ്ച്ചു,
'പോവില്ല ഞാ'നെന്നമട്ടിൽ,
ഞാവൽപ്പഴവും കരണ്ടുകൊണ്ടങ്ങനെ
പൂവാലനണ്ണാനിരിക്കും

ആ മെയ്യുരുമ്മിത്തലയുയർത്തിക്കൊണ്ടൊ-
രോമനപ്പേടമാൻ നില്ക്കും!

അച്ഛനൊ,ത്തേവ,മപ്പുൽക്കുടിലിങ്കല-
ക്കൊച്ചുശകുന്തള മിന്നി!...

രണ്ട്

ആരുമറിഞ്ഞിടാതന്നൊരു 'ദുഷ്ഷന്ത'-
നാരോമലാളിൻ ഗൃഹത്തിലെത്തി.
മധ്യാഹ്നത്തീവെയ്ലിലാ മംഗളാംഗനാ-
മദ്ധ്വഗൻ വാടിത്തളർന്നിരുന്നു.
ക്ഷീണവും തീവെയ്ലുമൊന്നിച്ചു നെറ്റിയിൽ
മാണിക്യക്കല്ലു നിരത്തിവയ്ക്കേ,
ദാഹമവനുടെ തൊണ്ടയ്ക്കകത്തെന്തോ
സാഹസംചെയ്യാൻ തുനിഞ്ഞിരുന്നു.
എങ്കിലുമേതോ കുലീനതാദീപ്തിത-
ന്നങ്കുരരശ്മികളാ മുഖത്തിൽ,
"ആദരിച്ചീടേണമെന്നെ"യെന്നുള്ളൊരു
വാദം സമർത്ഥിച്ചു നിന്നിരുന്നു.
ആ മുഖഭാവമതന്യർക്കുപോലുമൊ-
രാദരാവേശകമായിരുന്നു!

സ്വച്ഛജലാർത്ഥിയായ് മുറ്റത്തണഞ്ഞൊരാ
പ്രച്ഛന്നകാമനെക്കണ്ടനേരം,
സംഭൂതമായിതവൾക്കൊരു നേരിയ
സങ്കോചസംഭ്രമപാരവശ്യം.
ഏകയാണോമലാ,ളച്ഛനില്ലാതിഥ്യ-
മേകുവാ,നെങ്ങനെ മാറിനില്ക്കും?
അദ്ധ്വഗനാഗത,നർദ്ധവചോദ്ഗത-
നർത്ഥിതസ്വാഗത,നത്ഭുതാംഗൻ!
എങ്ങനെയെന്തിനിച്ചെയ്യണം, ചൊല്ലണം
എങ്ങനെ കാണാത്തമട്ടു കാട്ടും?
ഏകനിമേഷം പരുങ്ങലിൽപ്പെട്ടവ-

ളേതുമോർക്കാതെ പകച്ചുനില്പായ്;
പിന്നത്തെ മാത്രയിൽ സ്ത്രീസഹജോചിത-
കർമ്മവൈദഗ്ദ്ധ്യത്തിൻകന്ദളികൾ
മിന്നിക്കിളർന്നിതവളുടെ ചേതനാ-
മണ്ഡലത്തിന്റെ വിശാലതയിൽ!

നാണം വിലക്കിലും പുല്ലുപായൊന്നെടു-
ത്തേണാക്ഷി തിണ്ണയിൽ സജ്ജമാക്കി.
ആഗതനാദരപൂർവകം സസ്മിതം
സ്വാഗതമോതിനാൾ മോഹനാംഗി.
ആകമ്രകാന്തി വഴിഞ്ഞു വിളങ്ങും തൻ-
കായ്കനിത്തോട്ടത്തിലോടിയെത്തി,
നാരകക്കൊമ്പിലെ സ്വർണ്ണഗോളത്തിലൊ-
ന്നാരാൽപ്പറിച്ചെടുത്താത്തവേഗം,
ഞെക്കിപ്പിഴിഞ്ഞതു നീരിൽക്കലർത്തി, ത്ത-
ന്നുൾക്കാമ്പുപോലെ മധുരമാക്കി,
അജ്ഞാതനാകുമതിഥിതൻ മുന്നിൽ വെ-
ച്ചത്ഭുതഗാത്രിയൊതുങ്ങിനിന്നു!

ആ മധുരാമൃതപാനീയപാനവു-
മാ മംഗളാകാരദർശനവും
ഓതാവതല്ലാത്തൊരാനന്ദനിർവൃതി
ചേതസ്സിലർപ്പിച്ചിതപ്പുമാനിൽ!
തിങ്ങിത്തുളുമ്പും കൃതജ്ഞതകാരണം
ഭംഗിയിരട്ടിച്ച കൺമുനയാൽ
തൂണിന്റെ പിന്നിൽ മറഞ്ഞുനിന്നങ്ങനെ
നാണംകുണുങ്ങുമാ മിന്നലിനെ,
ഓമനിച്ചോമനിച്ചോമൽപ്പുളകത്തിൻ-
പൂമാല ചാർത്തിച്ചു പുഷ്പബാണൻ!

പൊന്നുടലാർന്നൊരാ പ്രേമഗാനത്തിന്റെ
മുന്നിലിവൻ കണ്ട ദേവലോകം

ആയിരമായിരമജ്ഞാതസ്വപ്നങ്ങൾ
ചായംപിടിപ്പിച്ചതായിരുന്നു!
ആയിരമായിരം സൽക്കാരശാലയി-
ലാകർഷണങ്ങൾതൻ വീചികളിൽ,
നീന്തിത്തളർന്നു പരിചയിച്ചുള്ള തൻ-
സ്വാന്തമിച്ചിന്തയ്ക്കധീനമായി:
'ചൂടിൻതളർച്ച സഹിക്കാ,മിക്കൺമുന-
യോടു ഞാനെമ്മട്ടെതിർത്തുനില്ക്കും?
സാമാന്യയല്ലിവ,ളാസ്വദിച്ചെങ്കിലീ
ഗ്രാമീണപുഷ്പത്തിൻ തൂമരന്ദം!
തൽക്കാല, മാദ്യത്തെ ദർശനംപോലുമി-
സ്സൽക്കാരംകൊണ്ടു നിറംപിടിക്കേ,
ആശയ്ക്കു മാർഗ്ഗം യഥേഷ്ടമുണ്ടൗദാര്യ-
രാശിയായ് ഞാനുമഭിനയിക്കിൽ!...'

ആ നിഷ്കളങ്കയാം ഗ്രാമീണബാലയു-
മാനന്ദസ്തബ്ധയായ് നിന്നുപോയി.
എന്തെന്നറിയാത്തോരേതോ മിന്നൽപ്പിണ-
രന്തരംഗത്തിലുയർന്നുപൊങ്ങി,
ഓരോ സിരയിലുമൊറ്റഞൊടിക്കുള്ളി-
ലോളമിളക്കിപ്പുളഞ്ഞൊഴുകി,
ഏതോ വിദൂരമാം ശൂന്യതാസിന്ധുവി-
ലാപതിക്കുമ്പോലവൾക്കു തോന്നി!
സങ്കല്പം നിർമ്മിച്ചോരാമേഖലയിലെ-
ത്തങ്കക്കതിർതോറുമൂയലാടി,
ഓമലിൻ ചേതനയോരോരോ ഗന്ധർവ്വ-
ഭൂമി പിന്നിട്ടു കടന്നുപോയി.
എല്ലാം വെളിച്ചവുമെല്ലാം സുഗന്ധവു-
മെല്ലാം പുളകവുമായിരുന്നു.
ആകല്പകാലം ഹാ, നീണ്ടുനീണ്ടങ്ങനെ
പോകിലാ സ്വർഗ്ഗീയസന്മുഹൂർത്തം!...
ഏകാന്തതയുടെ വീണയിലാമട്ടു
മൂകതകൊണ്ടവർ പാട്ടുപാടി!

മൂന്ന്

ചെണ്ടണിഞ്ഞു ചിരിച്ചു പിന്നെയും
രണ്ടുവട്ടമത്തോപ്പുകൾ;
ഫുല്ലയൗവനാശ്ലേഷിതാംഗിയാ-
യുല്ലസിക്കയാണിന്നവൾ.
ആ വനപുഷ്പം വാരിവീശിയ
ലാവണ്യത്തിൻ പരിമളം
ആനയിച്ചു വിദൂരതയിൽനി-
ന്നായിരം ശലഭങ്ങളെ;
വന്നപോൽ, കഷ്ടം, പിന്മടങ്ങിപ്പോ-
യൊന്നുപോലവയൊക്കെയും!
സന്തതം രാഗചിന്തയിൽ മനം
നൊന്തുനൊന്തു വിവശയായ്,
കണ്ണുനീരിൽക്കഴിച്ചു നാളുകൾ
കന്മണി മാത്രമെന്തിനോ!
ആരുമാരുമറിഞ്ഞതി,ല്ലവ-
ളാരാധിക്കുമദ്ദേവനെ,
പുത്രിയെപ്പരിണീതയാക്കുവാ-
നുദ്യമിച്ചൊരത്താതനോ,
ക്ഷീണചേതനനായവസാനം
വീണടിഞ്ഞു നിരാശയിൽ!...

സദ്രസം വീണ്ടുമാ മലനാട്ടി-
ലെത്തിയാപ്പുഷ്പസായകൻ,
ഉൽക്കടഗ്രീഷ്മമസ്സുഖവാസ-
ദിക്കിൽ വാണുകഴിക്കുവാൻ.
പ്രത്യഹം ഭജിച്ചിഷ്ടദൈവതം
പ്രത്യക്ഷപ്പെട്ട മാത്രയിൽ,
വേനലിൽ മഴയേറ്റ മുല്ലപോ,-
ലാനന്ദിച്ചു വിലാസിനി.
രണ്ടുനാൾക്കൊണ്ടപ്പൂർവ്വസൗഭഗം
ചെണ്ടണിഞ്ഞിതാ മേനിയിൽ!...

ആത്തമോദമിരുന്നിടുമവ-
നാറ്റുവക്കിൽ വന്നന്തിയിൽ.
തെല്ലകലെത്തൻ കായ്കനിത്തോപ്പി-
ലുല്ലസിക്കുമാ മോഹിനി.
കൺമുനകളാൽ സല്ലപിച്ചുകൊ-
ണ്ടങ്ങുമിങ്ങുമിരുന്നവർ
സ്വപ്നമോരോന്നു കാണു,മാ രംഗം
സ്വർഗ്ഗവേദിയായ് മാറിടും!
ഉണ്ടവർക്കേറ്റമാഗ്രഹമൊന്നു
മിണ്ടുവാൻ തമ്മി,ലെങ്കിലും
ഒത്തതില്ലത്തൊടിക്കകത്തെന്നു-
മച്ഛനും കാണുമന്തിയിൽ!
എന്നിരിക്കിലും, മൂകസന്ദേശ-
മൊന്നുരണ്ടല്ലൊരായിരം,
കൈവിരൽകളാൽ, കൺമുനകളാൽ,
കൈമാറുമവർ തങ്ങളിൽ.
ഓരോരോദിനമാവിധമൊരു
ചാരുസൗരഭധാരയിൽ
മുക്കിമുക്കിക്കഴിച്ചുകൂട്ടിനാ-
രുൾക്കുതുകമോടന്നവർ!

കാതരേ, വെറും പാഴ്കിനാവിൽ നിൻ-
കാലമിങ്ങനെ പോകിലോ?...

നാല്

"ഇനിയേഴുനാളേക്കു ഞാനിവിടെ-
ത്തനിയെയാണ,ദ്ദേഹമെത്തിയെങ്കിൽ!
വരികയില്ലച്ഛനൊരാഴ്ചയോളം
കഴിയാതിതെന്തു സുവർണ്ണഘട്ടം!
ഒരുപക്ഷേ, കാര്യം മനസ്സിലായാൽ
വരുമായിരിക്കുമാക്കോമളാംഗൻ!
അറിയിപ്പതെങ്ങനെ?- വല്ലപാടു-
മറിയിച്ചാ,ലിന്നെന്നോടെന്തു തോന്നും!

ഒരുവാക്കു മിണ്ടുവാൻപോലുമൊന്നു
തരമായിട്ടില്ലെനിക്കിത്രനാളും.
മദനോപമാംഗനു വേണമെങ്കിൽ
മമ ജീവൻപോലും ഞാനേകുമല്ലോ!...

"പരിചിലദ്ദേഹത്തിനെൻ പ്രണയ-
ചരിതമിതൊട്ടുമറിഞ്ഞുകൂടേ?
മഹിയിലിന്നോളം ഞാനെത്രയെത്ര
മനുജരെ,ക്കഷ്ടം, ഹതാശരാക്കി!
അവശ ഞാനിന്നിസ്സഹിപ്പിതെല്ലാ-
മവരുടെ ശാപങ്ങളായിരിക്കാം!
അനുപമാകാര, മൽപ്രാണനാള-
മനുബന്ധിപ്പിച്ചു ഭവാനൊടീ ഞാൻ.
തവ പാദദാസിയാമെന്നെയോർത്ത-
ത്തരളഹൃദയം തുടിപ്പതില്ലേ?
അവിടുന്നെൻ സങ്കല്പവിഗ്രഹത്തെ-
യരികിൽച്ചേർത്താശ്ലേഷം ചെയ്തവതില്ലേ?...

"മിഴിയടച്ചാൽ ഭവാനെന്നരികി-
ലഴകിൽക്കുളിച്ചു വന്നെത്തുമല്ലോ!
അവിടുത്തെ സ്വപ്നങ്ങളാകമാന-
മതുപോലെൻ സാന്നിദ്ധ്യസാന്ദ്രമല്ലേ?
ഒരുദിനം രാഗവിവശനായെ-
ന്നരികിലെങ്ങാൻ ഭവാൻ വന്നുചേർന്നാൽ,
ഹൃദയാധിനാഥ, നിൻമുന്നിൽ ഞാനെൻ-
ഹൃദയം മലർക്കെത്തുറന്നുകാട്ടും.
അതിലെ പ്രണയത്തിൻ ദർശനത്തി-
ലവിടുന്നതിശയപ്പെട്ടുപോകും.
പരിചി,'ലെന്നോമനേ'യെന്നു ചൊല്ലി-
ക്കരയുഗമങ്ങെന്റെനേർക്കു നീട്ടും.
അവിടുത്തെക്കെട്ടിപ്പിടിച്ചു, ഞാന-
സ്സുവിമലവിസ്തൃതമാർത്തടത്തിൽ
തലചായ്ച്ചു തേങ്ങിക്കരയു,മപ്പോൾ

പല സാന്ത്വനങ്ങൾ ഭവാനരുളും.
അതുകേട്ടു ഞാനക്കവിൾത്തടത്തിൽ
മതിമറന്നായിരമുമ്മവെയ്ക്കും!
പുരുമോദാലെന്നെത്തലോടി,യങ്ങു
പുളകം പുരട്ടുമെൻ പൂവൽമെയ്യിൽ!
'പറയുകയെൻ വത്സലേ, നിന്നെയീ ഞാൻ
പരിണയിക്കുന്നതു സമ്മതമോ?'
അവിടുന്നു ചോദിക്കുമെന്നോടേവ-
മതു കേട്ടു ലജ്ജയിൽ ഞാനലിയും!
വിവരണാതീതമാം മോദവായ്പിൽ
വിറകൊണ്ടു നില്ക്കുമെൻ ചിത്തപുഷ്പം!
'ശരിതന്നെ,യച്ഛനും സമ്മതിക്കിൽ'-
പരിചിൽ ഞാൻ പുഞ്ചിരിയിട്ടു ചൊല്ലും.
'അതിനെന്തു വൈഷമ്യ'- മെന്നു ചൊന്നെ-
ന്നധരത്തിലങ്ങൊരു മുദ്രചാർത്തും
മൃദുകരബന്ധനത്തിങ്കൽനിന്നും
കുതറിപ്പിടഞ്ഞു ഞാൻ മാറിനില്ക്കും!

"അവിടുന്നെന്നച്ഛൻ മടങ്ങിവന്നാ-
ലഭിമതമൊക്കെത്തുറന്നരുളും.
അവിചാരിതാനന്ദസാഗരത്തി-
ലവശനായച്ഛൻ കുഴഞ്ഞുവീഴും.
അനുരാഗലോലരാം നമ്മെയച്ഛ-
നനുയോജിപ്പിച്ചന്നനുഗ്രഹിക്കും!
തവ സഹധർമ്മിണിയായി ഞാനീ-
യവനിയിൽത്തൃപ്തയായുല്ലസിക്കും!
ഉടലുമെൻ പ്രാണനും ത്വൽപദത്തി-
ലടിയറവെച്ചു ഞാനാത്തരാഗം,
തവ ഭക്തദാസിയായ് മേവി, നിത്യ-
മവിരളശാന്തി സമാസ്വദിക്കും!
അവിടുന്നു വീണ്ടും ജനിച്ചപോ,ലൊ-
രരുമപ്പൈതലിന്നമ്മയായ്, ഞാൻ..."

ഒരു കാലൊലിയൊച്ച കേട്ടു ഞെട്ടി-
ത്തരളാക്ഷിയൊന്നു തിരിഞ്ഞുനോക്കി.
പടികടന്നെത്തുന്നു സാന്ധ്യദീപ്തി-
യുടലിലണിഞ്ഞുകൊണ്ടാ മദനൻ!
അവൾ പിടഞ്ഞേറ്റു... മുന്നോട്ടു നീങ്ങാ-
നരുതി,തെന്തുന്മാദപാരവശ്യം!
അതു വെറും സ്വപ്നമോ മായയോ?- ഹാ!
മതിമറന്നോമലാൾ നിന്നുപോയി!

അഞ്ച്

ആയിരം മിന്നലൊരുമിച്ചു ഹൃത്തട്ടി-
ലാളിപ്പടർന്നു കുഴഞ്ഞുമത്തയ്യലാൾ,
ആഗതനായൊരതിഥിയെസ്സസ്മിതം
സ്വാഗതംചെയ്തു വിടർന്ന മിഴികളാൽ.
തിങ്ങി,ത്തുളുമ്പി,യൊരോമന്മുരളികാ-
സംഗീതമാ മുഗ്ദ്ധചിത്തത്തിലൊക്കെയും!...

കുന്നിന്റെ പിന്നിൽ മറഞ്ഞുനിന്നങ്ങനെ
മന്ദഹസിച്ചു മനോജ്ഞസായന്തനം!
വെള്ളിനക്ഷത്രം കിളർന്നൂ പടിഞ്ഞാറു
ഫുല്ലാനുരാഗപ്രതീക്ഷപോലങ്ങനെ!
മന്നിലുലഞ്ഞൂർന്നുവീണുതുടങ്ങി,യാ
വിണ്ണിങ്കൽനിന്നുമിരുൾത്തിരശ്ശീലകൾ!
പ്രേമപ്രസന്നമാം നർമ്മസല്ലാപത്തി-
ലാമഗ്നരായിക്കഴിയുകയാണവർ!...

മിന്നിയില്ലന്തിത്തിരി,യന്നുമാത്രമാ
മന്ദിരത്തിങ്കൽ!- നടുങ്ങീ വിലാസിനി.
ഇത്രയും നേരമൊരത്ഭുതസ്വർഗ്ഗത്തിൽ
നൃത്തം ചവിട്ടിയ ചേതനയിങ്കലോ,
പാഴ്നിഴൽ വീശുന്നതീ മണല്ക്കാടിന്റെ
മേനിയും ഹാനിയും?- സംതൃപ്തയാണവൾ!
എങ്കിലും, നിത്യനിയമവിഭഞ്ജന-

ശങ്കയാ,ലല്പമധീരയായോമലാൾ.
അന്തിവിളക്കുകൊളുത്തി ഞൊടിക്കുള്ളി-
ലന്തികത്തെത്തുമാ ലാവണ്യലക്ഷ്മിയെ
മിന്നി വിടർന്ന വിശാലനേത്രങ്ങളാ-
ലുമ്മവെച്ചും കൊണ്ടിരുന്നിതാക്കോമളൻ!
ഉൾപ്പുളകാർദ്രയായ് നില്ക്കുമത്തന്വിക്കു
സ്വപ്നസമാനമായ്ത്തോന്നീ സമസ്തവും!

തേനിറ്റുവീഴും സ്വരത്തിലക്കാമുക-
നാനന്ദപൂർവ്വം തുടർന്നു തൻ ഭാഷണം:
“ഇന്നച്ഛനില്ലെന്നറിഞ്ഞതുകൊണ്ടാണു
വന്നതിവിടെക്കടന്നു ഞാൻ, വത്സലേ!”
“എമ്മട്ടറിഞ്ഞു?”- വളർന്നൊരുൽക്കണ്ഠയാൽ
കണ്മണി ചോദിച്ചു രാഗപ്രസന്നയായ്.
“വത്സലേ, നിന്റെ വളപ്പിൽ നില്ക്കും വെറും-
പുല്ക്കൊടിത്തുമ്പൊന്നനങ്ങിയാൽക്കൂടിയും,
ആരും പറയാതെതന്നെ, സുസൂക്ഷ്മമാ-
യാ നിമേഷത്തിലറിയും ‘സദാശിവൻ.’
അത്രയ്ക്കലിഞ്ഞുകഴിഞ്ഞുപോയ് നിന്നിലെൻ-
ചിത്ത,മതു നീയറിവതോ വത്സലേ?
സ്വൈരം നിന്നെത്തനിച്ചിദം കാണുവാ-
നെത്രനാളായ് ഞാൻ കൊതിപ്പിതെന്നോമനേ!”

കോരിത്തരിക്കും മനസ്സുമായിത്ഥമ-
ക്കോമളാപാംഗിയാളോതീ മധുരമായ്:
“അങ്ങയെ ധ്യാനിച്ചു രണ്ടു സംവത്സരം
കണ്ണീരിൽ മുങ്ങിക്കഴിഞ്ഞവളാണു ഞാൻ!”
“ഞാനും കൊതിച്ചു ഭജിച്ചതാ,ണേവമീ-
യാനന്ദരംഗം സമാഗതമാകുവാൻ!...
“എന്നാൽ നമുക്കിസ്സുദിനം സുഖാപ്തിതൻ-
വെന്നിക്കൊടി പറപ്പിച്ചു കഴിക്കണം!”
തൻപണസ്സഞ്ചിയിൽനിന്നും ധനപത്ര-
ഖണ്ഡത്തിലൊന്നെടുത്തുദ്വേഗപൂർവകം

ആരോമലിൻനേർക്കു സാകൂതമായ് നീട്ടി-
യാ രമ്യരൂപൻ!- നടുങ്ങീ ഗുണവതി!

"ഇപ്പോൾ പണത്തിനു ബുദ്ധിമുട്ടുണ്ടെനി-
ക്കിപ്പത്തു രൂപയിരിക്കട്ടെ, വത്സലേ,
മല്ലികയിന്നു തനിച്ചു കിടന്നിട;-
ട്ടില്ല, പോകുന്നില്ല വീട്ടിലേക്കിന്നു ഞാൻ!"

'മ...ല്ലി...ക- മല്ലിക? ഗദ്ഗദംകാരണം
വല്ലാതെയസ്സാധു വീർപ്പുമുട്ടീടിനാൾ!

"മല്ലിക തീരെക്കിടപ്പാണൊരൊന്നര-
ക്കൊല്ലമായ്, നീയറികില്ലയോ, വത്സലേ?
സാരമില്ലീ രാത്രി നമ്മളൊരുമി,ച്ച-
താരുമൊരാളുമറികില്ലൊരിക്കലും!..."

തീരാത്ത കൂരിരുൾ!- കഷ്ടമായ് വത്സലേ,
വേരറ്റുപോയി നിന്നാശകൾ സർവ്വവും.
നീ കിതയ്ക്കുന്നുവോ?- വഞ്ചിതയായി നീ!
ലോക,മിതാണയേ ലോകം, മനസ്വിനി!...

'വത്സലേ!... ഞാൻ... എന്റെയാശ..." യക്കാമുകൻ
തത്സമീപത്തേക്കടുക്കുന്നു വഞ്ചകൻ!
അസ്സാധു ഞെട്ടിവിറച്ചു- തിമിരത്തിൽ
വിശ്വമടിഞ്ഞു- തെറിപ്പൂ വെൺതാരകൾ!
ലോകം കറങ്ങുന്നു... ചക്രവാളങ്ങളിൽ
തീ കത്തിയാളുന്നു... മൂളുന്നു മൂങ്ങകൾ!
മുന്നിൽമുഴുവൻ ഫണം വിടുർത്തിപ്പാഞ്ഞു
വന്നുകൂടീടുന്നു കാളസർപ്പാളികൾ!
ഞെട്ടുന്നു, ചുറ്റും മിഴിച്ചുനോക്കുന്നു...ഹാ!
കഷ്ടമവൾക്കുറയ്ക്കുന്നില്ല കാലുകൾ!
'ദുഷ്ടൻ!'... വിറകൊണ്ടു ഗർജ്ജിച്ചു, തൽക്കരം
തട്ടിമാറ്റി,ത്താഴെ മൂർച്ഛിച്ചുവീണവൾ!...

അപ്പുഷ്പബാണൻ പിശാചായി പെട്ടെന്നു
സ്വപ്നങ്ങൾ മറഞ്ഞു, യഥാർത്ഥമായ്സ്സർവ്വവും!
മുന്നോട്ടു നീങ്ങി,യാക്കൊച്ചുവിളക്കിലെ-
പ്പൊന്നെതിർനാളം കെടുത്തിപ്പൊടുന്നനെ
കൊട്ടിയടച്ചു കവാട,മിരുട്ടിലാ-
പ്പട്ടുടൽ കോരിയെടുത്തു നരാധമൻ!...
പ്രജ്ഞയില്ലാത്തൊരക്കന്യകാവിഗ്രഹം!-
പൊട്ടിത്തെറിക്കാത്തതെന്തു നീ വാനമേ?
പങ്കമേലാത്തൊരച്ചാരിത്രം!- എന്തിനു
ശങ്കിപ്പൂ, ലോകം വിഴുങ്ങൂ, സമുദ്രമേ!
നിസ്സഹായത്വം!- നിയമനിർമ്മാണത്തിൽ
ബദ്ധമാണിപ്പൊഴുമല്ലി നീ, ലോകമേ?

വാനിൽത്തിളങ്ങുന്ന സത്യദീപങ്ങളേ,
ഹാ, നിങ്ങളെങ്കിലും സാക്ഷ്യംവഹിക്കണേ!...

ആറ്

കുളിർമതിലേഖ പൊങ്ങി,യപ്പാതിരാ-
ക്കിളി ചിലച്ചു... ചരിച്ചു മന്ദാനിലൻ.
മിഴിതുറന്നൂ മനോഹരി;- ജാലക-
പ്പഴുതിലൂടെത്തിയേണാങ്കരശ്മികൾ!
വിഗളിതാംശുകയായൊരു മെത്തയിൽ
വിവശമയ്യോ കിടക്കുകയാണവൾ.
നവമരന്ദം യഥേച്ഛം കവർന്നെടു-
ത്തെവിടെയോ പോയി മത്തമധുകരം!
മലിനമായ്ത്തീർന്നി,തിന്നുതൊട്ടാരുമാ
മലരിനെപ്പറ്റി വാഴ്ത്തില്ലൊരിക്കലും!
ഇരുളുതിർന്നതു വീഴണം ശൂന്യമാ-
മിരുളി,ലുൽക്കടനൈരാശ്യസീമയിൽ!...

അമിതരോഷവുമുഗ്രനൈരാശ്യവു-
മലയടിച്ചു തകർന്ന മനസ്സുമായ്,

അവൾ പിടഞ്ഞെഴുന്നേറ്റു;- ഹാ, കാണ്മതി-
ല്ലവിടെയാരെയു,മെങ്ങുപോയ് കശ്മലൻ?
ഝടിതി ദീപം കൊളുത്തി, ത്തളർന്നത-
ന്നുടലിൽ നോക്കിക്കരിഞ്ഞിതപ്പൈങ്കിളി,
തളിരെതിർപ്പിഞ്ചധരപുടങ്ങളിൽ,
കുളുർകുചങ്ങളിൽ,ചെഞ്ചോരമുദ്രകൾ-
വിഷഭരിതനാമാ വിടവൃശ്ചികം
രുഷിതനായ്ച്ചെയ്ത ദംശനപ്പാടുകൾ-
അവ വിളംബരം ചെയ്യുന്നു മൗനമാ-
യധമമാമൊരു പൈശാചികോത്സവം!
അവൾ വിറക്കൊണ്ടു!- ലോകമേ, നീയിരു-
ന്നവസരോചിതനീതി നിർമ്മിക്കണേ!...
അവിടെ,യാദ്ധനപത്രം കിടപ്പതു-
ണ്ടധമനാമവനിട്ട കാണിക്കപോൽ.
അതു കടന്നെടുത്തായിരം ഖണ്ഡമാ-
യവൾ പറത്തീ പരിസരവായുവിൽ!
അവയെ നോക്കിച്ചിരിച്ചു വികൃതമാ-
യമിതരോഷേണ ഗർജ്ജിക്കയാണവൾ;
"പ്രണയ,മയ്യോ,പ്രണയം!- പ്രപഞ്ചമേ,
നുണ പറഞ്ഞെന്നെയെത്ര വഞ്ചിച്ചു നീ?
കരുതിയില്ല ഞാനിന്നേവരേക്കുമീ-
ക്കുരുതി പൂശിയ കാമസർപ്പോത്സവം!
ഇതിനുമാത്രമോ ദേഹ,മെന്നാലതിൽ
ഹൃദയമെന്തിനു ബന്ധിച്ചതീശ്വരൻ?
എരിപൊരിക്കൊണ്ട മാംസദാഹങ്ങളേ,
നരകമാക്കുന്നു നിങ്ങളിപ്പാരിനെ!
വെറുതെ നിങ്ങൾ വിടില്ല, വിടില്ലൊരു
ചിറകൊടിഞ്ഞ പൂമ്പാറ്റയെക്കൂടിയും!...

പകലിരവു ഭജിച്ചു, നിസ്സ്വാർത്ഥതാ-
പരിധിയിൽവെച്ചു ഞാനൊരു ദേവനെ.
ഒരു പിശാചാണതെന്നുള്ള വാസ്തവം
കരുതിയില്ല, കിനാവിലുംകൂടി ഞാൻ!
പുരുഷനല്ലവൻ, മർത്ത്യനുമല്ലവ-
നൊരു മൃഗമ,ല്ലതിലുമധഃകൃതൻ.

അവനെയീവിധം സ്നേഹിക്കുവാനെനി-
ക്കവസരംവെച്ച മുജ്ജന്മപാപമേ!
ഒരു തരുണിതൻ ജീവിതത്തിങ്കലും
പതിയരുതു നീ മേലിലൊരിക്കലും!

വരു കുഠാരമേ, നീതന്നെ വേണമി-
ദ്ധരയിൽ മൽപ്രകാരം നടത്തുവാൻ.
കരിപിടിച്ചതാമാ വിടഹൃത്തിലെ-
ക്കുരുതികൊണ്ടു നീ കുങ്കുമം ചാർത്തണം!
പുരുഷലോകപരാക്രമകാഹള-
ത്തിരയിളക്കുന്ന നൽച്ചരിത്രങ്ങളേ,
വികൃതമജ്ജഡം നിങ്ങൾ ക,ണ്ടക്ഷണം
വിഗതഗർവ്വരായ് ലജ്ജിച്ചു ചൂളണം!...
ഒരുഫലമില്ലതുകൊണ്ടു,മെന്തു ഞാൻ
കരുതി?- ലോകമിതുതന്നെയെപ്പൊഴും!
അവനെ നിഗ്രഹിച്ചീടുകിൽത്തീർന്നുപോ-
മതിനൊടൊപ്പമവനുള്ളതൊക്കെയും!
അതുലമാമൊരു നേട്ടമാ,ണിന്നവ-
നതിനവസരം നല്കുകയില്ല ഞാൻ!
മരണമെത്ര സുഖ,മിജ്ജീവിതം
ദുരിതപൂർണ്ണ,മതാണതിദുസ്സഹം.
വിടകുലാധമാ, പൊയ്ക്കൊൾക, നിർദ്ദയം
വിടുകയാണിതാ നിന്നെയതിനു ഞാൻ!
ഇതിലുമുഗ്രപ്രതികാരമൊന്നുമി-
ക്ഷിതിയിലില്ല ഞാൻ നിന്നോടു ചെയ്യുവാൻ!

അവനു കാമകൃതാർത്ഥതയക്കേവമെ-
ന്നവശഗാത്രമിരയായിതെങ്കിലും,
അറിവു, ഞാനൊരു ഗർഭിണിയാവുകി-
ല്ലറികയുമില്ല ലോകമിതൊന്നുമേ!
പഴയമട്ടൊരു സാവിത്രിതന്നെയായ്
കഴിയുവാനില്ല വൈഷമ്യമല്പവും.
പ്രിയതമനെയും കിട്ടുമെനിക്കു, ഞാൻ
സ്വയമതിനൊന്നു സമ്മതം മൂളുകിൽ.

പരമവഞ്ചനയാണതെന്നാകിലും
പരിലസിക്കാമെനിക്കിദ്ധരിത്രിയിൽ!
ക്ഷണികമാ വെറും സ്വപ്നത്തിനെന്തിനായ്
പണയമേകണമെൻ മനസ്സാക്ഷി ഞാൻ?
വിഫലമാത്മാർത്ഥരാഗം, വിഷമയ-
വികൃതമാണിപ്രപഞ്ചം, ഭയങ്കരം!
ഇവിടെ നിന്നിനി വീർപ്പുമുട്ടാനെനി-
ക്കരുതു, ഞാനും വരുന്നു മരണമേ!
അതിവിശുദ്ധനാമെൻ പ്രിയതാതനൊ-
രശുഭദർശനയാവുകയില്ല ഞാൻ!

ഇതു വിധത്തിലൊരാത്മഹത്യയ്ക്കു ഞാൻ
മുതിരുകിലെന്നെ ലോകം പഴിച്ചിടും.
ചിലരിതു വെറും ഭീരുതമാത്രമായ്
പ്രലപനങ്ങൾ നടത്തും പലവിധം
അതിനെനിക്കെന്തു?- ധീരയായ്ത്തന്നെ ഞാ-
നിത വരുന്നൂ, വരുന്നൂ, മരണമേ!.."

ഒരു കുഠാരമാ മുഗ്ദ്ധഹൃത്തിങ്കലെ-
പ്പരമരാഗം പകർത്തി ചെഞ്ചോരയിൽ!

-1943 ഒക്ടോബർ

ദേവത

കരഞ്ഞീലത്യുച്ചത്തിലാരാനും കേട്ടെങ്കിലോ
ഞെരങ്ങീ തേങ്ങിപ്പാവം പ്രാണവേദനമൂലം.
കഴിയും സഹിക്കുവാൻ മറ്റെന്തും, പ്രസവത്തിൻ-
കടുയാതനപോലെ തീക്ഷ്ണമായ് മറ്റില്ലൊന്നും.
ഒടുവിൽ- താനേ മിഴി കൂമ്പിപ്പോയ്, സ്വബോധത്തിൻ
പിടിവിട്ടെങ്ങോ തെറിച്ചിരുളിൽത്താണു ചിത്തം!
സർവ്വവും ശൂന്യം, വെറും വിജനം തമോമയം
ദുർവ്വിധേ, നിശിതമാം നിന്നിച്ഛ നടക്കട്ടേ!

(-ആ മയക്കത്തിൻമടിത്തടത്തിൽ കുറേനേര-
മാമട്ടിൽ തളർന്നവൾ കിടന്നു- പൊങ്ങീ ചന്ദ്രൻ!
ഉദ്രസമൂർന്നൂർന്നെത്തും വെൺനിലാക്കതിരുകൾ
നൃത്തമാടുന്നൂ ചുറ്റും കിന്നരിമാരെപ്പോലെ!
രാക്കിളി മരപ്പൊത്തിൽ ചിലച്ചു- ഞെട്ടിപ്പിട-
ഞ്ഞാത്തസംഭ്രമം പണിപ്പെട്ടവളെഴുന്നേറ്റു.
വന്നലയ്ക്കുന്നൂ കാതിൽ പിഞ്ചുരോദനമൊന്നിൻ-
കുഞ്ഞല.... യവൾക്കതാ കുളിർകോരുന്നു മെയ്യിൽ!-
അവളും മാതാവായീ ലോകത്തിൻ പുരോഗതി-
ക്കവളും താങ്ങായ്- പക്ഷേ, നന്ദികാട്ടുമോ ലോകം?)

-കുഞ്ഞിനെ വാരിക്കോരിയെടുത്തുമാറിൽച്ചേർത്തു
നെഞ്ഞിടിപ്പോടേ ചാരിയിരുന്നു മരച്ചോട്ടിൽ.
തന്നത്താൻ ചുരന്നുപോയാ മുല രണ്ടും!- ഹാ ഹാ
മന്നിൽ മറ്റെന്തുണ്ടു നിൻമീതെയായ്, മാതൃത്വമേ!
ചിറകറ്റതാം ചിത്രശലഭത്തിനെപ്പോലെ
വിറകൊള്ളുന്നു ചിത്തം ചിന്തകൾ ചിതറുന്നു.
തീർന്നുപോകില്ലേ രാത്രി? വെളിച്ചം കിഴക്കുനി-
ന്നൂർന്നുവീഴില്ലേ?- വീണ്ടും ലോകമിതുണരില്ലേ?
ക്ഷുദ്രമിപ്രപഞ്ചത്തിൽ ജീവിതമൊരു നീണ്ട-
നിദ്രയും നിശീഥവും മാത്രമായിരുന്നെങ്കിൽ!

പതറിപ്പറക്കുന്നൂ മാനസം പലമട്ടിൽ
പതിച്ചും തല്ലിത്തല്ലിപ്പിടച്ചും മേലോട്ടാഞ്ഞും!
ഇല്ലല്ലോ തനിക്കെങ്ങുമഭയം- ചുറ്റും വിഷ-
ക്കല്ലുകൾ, മുനകൂർത്ത മുള്ളുകൾ, തീക്കുണ്ഡങ്ങൾ!
അനങ്ങാനരുതല്ലോ!- വിണ്ണിലിങ്ങതാ ദൂര-
ത്തവൾതൻനേരെ നോക്കിച്ചിരിപ്പൂ നക്ഷത്രങ്ങൾ!

ചിത്രങ്ങൾ, ദയനീയചിത്രങ്ങൾ, നടുകങ്ങിപ്പോം
ചിത്രങ്ങൾ, കണ്ണീരിന്റെ ചിത്രങ്ങൾ കാണായ് മുന്നിൽ!-
തീപ്പൊരി പാറും കണ്ണോടുഗ്രനാം വളർത്തച്ഛൻ
തീർപ്പു ഗർജ്ജിപ്പൂ: "വീടുവിട്ടിറങ്ങിപ്പോ, ശാശേ!
കാലൊടിക്കും ഞാൻ കണ്ടാൽ കല്ലെറി,ഞ്ഞോർത്തോ,
കണ്ണിൽ-
ക്കാണരുതിനിമേലിൽ തേവിടിശ്ശിയാം നിന്നെ!..."
"പൊറുക്കൂ കനി,ഞ്ഞച്ഛാ, മേലിൽ... ഞാൻ-"
"ഛീ, മിണ്ടാതെ
പുറത്തു പൊയ്ക്കോ, നാണംകെട്ടവളേ, നീ വേഗം!
നിന്നാലെൻ തരം മാറും, കഴിക്കും കഥയിപ്പോ-
ളൊന്നിച്ചു രണ്ടിന്റേയും നന്നായിക്കരുതിക്കോ!
ഇറങ്ങൂ!"- ചുരുട്ടിയ മുഷ്ടിയോ,ടലറിക്കൊ-
ണ്ടൊരു ദുർഭൂതംപോലെ പാഞ്ഞടുക്കുന്നൂ താതൻ!
ഞൊടിയിൽ, താനോമനക്കുഞ്ഞിനെ മാറിൽച്ചേർത്തു
പടിവിട്ടിറങ്ങുന്നു- ചിരിപ്പൂ നക്ഷത്രങ്ങൾ!
വിസ്തൃതവിശ്വം മുന്നിൽ, തിമിരം കൂത്താടുന്ന
വിസ്തൃതവിശ്വം മുന്നിൽ!- ചിരിപ്പൂ നക്ഷത്രങ്ങൾ!
ദൂരത്തു ദൂരത്തോരോ നേർത്ത വെൺകതിർ പാകി-
പ്പാറുന്നുണ്ടിടയ്ക്കിടെത്തെമിന്നാമിനുങ്ങുകൾ.
ആവലിൻചിറകടി, വിശപ്പു, ദാഹം!- തനി-
ക്കാവതെ, ന്തയ്യോ, കൈയിലൊരു ചെഞ്ചോരപ്പൈതൽ!
ആ മരച്ചോട്ടിൽച്ചെന്നു കിടക്കാം, കരഞ്ഞിടാ-
യ്കോമനേ, തേങ്ങിത്തേങ്ങി,ച്ചിരിപ്പൂ നക്ഷത്രങ്ങൾ!

ഉന്നതഭാഗ്യം ശിരസ്സുയർത്തി നില്ക്കുമ്പോലെ
മുന്നിലായൊരു രമ്യഹർമ്മ്യമങ്ങതാ കാണ്മൂ:

പുച്ഛഭാവത്തിൽപ്പിച്ചക്കാരെ നോക്കിക്കോ,ണ്ടോരോ
പുഷ്പങ്ങൾ ചിരിക്കുന്ന പൂന്തോട്ടത്തിനു പിന്നിൽ!-
ഭക്ഷണം യാചിച്ചെത്തും ഭിക്ഷുകരെശ്ശാസിച്ചു,
പക്ഷികൾ ചിലയ്ക്കുന്ന പൂമരച്ചാർത്തിൻ പിന്നിൽ!-
പട്ടിണിപ്പരിഷയെപ്പടികേറിപ്പിക്കാത്ത
പട്ടികൾ കുരയ്ക്കുന്ന പൂമുറ്റത്തിനു പിന്നിൽ!-
ഉണ്മയിൽ സന്ധ്യാലക്ഷ്മി സിന്ദൂരം പൂശിച്ചൊരാ
വെണ്മാടത്തിന്മേ,ലൊരു പട്ടുമെത്തയും ചാരി,
ചിന്നിടും സിതധൂമവലയങ്ങളെ നോക്കി
മന്ദമാരുതനുമേറ്റിരിപ്പൂ ഗൃഹനാഥൻ!
ആ നോട്ടം യദൃച്ഛയാ താഴത്തെ നിരത്തിലേ-
യ്ക്കാപതിപ്പൂ;- ഹാ, തനിക്കെന്തിനിപ്പുളകങ്ങൾ?
മിന്നൽപോൽപ്പിടഞ്ഞേറ്റുമാറിയോരെജമാനൻ-
തന്നുഗ്രസ്വരമിടിവെട്ടുന്നതേവം കേൾപ്പൂ:
"ആരെടാ പടിവാതിൽ തുറന്നിട്ടതാ,പ്പിച്ച-
ക്കാരിപ്പെണ്ണിനെയാട്ടിയോടിക്ക വേഗം ദൂരേ!"
ആരുടെയാഗ്നേയാസ്ത്രമാണതു?- തൻപ്രാണനാ-
മാരോമൽക്കുഞ്ഞിനുതാതനന്യയാണെന്നോ താനും?
ഇരുൾമൂടുന്നു കണ്ണിൽ, സർവ്വാംഗം തളരുന്നു,
കരയാൻപോലും, കഷ്ടം, കഴിയാതായീടുന്നു!
രാഗനൈർമ്മല്യത്തിനെദ്ദംശിച്ചു മൂർച്ഛിപ്പിച്ച
ഭോഗമേ, ഫണംവിരിച്ചിപ്പൊഴും ചീറ്റുന്നോ നീ?
എ,ന്തിടിത്തീയാണെന്നോ പൂനിലാവിൻവേഷത്തി-
ലന്തികത്തെത്തി,ത്തന്നെയാകർഷിച്ചൊരാ സ്വപ്നം?
ചേണെഴും വിശ്വാസമേ, നീ വെറും മരീചിക-
യാണെന്നോ?- ചിരിക്കുന്നൂ സാന്ധ്യതാരകൾ വിണ്ണിൽ!

വ്യവസായോൽക്കർഷത്തിൻ കേന്ദ്രമാം ശാലയ്ക്കുള്ളി-
ലവൾ നില്ക്കുന്നൂ കൂട്ടുകാരികളോടുംകൂടി.
എല്ലാർക്കുമവളുറ്റചങ്ങാതിയാണാരോടും
ചൊല്ലിയിട്ടില്ലിന്നോളം മുഷിഞ്ഞിട്ടൊരു വാക്കും.
അത്രമേൽ വിനീതമായ് നിന്നൊരാ വനപുഷ്പം
നിസ്തുലസൗരഭ്യത്തിൻ ധാമമായിരുന്നെന്നോ?

കൂട്ടുകാരികളർത്ഥംവെച്ചോതിക്കളിപ്പിപ്പൂ:
"കാട്ടുചെമ്പകപ്പൂവേ, കാമിപ്പൂ നിന്നെസ്സോമൻ!"

ചൊല്ലുന്നൂ യജമാനൻ നഗ്നമാം തൻമാർത്തട്ടിൽ-
പ്പല്ലവാംഗുലികൾ ചേ"ർത്തോമനേ, പേടിക്കേണ്ട!
ഞാനുണ്ടു നിനക്കെന്നും!" അപ്രാണനാഥൻതന്നെ-
യാണെന്നോ ഗർജ്ജിച്ചതു പിച്ചക്കാരിയെന്നിപ്പോൾ?
ആരുടെ തൃക്കാല്ക്കൽത്തൻ- സർവ്വവും സമർപ്പിച്ചി-
താ രാവി,ലദ്ദേഹത്തിനിന്നു താൻ പിച്ചക്കാരി!
കൈതവമറിയാത്ത തൻപ്രാണസർവ്വസ്വമാം
പൈതലിൻ താതനിന്നു താൻ വെറും പിച്ചക്കാരി!
ഇരുളിൽ കാമഭ്രാന്തിൻ- 'പ്രാണനാമാരോമലാ,'-
ണരുതോർക്കുവാൻ, കഷ്ടം, താനിന്നു പിച്ചക്കാരി!
ഹൃദയം തകർന്നു താൻ പിന്മടങ്ങുന്നൂ!- കൊടും-
ചതി!- പിന്നെയും നോക്കിച്ചിരിപ്പൂ നക്ഷത്രങ്ങൾ!

ഉണ്ടൊരു ചെറ്റപ്പുരയവൾക്കും, തെരുവിൽപ്പോയ്
തെണ്ടാതെ കൂലിപ്പണിചെയ്കയാണവൾ വീണ്ടും.
പട്ടിണിയാണെങ്കിലും തനിക്കു, പൊന്നോമന-
ക്കുട്ടനെ വിശപ്പിക്കാനിടയായിട്ടില്ലല്ലോ!
പുസ്തകങ്ങളും സ്ലേറ്റുമേന്തിക്കൊ,ണ്ടുടുപ്പുമി-
ട്ടത്യന്തസന്തുഷ്ടനായ്, കൂട്ടുകാരോടും കൂടി,
പോകുന്നു വിദ്യാലയത്തിങ്കലേക്കവൻ, ഹർഷ-
മൂകയായ് പടിക്കൽ,ത്താൻ നില്ക്കയാണതും നോക്കി!
വഴിയേ പോയീടുവോർ ശൃംഗാരസാന്ദ്രസ്മിതം
വഴിയും കൺകോണിനാൽ കല്ലെറിയുന്നൂ തന്നെ!
ദരിദ്രയ്ക്കൊരിക്കലും സുന്ദരിയായിക്കൂടാ-
ത്തൊരു ലോകത്താണല്ലോ ജീവിക്കേണ്ടതു, പാവം!
ഇരുളിൽ,ക്കരിയിലപോലുമൊന്നനങ്ങിയാ-
ലുറക്കെക്കുരയ്ക്കും തൻ നായിന്റെ സഹായത്താൽ,
സതതം ചകിതമായ്മേവും, തൻ ചാരിത്രത്തിൽ
ക്ഷതമേറ്റില്ലിന്നോള,മീശ്വരൻ ജയിക്കട്ടേ!

പുലർവേളയിൽ മുടൽമഞ്ഞൊഴിഞ്ഞൊഴി,ഞ്ഞാരാൽ-
ത്തെളിയും ശൈലോത്തുംഗശൃംഗമണ്ഡലംപോലെ
അവതീർണ്ണമാ,യതാ കാൺകയാണവൾ മുന്നി-
ലരുമപ്പൂമ്പൈതലിൻ വിഖ്യാതവിദ്യാലയം!
വട്ടമിട്ടു തന്നോമൽക്കുഞ്ഞിനുചുറ്റും നില്പൂ
കുട്ടികളൊരുത്തനുണ്ടിങ്ങനെ ചോദിക്കുന്നു:
"ആരെടാ നിന്നച്ഛൻ?"- ഹാ, മിണ്ടാതെ മുഖം കുനി-
ച്ചാരോമൽപ്പുത്രൻ നില്പൂ- ചിരിപ്പൂ മറ്റെല്ലാരും!
"തന്തയില്ലാത്തോൻ, കഷ്ടം, തന്തയില്ലാത്തോൻ!"- കൈകൾ
സന്തോഷപൂർവം കൊട്ടിയാർത്തവർ ചിരിക്കുന്നു!
തൻമണിക്കുഞ്ഞിൻ രണ്ടു കൺകളും നിറ,ഞ്ഞിളം-
പൊന്മലർക്കവിളിലൂടൊഴുകുന്നല്ലോ കണ്ണീർ!
അഴലാകാരംപൂണ്ടു വന്നപോൽ, വൈകുന്നേര-
ത്തരികേ വന്നിട്ടിതാ ചോദിപ്പൂ തന്നോടവൻ:
"അച്ഛനാരെനിക്കമ്മേ?- ഹൃദയം പൊട്ടിത്തകർ-
ന്നശ്രുധാരയിൽ മുങ്ങിത്താൻ നിലമ്പതിക്കുന്നു!

അവനും വളരുന്നുണ്ടാ വിദ്യാലയത്തിലേ-
യ്ക്കവനാ ദിനംതൊട്ടു ചെന്നിട്ടില്ലൊരിക്കലും!
തെരുവിൽത്തെണ്ടിത്തെണ്ടി നടപ്പൂ, മേലാകവേ
ചൊറിയും ചേറും നിറഞ്ഞിന്നവ, നതാ നോക്കൂ!
ഹോട്ടലിൻപിൻഭാഗത്തുള്ളാ നാറുമെച്ചിൽക്കുണ്ടി-
ലാട്ടിയോടിച്ചാലോടിമാറിയും, വീണ്ടും വന്നും,
വടിച്ചുനക്കീടുന്നിതാർത്തിയോടിലയോരോ-
ന്നടങ്ങാതാളിക്കത്തും വിശപ്പിൽ പൊരിഞ്ഞവൻ!
നായ്ക്കൾക്കുപോലും, കഷ്ടം, വെറുപ്പാണവനോട്
നാറ്റമുണ്ടവന്നടുത്തടുക്കില്ലാരുന്തന്നെ!
എന്നാലു,മവന്നുണ്ടു കൂട്ടുകാ,രെച്ചിൽക്കുണ്ടി-
ലൊന്നിച്ചു കൂടീടുന്ന പട്ടിണിപ്പേക്കോലങ്ങൾ
കുഷ്ഠവും, പീളക്കണ്ണും, വ്രണവും, പാണ്ടും, പലേ-
മട്ടിവ, യോരോന്നായു,മൊക്കെയും കൂടിച്ചേർന്നും,
നോക്കിയാലറയ്ക്കുന്ന സത്വങ്ങൾ!- അവയിലൊ-
ന്നാക്കിയല്ലോ, ഹാ കഷ്ടം, തൻ കുഞ്ഞിനേയും, ദൈവം!

എങ്ങനെ സഹിക്കും താൻ? ഹൃദയം തകരുന്നി-
തെന്നിട്ടും- ചിരിക്കുന്നു നിർദ്ദയം നക്ഷത്രങ്ങൾ!

കീറപ്പാഴ്ത്തുണികളാൽ പൊതിഞ്ഞീടിലും, പൊട്ടി-
ച്ചോരയും ചലവും ചേർന്നൊന്നിച്ചു പറ്റിക്കൂടി,
കാച്ചിൽ വെട്ടിയമട്ടിലിരിക്കും കണങ്കാലി-
ലീച്ചയാർത്തരിച്ചരിച്ചങ്ങനെ തൊന്തിത്തൊന്തി,
തെരുവിൽ,ത്തൻ പുത്രന്റെ പിന്നാലെ, ഞെരങ്ങീടു-
മൊരു കുഞ്ഞിനെ മാറിൽച്ചേർത്തുകൊണ്ടവശയായ്,
പിച്ചപ്പാളയും കൈയിൽപ്പേറിക്കൊണ്ടൊരുവളാ-
രുച്ചവെയ്‌ലത്താ നില്പോൾ?- ചിരിപ്പൂ നക്ഷത്രങ്ങൾ!

ഞെട്ടിപ്പോയവ,ളതാ കോഴി കൂകുന്നൂ, മടി-
ത്തട്ടിലാച്ചെറുപൈതൽ മയങ്ങിക്കിടക്കുന്നു.
വിളറാനാരംഭിപ്പൂ പൂർവദിങ്മുഖ,മയ്യോ,
വെളിച്ചം, വെളിച്ചം, ഹാ, വിറകൊള്ളുന്നൂ പാവം!
"ഒരുകാലത്തും പാടില്ലത്ര ദാരുണമാകും
നരകത്തിലേക്കു, ഞാൻ വിട്ടയയ്ക്കില്ലാ, നിന്നെ!
ജീവിതം നിനക്കു ഞാനേകുന്ന പാപം നീക്കാ-
നാവില്ല- പാടില്ല, നീ ജീവിച്ചുകൂടാ, കുഞ്ഞേ!
വളർന്നാൽ ശപിക്കില്ലേ നീയെന്നെ?- ദൂരത്തെങ്ങോ
വളർപൂങ്കോഴിയൊന്നു നീലത്തിൽക്കൂകി വീണ്ടും!
മഞ്ഞുനീർക്കണങ്ങളാൽക്കരയുന്നെന്നോ, മണി-
ക്കുഞ്ഞിനെ നോക്കിനിന്നാ മരച്ചില്ലകൾപോലും!
അരയാലിലപോലെ വിറകൊള്ളുന്നൂ, ചെയ്യാ-
നരുതാക്കടുങ്കൈയതമ്മയാണവളിപ്പോൾ!

"വിധിയാർക്കറിയാം, നീയോമനേ, സൗഭാഗ്യത്തിൻ-
നിധികുംഭമായ് സ്വയം മാറുകില്ലെന്നാർ കണ്ടൂ?
ശ്രീതാവും കലാലോകസമ്രാട്ടോ, സമുദായ-
നേതാവോ, സമാധാനദൂതനാം യതീശനോ,
ഇന്നേവം മയങ്ങിയെൻ മടിയിൽക്കിടക്കുന്ന
നിന്നിലില്ലെന്നാർ കണ്ടൂ?- ചിരിപ്പൂ നക്ഷത്രങ്ങൾ!

വ്യാമോഹം!- വെറും, വെറും, വ്യാമോഹം!- മാതാവിന്റെ
വ്യാമോഹം! ഭാഗ്യത്തോടു നിനക്കെന്തയ്യോ, ബന്ധം?
പൈതലേ, പാവപ്പെട്ടോർക്കുള്ളതല്ലൊരിക്കലും
കൈതവക്കൊടിക്കൂറ പാറിടുന്നൊരീ ലോകം!
സ്വപ്നത്തിൽ സ്വയമിന്നു ചിരിക്കും നീ, നാളെ,യ-
സ്വസ്ഥനായ്ത്തേങ്ങിത്തേങ്ങിക്കണ്ണുനീർപെയ്യും കുഞ്ഞേ!
ഹതയാം ഞാൻമൂലം നീ നിത്യദാരിദ്ര്യത്തിന്റെ
ചിതയിൽ- തരികില്ല മാപ്പെനി,ക്കെങ്കിൽ, ദൈവം!
നിന്നെ ഞാൻ കരയിക്കില്ലൊരുകാലത്തും- നോക്കൂ
വിണ്ണിൽനി,ന്നതാ, നിന്നെ വിളിപ്പൂ നക്ഷത്രങ്ങൾ!
എന്നെയിന്നവർക്കൊക്കെപ്പരിഹാസമാ,ണെന്നാൽ
നിന്നൊടുണ്ടവർക്കെന്തോ മമതാബന്ധം നൂനം.
വേഗമാകട്ടെ, പോകയാണവ,രെത്താറായീ
ലോകബാന്ധവൻ, കണികാണേണ്ട നീയീ ലോകം!
പട്ടിണിപ്പേക്കോലത്തിനൊന്നിനെങ്കിലും, മന്നിൽ-
ദുഷ്ടയായിക്കോട്ടേ ഞാൻ- കുറവുണ്ടാകുന്നല്ലോ!
മുജ്ജന്മമെന്തോ പാപമല്പം നീ ചെയ്തിട്ടാകാം
മൽസ്തന്യപാനത്തിന്നു നിനക്കു വിധിയായീ!
അച്ചുണ്ടിൽച്ചിരി,യയ്യോ, വിറയ്ക്കുന്നിതെൻ കൈകൾ
നിശ്ചയം, പാപം, പാപം, കണ്മണീ, കരയൊല്ലേ!
ഇന്നോളം ദൈവംമാത്രമമുമ്മവെച്ചൊരച്ചുണ്ടി-
ലൊന്നിനി ഞാനും- കാണാം നമുക്കു വിണ്ണിൽക്കുഞ്ഞേ!...."

അക്കുഞ്ഞിക്കഴുത്തവൾ കണ്ണടച്ചുംകൊ,ണ്ടതാ
ഞെക്കുന്നു- ഞെരങ്ങായ്ക, പിടയ്ക്കായ്കിളങ്കുഞ്ഞേ!
ഞൊടിനേരത്തേക്കുള്ള വേദനമാത്രം- തീർന്നു
പിടയില്ലിനി നീ, നിൻ സർവ്വാംഗം മരവിച്ചു!
സുകൃതം ചെയ്തോനാണു പൈതലേ, നീ; ലോകത്തിൻ-
പുകയേല്ക്കാതേ നിൻകണ്ണടയാൻ കഴിഞ്ഞല്ലോ!...

ദേവതേ, നീയെന്തയ്യോ, കണ്ണുനീർ ചൊരിയുന്ന-
തീവിധം തേങ്ങിത്തേങ്ങി?- നിന്നെ ഞാൻ നമിക്കുന്നു!
ചെയ്തിട്ടില്ലപരാധമൊന്നും നീ, മന്ദസ്മിതം
പെയ്തെത്തിക്കിഴ,ക്കതാ, പുല്കുന്നിതീശൻ നിന്നെ!

മർത്ത്യരെക്കൂട്ടക്കൊലചെയ്തു ചെ,യ്തൊഴുകുന്ന
രക്തത്തിൽ നീന്തിപ്പുളച്ചെത്തിടുന്നോർതൻ മാറിൽ,
ആത്തകൗതുകം, നാളെച്ചരിത്രം വാഴ്ത്താനുള്ള
കീർത്തിമുദ്രകൾ തുന്നിപ്പിടിപ്പിച്ചതിൻശേഷം,
ലോകനീതിതൻ കൈകൾ, കൽത്തുറുങ്കിലേക്കുന്തി-
യാകുലേ, നീക്കാം നിന്നെ നിർദ്ദയം- പക്ഷേ ദൈവം
ഉമ്മവെച്ചീടും നിന്റെ നെറ്റിമേൽ, വാത്സല്യത്തിൻ-
വെണ്മലർ ചൊരിഞ്ഞുകൊ,ണ്ടന്നു, നീ ചരിക്കില്ലേ?....

–1943 നവംബർ

യവനിക

യവനികയെപ്പറ്റി

വിശ്വമഹാകവി രബീന്ദ്രനാഥ് ടാഗോറിന്റെ 'വിക്റ്ററി' എന്ന വിശിഷ്ടമായ ചെറുകഥയിലെ ഇതിവൃത്തത്തെ ആധാരമാക്കി സ്വതന്ത്രമായി ചെയ്തിട്ടുള്ള ഒരു കലാസൃഷ്ടിയാണ് 'യവനിക.' എന്റെ സ്വന്തം കല്പനകളുടെ കെല്പില്ലായ്മയിൽ മൂലകൃതിയുടെ മൂല്യത്തിനു സാരമായ ഉടവു തട്ടാതിരിക്കാൻ ഞാൻ ഹൃദയപൂർവ്വം ശ്രമിച്ചിട്ടുണ്ട്; അതു ഫലപ്പെട്ടിട്ടുണ്ടോ എന്തോ!

എന്റെ കവിതകൾ പൊതുവേയും, യവനിക പ്രത്യേകമായും ശ്രദ്ധിച്ചു പഠിച്ച്, ആകർഷകമായ ആകാരം മാത്രമല്ല, അമൂല്യമായ ആത്മാവുകൂടി ഉൾക്കൊള്ളുന്ന വിമർശനാത്മകമായ ഒരവതാരികയാൽ ഈ കൃതിയെ അനുഗ്രഹിച്ച ശ്രീ. കെ.സി. സഖറിയാ അവർകളോടു ഞാൻ കൃതജ്ഞനാണ്. എന്റെ ഈ കൃതികൂടി സഹിക്കേണമെന്ന അപേക്ഷയോടുകൂടി ഞാനിതു സഹൃദയസമക്ഷം സമർപ്പിക്കുന്നു.

-ചങ്ങമ്പുഴ കൃഷ്ണപിള്ള

സ്തബ്ധമായീ സഭാസദനാന്തം
ലബ്ധസംഗീതസാന്ദ്രപ്രശാന്തം.
സ്വർണ്ണസിംഹാസനത്തിലിരിക്കും
മന്നവന്റെ കടമിഴിക്കോണിൽ,
വന്നുനിന്നെത്തിനോക്കിച്ചിരിച്ചൂ
മിന്നിടും രണ്ടു കണ്ണീർക്കണങ്ങൾ.
ചാരവേ പിന്നിൽ ചേടികൾ വീശും
ചാമരങ്ങളനങ്ങിടാതായി.
മന്ത്രിപുംഗവർ, സൈനികർ, രാജ്യ-
തന്ത്രകോവിദ,രംഗപാലന്മാർ
കിങ്കര,രെന്തി, നസ്സദസ്സൊന്നോ-
ടങ്കിതചിത്രരംഗമായ് മാറി.
ആ വിശാലമാം ശാലതൻ മദ്ധ്യ-
ഭൂവി,ലുന്നതമണ്ഡപമൊന്നിൽ,
ഗായകകവി 'ശേഖരൻ' ഹർഷ-
ദായകസ്വപ്നരൂപിയായ് മേവി.
തൽഗ്ഗളനാളവേണുവിൽനിന്നും
നിർഗ്ഗളിച്ചോരമൃതപ്രവാഹം,
ഓമനിച്ചു ചെന്നോരോ മനസ്സും,
രോമഹർഷശിശിരിതമാക്കി.

വന്ദ്യഭൂവരൻതന്നേകപുത്രി
സുന്ദരിയാം 'അജിതകുമാരി'
കാണുവാനിടയായീല രാജ-
കാവ്യകാരനക്കന്യാമണിയെ!....
തെല്ലകലത്തുയരത്തു വെണ്ണ-
ക്കല്ലുകെട്ടിപ്പടുത്തോരെടുപ്പിൽ
മഞ്ഞവർണ്ണച്ചുരുളിടതിങ്ങി-
ക്കുഞ്ഞലത്തൊങ്ങലങ്ങിങ്ങൊഴുകി,

മിന്നും പട്ടുയവനികയൊന്നിൻ
പിന്നിൽനിന്നൊരു നിശ്വാസലേശം
സംക്രമിപ്പൂ ഞൊടിയിടയേതോ
കങ്കണസ്വരമോടിടകൂടി!
ഗാനധാരതന്നാരോഹണത്തിൽ!
പ്രാണഹർഷത്തിൻ പൂർണ്ണോദയത്തിൽ,
മഞ്ജിമയ്ക്കു മണിയരങ്ങാമാ
മഞ്ഞവർണ്ണഞെറികൾക്കു നേരേ,
പാട്ടുറഞ്ഞ ഹൃസ്പന്ദങ്ങളോടെ
പാതികൂമ്പിയ കണ്ണുകളോടെ,
ശ്രീയുതസ്മിതസാന്ദ്രാസ്യനായി-
ഗ്ഗായകൻ ശിരസ്സൊന്നു തിരിച്ചു.

ചെണ്ടോളി ചേർന്നതിമൃദുവാകും
രണ്ടു കൈവിരൽത്തുമ്പുകൾ ചൂടി,
ഹാ, ഞൊടിയൊരു മിന്നൽക്കൊടിക്കാ-
യാ ഞെറിവക്കൊരിത്തിരി നീങ്ങി.
അഞ്ജനക്കൺ മുനയൊന്നുലഞ്ഞു.
മഞ്ജുഹാസമൊരല്പം പൊഴിഞ്ഞു.
അത്രമാത്രം—അരഞ്ഞൊടിക്കുള്ളിൽ
ബദ്ധമായീ മറഞെറി വീണ്ടും.
സ്വപ്നതുല്യമാശ്ശിഞ്ജിതം മാത്ര-
മുത്ഭവിപ്പതുണ്ടപ്പൊഴുമല്പം.
വ്യക്തമല്ലാത്തൊരു നിഴൽപ്പാടാ
വസ്ത്രഭിത്തിതൻ പിന്നിൽ ത്രസിപ്പൂ!...

ആ മണിപ്പൊൻചിലമ്പൊലിയോലും
പൂമൃദുപദമെമ്മട്ടിരിക്കും?
അത്തരിവള മിന്നിക്കിലുങ്ങും
പൊൽത്തളിൽക്കൈകളെമ്മട്ടിരിക്കും?
ആ നിഴൽപ്പാടിനാലംബമാകും
മേനിതന്നഴകെന്തായിരിക്കും?
ഹാ, വിദൂരത്തദൃശ്യമായ് നില്ക്കു-
മാ വിലാസമെന്തത്ഭുതമാവോ!

സർവ്വശക്തന്റെ കാരുണ്യപൂര-
മുർവ്വിയിങ്കൽ പതിതരെപ്പോലെ,
മൺതരികളെപ്പുൽകുമത്തൃക്കാൽ-
ച്ചെന്തളിരുകളന്തരംഗത്തിൽ,
ഭക്തിപൂർവ്വം പ്രതിഷ്ഠിപ്പതേക്കാ-
ളിദ്ധരയിലെന്തുണ്ടൊരു ഭാഗ്യം!

ഗായകനു ഹൃദയം വിടർന്നു
ഗാനധാരയിലോളം വളർന്നു.
അത്തിരകളുയർന്നു വിണ്ണോള-
മെത്തി മുട്ടി നുറുനുറുങ്ങായി,
താരകോടികൾ വാരിത്തഴുകി-
ത്താഴെ വീണ്ടും പതിക്കുന്നപോലെ;
ഏകമായാപ്രതീതി കൊളുത്തി-
ശ്ലോകമൊട്ടുക്കകലെത്തുരത്തി,
ആദിമദ്ധ്യാന്തഹീനമാംമട്ടാ
നാദവാഹിനി വീർപ്പിട്ടൊഴുകി.
മുഗ്ദ്ധഗാനസരിത്തതിൽജ്ജീവ-
ന്മുക്തരായ് മുങ്ങി നീന്തിയെല്ലാരും!....
നിന്നു ഗാനം--കുറച്ചുനേരത്തേ-
യ്ക്കൊന്നുമാരുമനങ്ങിയില്ലൊട്ടും.
പിന്നെയേറ്റു നൃപേന്ദ്രനുൽഫുല്ല-
സ്വിന്നശാന്തസ്മിതാർദ്രാസ്യനായി.
ആ മിഴികളിൽത്തിങ്ങിത്തുളുമ്പി
സീമയറ്റഭിനന്ദനഭാവം.

ആനതാസ്യമായ് കൂപ്പുകൈയോട-
ഗ്ഗാനലോലൻ സഭാഗൃഹം വിട്ടു.
ഹാ, മനസ്സിൽ പ്രതിദ്ധ്വനിക്കുന്നു-
ണ്ടാ മനോഹരനൂപുരാരാവം.
തന്മിഴികൾക്കു മുന്നിൽ പ്രപഞ്ചം
നന്മ പൂത്ത പൂവാടിയായ് മിന്നി;
പുഞ്ചിരിക്കൊണ്ടു, ഗാനാർദ്രമാം തൻ
നെഞ്ചകംപോൽ നിലാവല ചിന്നി!

ആറ്റുവക്കിലാ മാമരക്കാവി-
ലാത്മശാന്തിതന്നങ്കുരംപോലെ,
നേർത്ത നീലനിലാവിൽ, പുളകം
ചാർത്തിനില്ക്കും കുടിലിനു നേരേ;
പാല പൂത്തു പരിമളം കാറ്റിൽ
പാറിയെത്തുമപ്പാതയിലൂടേ,
മായികനൃത്തമാടിടും മൂക-
ച്ഛായകൾതന്നകമ്പടിയോടേ,
കാട്ടുപൊന്തയിൽ രാക്കിളി പെയ്യും
പാട്ടുകേട്ടു രസിച്ചു ഗമിക്കെ,
ബദ്ധകൗതുകം മന്ത്രിച്ചിതിത്ഥം
ശുദ്ധശുദ്ധമാഗ്ഗായകചിത്തം:

"വിശ്വസൗന്ദര്യമൊന്നിച്ചൊരാത്മ
വിസ്മൃതിക്കധിനായികയായി,
സ്പഷ്ടരൂപമെഴാതേവമെന്നോ-
ടൊട്ടിനില്പവളാരു നീ, ദേവീ?...."

രണ്ട്

രാമണീയകം മേളിച്ചിണങ്ങി
രാപകലുകളോരോന്നു നീങ്ങി.
ശേഖരകവി പുംഗവകീർത്തി-
മേഖലയിൽ വസന്തം വിളങ്ങി.
മാനവേന്ദ്രനാം നാരായണനാൽ
മാനിതനായ്, യശോധനനായി,
ചേലിയലു 'മമരാപുരി' യിൽ
ലാലസിച്ചിതഗ്ഗായകവര്യൻ!

ധന്യധന്യമത്തൂലിക ജീവ-
സ്പന്ദമേകിന ഗാനശതങ്ങൾ,
വർണ്ണനാതീതവശ്യത വായ്ക്കും
വർണ്ണസങ്കീർണ്ണപിഞ്ഛിക വീശി,

മർത്ത്യഹൃത്തിനടിത്തട്ടിലെത്തി-
ത്തത്തി മാസ്മരനൃത്തം നടത്തി!

അപ്രതിമപ്രതിഭയിൽ മങ്ങാ-
തുജ്ജ്വലിക്കും മയൂഖനാളങ്ങൾ,
ഇന്ദ്രചാപങ്ങൾ നെയ്തുനെയ്താടും
സുന്ദരമാമബ്ഭാവനതന്നിൽ,
ചിത്തമൊന്നായ്ക്കവർന്നിടുമോരോ
ചിത്രപംക്തികൾ മേളിച്ചിണങ്ങി,
ചിന്ത പൂത്തും തളിർത്തും പുളകം-
ചിന്തിനിന്നു സുഷമയിൽ മുങ്ങി.
ചുറ്റിമുറ്റിപ്പടർന്നതിൽത്തങ്ങി
കുറ്റമറ്റ കലാത്മകഭംഗി.

ഹാ, മരതകപ്പച്ചയൊലിക്കും
കോമളശ്രീയമുനാതടത്തിൽ,
നിത്യപുരുഷ,നച്യുതൻ, കൃഷ്ണൻ,
നിത്യനാരിയാം രാധയുമായി,
ആത്തരാഗം രമിച്ച രംഗങ്ങൾ-
ക്കാത്മദീപ്തമാം രൂപമിണക്കി,
ഫുല്ലഗാന്ധർവ്വമാധുര്യമുൾച്ചേർ-
ന്നുല്ലസിച്ചിതപ്രേമഗാനങ്ങൾ!

'മഞ്ജരി'—രാജകന്യതൻ തോഴി-
മഞ്ജിമയ്ക്കൊരു കുഞ്ഞലയാഴി.
ഉണ്ടവൾക്കൊരു ചെമ്പനിനീർപ്പൂ-
ച്ചെണ്ടിനൊപ്പം ചിരിക്കുന്ന ചിത്തം!—
അംഗുലിയൊന്നനങ്ങുകിൽ, ഗാനം
വിങ്ങിടും വീണപോലൊരു ചിത്തം!—
സ്പന്ദനങ്ങളിൽ സൗരഭം തേങ്ങും
മന്ദവായുപോൽ നേർത്തൊരു ചിത്തം!
സാത്വികാസ്വാദനങ്ങളെപ്പുൽകി-
സ്സത്കരിക്കുന്ന സമ്പൂതചിത്തം!...

ആ നടപ്പാത നിർജ്ജനമായി-
പ്പൂനിലാവുലഞ്ഞന്തി വരുമ്പോൾ,
കട്ടിവച്ച നിഴലുകൾ മുന്നിൽ
മുട്ടുകുത്തി നമസ്കരിക്കുമ്പോൾ,
ഗായകാലയപാർശ്വത്തിലൂടേ
ഗാനസാന്ദ്രമാം നെഞ്ഞിടിപ്പോടേ,
സ്നാനകർമ്മാർത്ഥമാറ്റുവക്കത്തേ-
യ്ക്കാ നതാംഗിതന്നാഗമം കാണാം.
പോയിടാതെ കവിയുടെ വീട്ടിൽ—
പോയിടാറില്ലവളൊരു നാളും.

ഓലമേഞ്ഞു, മൺഭിത്തികളോടും
ശ്രീലഹർഷദസ്വച്ഛതയോടും;
ഉച്ചവെയ്ലുമരിച്ചിറങ്ങാതേ
പച്ചകെട്ടിയ പന്തലുപോലെ,
നാലുദിക്കിലും പൂമരം തിങ്ങി
ലോലമർമ്മരം മാറാതിണങ്ങി,
മന്ദവായുവിൽ പൂമഴ വീഴും
സുന്ദരാങ്കണവീഥികളോടും;
ലാലസിക്കുമക്കൊച്ചുകുടിലിൽ
കാലുകുത്താൻ കഴിവതുപോലും,
ഭാഗ്യമെന്നോർത്തു നിത്യപ്രശംസാ-
യോഗ്യമാശ്ശുദ്ധകന്യാഹൃദന്തം.

ദീപദീപ്തമാ മച്ചിൽ, സുഗന്ധ-
ധൂപലാളിതയായൊരു കോണിൽ,
അങ്കിതലതാപുഷ്പാദിചിത്ര-
സങ്കലിതമാം കൊച്ചുപുൽപ്പായിൽ;
തെല്ലിടം ചാഞ്ഞു കൈ നിലത്തൂന്നി,
മുല്ലമൊട്ടൊന്നു ചെഞ്ചുണ്ടിൽ മിന്നി,

ഹാ, വലംകൈത്തളിരിൽച്ചിബുകം
പൂവിതൾപോലലസമായ്ത്തങ്ങി,
പ്രീതിപൂർവ്വം ചടഞ്ഞിരുന്നോരോ-
ന്നോതിടുന്നതു കേട്ടു രസിക്കെ;

എത്ര ഗന്ധർവ്വലോകം കടന്നാ
മുഗ്ദ്ധകന്യകാചിത്തം പറന്നു!
നിർമ്മലാശയൻ ഗായകൻ തൂകും
നർമ്മസൂക്തത്തിരച്ചാർത്തിലൂടെ,
എത്ര വിദ്രുമദ്വീപങ്ങൾ ചുറ്റി-
ത്തത്തിയാ സ്വപ്നലോലഹൃദയം!
നീലിമയിൽക്കിനാവുകൾ നീന്തും
നീണ്ടിടംപെട്ടൊരാ മിഴി രണ്ടും,
മിന്നി മിന്നി, മനോഹരസ്മേരം
ചിന്നി, നക്ഷത്രരേണുക്കൾ പൂശും!

ആ വിലാസിനിതൻ തളിർപ്പട്ടു-
ദാവണികൾതൻ വർണ്ണപ്രിയത്തിൽ,
കറ്റവാർകൂന്തൽ പൂവെച്ചു ചീകി-
ക്കെട്ടി മോടിചമയ്ക്കുമാ മട്ടിൽ,
അല്പനാളായഭിനവകാമ്യ-
കല്പനയൊന്നു വേറിട്ടു കാണാം.
ആടയാഭരണാദികളാലാ
മോടികൂട്ടുന്നതാരാസ്വദിക്കാൻ?

ഒക്കിൽ മൺകുടം വെച്ചു, കിണറ്റിൻ-
വക്കിലെത്തുന്ന നാട്ടുപെണ്ണുങ്ങൾ,
കാതു കൈ കഴുത്തോരോന്നൊളിവിൽ-
ക്കാണിനേരം പരസ്പരം നോക്കി,
തെല്ലസൂയ തികട്ടി വിഴുങ്ങി
മെല്ലെയൊന്നു ചിരിച്ചതിൻശേഷം,
തമ്മിലെന്തോ കുണുകുണുത്തൊന്നോ-
ടുൺമയിൽച്ചേർന്നൊരുത്സവംകൂടി.
ശിഞ്ജിതംപോലിടയ്ക്കിടെപ്പൊങ്ങി
മഞ്ജരിയെന്ന പേരിന്റെ ഭംഗി!.....

അമ്പലക്കുള,മാപണം, രഥ്യാ-
മണ്ഡലം, വഴിയമ്പലം, സത്രം,

എന്നുവേ,ണ്ടൊരു നാലുപേർ നാട്ടി-
ലൊന്നുചേരുമിടങ്ങളിലെല്ലാം,
മഞ്ഞിനെപ്പൂനിലാവുപോൽപ്പുല്കീ
മഞ്ജരിശേഖരാഖ്യകൾ തമ്മിൽ!

വല്ലതുമൊന്നു കിട്ടിയാലേറെ-
ച്ചൊല്ലുവതാണു ലോകസ്വഭാവം.
എന്നുമല്ലതിൽക്കുറ്റപ്പെടുത്താ-
നൊന്നുമില്ലാ ജനങ്ങളെയാരും!
ശേഖരനൊരു കാരണം പാകി!
ശാഖകളതിനന്യരുമേകി.
മന്ദിരാന്തവിജനതയിങ്കൽ
മഞ്ജരിയുടെ സന്ദർശനങ്ങൾ.
തന്മനസ്സിനു സമ്പൂതമാമൊ-
രുന്മദാസ്പദമാണെന്ന സത്യം,
പാരിൽനിന്നൊളിക്കാനൊരുനാളും
പാടുപെട്ടില്ലവനണുപോലും!

മഞ്ജരി—ലസൽത്ര്യക്ഷരി—ശബ്ദ-
രഞ്ജനതൻ മൃദുമധുമാരി;
അർത്ഥമോ?—തൂമലർക്കുലയെന്നാ-
ണെത്ര മാധുര്യപൂർണ്ണമാ നാമം!
ഹന്ത, സാധാരണർക്കീയഭിജ്ഞത-
യ്ക്കെന്തെഴകൊന്നിതിൽപ്പരം വേണം?
എങ്കിലും, തൃപ്തി പൂർണ്ണമായീലാ
തൻകരളിൽക്കവി,ക്കതുമൂലം,
ഭംഗികൂട്ടാനപ്പേരിനൊരോമൽ-
ത്തൊങ്ങൽകൂടിത്തൊടുത്തിട്ടു ധന്യൻ!
അങ്ങനെ, വെറും മഞ്ജരി പേർത്തും
പൊങ്ങി 'വാസന്തമഞ്ജരി'യായി!
'ചിത്ര!' മെന്നായ്ച്ചിരിച്ചു സാമാന്യ-
മർത്ത്യർ കേട്ടു തലയാട്ടിയോതി!

മൂന്ന്

വന്നുചേർന്നു വസന്തം—വനശ്രീ
വർണ്ണലജ്ജ വഴിഞ്ഞു ചിരിച്ചു.
തത്തിയെത്തുന്ന തൈമണിക്കാറ്റിൻ
തല്പമേറിസ്സുഗന്ധം മദിച്ചു.
വണ്ടു വന്നു വലംവെച്ചുരുമ്മി-
ത്തണ്ടുലയുന്ന താമരപ്പൂക്കൾ,
പാടലശ്രീ പകർന്നിടതിങ്ങി
സ്ഫാടികോജ്ജ്വലവാപികൾ മിന്നി.
നീട്ടി നീട്ടിക്കുറുക്കിക്കുറുക്കി-
ക്കാട്ടിൽ നീളെക്കരിങ്കുയിൽ കൂകി.

പൊന്നൊലിക്കുമിളവെയിൽച്ചാലിൽ
മിന്നിയാടും തളിർക്കുലച്ചാർത്തിൽ,
നൂണിറങ്ങിക്കറങ്ങിപ്പതുങ്ങി-
ത്താണുയർന്നു പൂമ്പാറ്റകൾ പാറി.
താലിമാലകൾ കെട്ടിക്കുണുങ്ങി-
ത്തായ്മരം ചേർന്നു വല്ലി നിന്നാടി.
അഷ്ടദിഗ്വധൂരത്നങ്ങളേന്തി
തുഷ്ടി തൂകും ഹിരണ്മയകാന്തി!—

ഏവമോരോ വിലാസങ്ങൾ നേടി-
ബ്ഭാവമോഹനമായൊരച്ചൈത്രം,
നൽകി നൂതനചോദനം മേന്മേൽ
പുല്കി ദീപ്തമാം ശേഖരചിത്തം!

ഭാവനക്കളിത്തോണിയിലേറി-
ദ്ദേവഗംഗയിലങ്ങിങ്ങു ചുറ്റി,
ഉൾപ്പുളകമണിഞ്ഞണിഞ്ഞോമൽ-
ക്കല്പപുഷ്പമധൂളികൾ ചൂടി,
നന്ദനോദ്യാനസൗന്ദര്യസാരം
സ്പന്ദനങ്ങളിൽക്കൂട്ടിക്കലർത്തി,

ജന്മജന്മാന്തരങ്ങളിൽത്തങ്ങും
നന്മയൂറിയൊഴുകിയൊന്നായി,
കർമ്മവൈഭവാബദ്ധമക്കാവ്യ-
കർമ്മയോഗിതൻ മാനസം പാടി!

അന്നു ശേഖരഗാനത്തിൽ നീന്തി
വന്നു രാജസദസ്സിൽ വസന്തം.
കണ്ടു കൺപൂട്ടി ശ്രോതാക്കൾ മുന്നിൽ-
ച്ചെണ്ടുലഞ്ഞ ഹരിതവനാന്തം.
കേട്ടു ചുറ്റും ചിറകടിക്കൊപ്പം
കൂട്ടുപോവും കളകളഘോഷം;
ശംഖനാദസമാനം മുഴങ്ങി-
സ്സംക്രമിക്കും മധുകരാരാവം!

ഏതു ലോകമി, തേതാഭിചാര-
സ്ഫീതശക്തിതൻ പൂർണ്ണവിപാകം?
എന്തു രംഗമി,തെന്തഭിമാദ-
തന്ത്രികകൾതൻ മാന്ത്രികോത്സംഗം?
ഹാ, ജനൗഘമെവിടെഗ്ഗമിച്ചു?
രാജസൗധവുമെങ്ങെങ്ങൊളിച്ചു?

എങ്ങു ഭൂവരൻ, രാജസദസ്സെ-
ങ്ങെ, ങ്ങുപോയിതഗ്ഗായകൻപോലും?
ഒന്നുമി, ല്ലൊക്കെ മിത്ഥ്യയാണുള്ള-
തൊന്നുമാത്രം—ആ വർണ്ണപ്രപഞ്ചം—
വിഭ്രമോന്മുക്തചേതന, യാത്മ-
വിസ്മൃതിയെപ്പുണരുന്ന മഞ്ചം—
സത്യസൗന്ദര്യസത്തകൾ പൂത്ത
നിത്യശീതളശ്രീലനികുഞ്ജം-
ജാതമോദമങ്ങൊറ്റ ഞൊടിയിൽ
നീതരായിതാ ശ്രോതാക്കളെല്ലാം.

അന്നുമത്തിരശ്ശീലയ്ക്കു പിന്നിൽ-
നിന്നുതിർന്നു വളക്കിലുക്കങ്ങൾ.

ഭിത്തിമേലിടയ്ക്കവ്യക്തമായി-
ത്തത്തിയേതോ നിഴലുകളാടി.
പൂത്ത പൊൻകൊന്നപ്പൂങ്കാവുപോലെ
പൂനിലാവു പരന്നതുപോലെ;
ലോലസുസ്മിതമാലകൾപോലെ
ലാലസിച്ചിതാ മഞ്ഞഞെറികൾ.
ഗായകാത്മാവിലേക്കങ്ങുനിന്നും
പായുകയായൊരാവേശനാളം!...

കേവലം ഗാനമല്ലാതൊരേതോ
ദ്രാവകീകൃതസ്വപ്നസാമ്രാജ്യം
തൽപ്രവാഹത്തിലേതോ ജഗത്തേ-
ക്കിപ്രപഞ്ചമൊലിച്ചൂർന്നുപോയി.
തണ്ടലർപോൽ വിശേഷിച്ചതിങ്കൽ
രണ്ടു ചിത്തം വിടർന്നുനിന്നാടി.
രാജകന്യകതൻ കടക്കണ്ണിൽ
രാജസമൊരു ലാളനം കൂമ്പി!....

ആ വസന്തവിലാസാപദാന-
ഭാവഗാനങ്ങൾ കേട്ടതിൻശേഷം,
മന്ദഹാസമോടാത്താനുഭാവം
മന്നവനന്നു ചോദിച്ചിതേവം:
"ഫുല്ലപുഷ്പപ്രസന്നമായുള്ളോ-
രുല്ലസൽച്ചൈത്രരാജാങ്കണത്തിൽ,
മത്തടിച്ചാർത്തു മൂളുകയെന്യേ
മറ്റു യാതൊന്നും മക്ഷികയ്ക്കില്ലേ?..."

തെല്ലു കണ്ണൊന്നു ചിമ്മിച്ചിരിച്ചു
ചൊല്ലി മെല്ലെക്കവീന്ദ്രനുമിത്ഥം:

"ഉണ്ട്--വാസന്തമഞ്ജരിതൻ തേ-
നുണ്ടിടും ജോലികൂടി, യെൻ സ്വാമിൻ!..."

കൂട്ടമായിതു കേട്ടു ചിരിച്ചു
കേട്ടുനിന്നവർ രാജസദസ്സിൽ!

ഗായകവര്യനേകിയ നാമ-
ധേയമംഗീകരിച്ചതായ്കേൾക്കെ;
മഞ്ജരിക്കന്നജിതകുമാരി
മന്ദഹാസം പകർന്നേകിപോലും!
മഞ്ജരിതൻ മനസ്സിലാനന്ദ-
മർമ്മരങ്ങൾ പൊടിഞ്ഞിതുപോലും!—
ഒത്തുചേരുന്നു ജീവിതംതന്നിൽ
സത്യവും പൊയ്യുമാവിധം തമ്മിൽ,
എങ്ങുമീശ്വരൻ തീർപ്പതിൽ, സ്വന്തം
തൊങ്ങൽ കൂട്ടിയണക്കുന്നു മർത്ത്യൻ.
അക്കവീശ്വരഗാനങ്ങളെന്നാ-
ലൊക്കെയൊന്നുപോൽ സത്യങ്ങൾമാത്രം.
ആദിമാത്രതൊട്ടുള്ളാത്മഖേദം
ഏതുമന്തമൊന്നില്ലാത്ത മോദം—
നിത്യഭാവങ്ങളേവമിണങ്ങി
നിസ്തുലങ്ങളഗ്ഗാനങ്ങൾ മിന്നി!

നാല്

നാടുനീളെപ്പരന്ന യശസ്സിൻ
സ്ഫാടികാഭയിലാമഗ്നമായി,
പൂജതൻ പൂർണ്ണകുംഭാഭിഷിക്ത-
രാജഗായകനാമം വിളങ്ങി!

പുല്ലണിപ്പച്ചത്താഴ്വരക്കാട്ടി-
നുള്ളിലാടുകൾ മേഞ്ഞലയുമ്പോൾ,
ശ്യാമളസരിൽത്തീരത്തിലോരോ
പൂമരം ചേർന്നിരുന്നിടയന്മാർ,
സ്വച്ഛശേഖരഗാനങ്ങൾ വർഷി-
ച്ചുച്ചവെയ്‌ലിൽ നിലാവു പുരട്ടി!

കാറ്റുപായ്ക്കുട നീർത്തിപ്പിടിച്ച-
ങ്ങാറ്റിൽ നീങ്ങുന്ന തോണികൾക്കുള്ളിൽ
ഭാവമൊപ്പിച്ചു നേർപ്പിച്ചു നീട്ടി-
ക്കേവുകാരാക്കവിതകൾ പാടി!

താരകകൾ വിളറി,ക്കിഴക്കിൻ
താമരപ്പൊയ്ക പൂത്തുല്ലസിക്കെ;
വൃക്ഷരാശിയിലങ്ങിങ്ങുണർന്നു
പക്ഷികളോരോ കീർത്തനം ചൊല്കെ;
ശീകരാർദ്രമാം വായുവിൽ, നേർത്ത
പൂഗഗന്ധമൊളിച്ചുകളിക്കെ;
കങ്കണങ്ങൾ കിലുങ്ങിക്കിലുങ്ങി
മങ്കമാരത്തയിർ കലക്കുമ്പോൾ,
ഗ്രാമഗേഹമുഖങ്ങളിൽനിന്ന-
പ്രേമഗാനങ്ങൾ വീർപ്പുവിട്ടെത്തി:
താലി പൊട്ടിച്ചൊരോമൽക്കൃഷക-
ബാലികതൻ സ്മൃതികളെപ്പോലെ!

ചന്ദ്രശാലയിൽ, ഗ്രീഷ്മാന്തശാന്ത-
ചന്ദ്രികാമയമാകിയ രാവിൽ;
രോമഹർഷങ്ങൾ തിങ്ങി ത്രസിക്കും
കാമുകൻതൻ മലർമടിത്തട്ടിൽ;
ആഞ്ഞുപുല്കവേ, ലജ്ജിച്ചു താനേ
ചാഞ്ഞുവീഴും പ്രഭുവരപുത്രി,
കൊക്കുരുമ്മാനിണയടുക്കുമ്പോൾ
കൊഞ്ചി നീങ്ങും കുയിൽപ്പേടപോലെ,
പ്രേമസാന്ദ്രസാകൂതസ്മിതത്തോ-
ടാ മനോഹരഗാനങ്ങൾ പാടി!

അറ്റരണ്ട വറുതിയിൽ വെള്ളം
തൊട്ടിടാതെ, വയലുകൾക്കുള്ളം,
കത്തിടുമ്പോൾ, കനിവിൻ കഴുത്തിൽ
കത്തിവയ്ക്കാത്ത കർഷകയോധൻ,

കൊക്കരണിയിൽ ത്ളാവിട്ടു തേകി
നില്ക്കെ,യാപ്പാട്ടുമൊപ്പമൊഴുകി!

ചൂടുമാറി,പ്പുതുമഴ ചാറി-
പ്പാടമൊക്കെക്കുളിർക്കുന്ന നാളിൽ;
നീലമേഘത്തെ നോക്കിക്കുടക-
പ്പാല കോൾമയിർക്കൊള്ളുന്ന നാളിൽ;
ഉച്ചനേരത്തു പൊത്തിലൊതുങ്ങി-
ക്കൊച്ചരിപ്രാവു കൂവുന്ന നാളിൽ;
ചേറിലങ്ങിങ്ങു ചേരിനിരന്നു
ഞാറുപാകും പുലപ്പെൺകിടാങ്ങൾ—
കൂട്ടിനുള്ളിലിരുന്നു കൂകാനും
ഭാഗ്യമില്ലാത്ത കൊച്ചരിപ്രാക്കൾ—
ചേലുമീട്ടുമൊരീണത്തിലൊന്നി-
ച്ചാലപിച്ചിതാഗ്ഗാനശതങ്ങൾ!

അന്തി മായുമ്പൊഴമ്പലമുറ്റ-
ത്തന്തികത്തുള്ളരയാൽത്തറയിൽ,
വട്ടമിട്ടിരുന്നോരോ വിനോദം
തട്ടിമൂളിച്ചു, ധൂമങ്ങൾ ചിന്നി,
മാറി മാറിച്ചിലമ്പി കൈമാറി
മോദമാളുന്ന കാർപ്പടികന്മാർ,
പാടി, രാധികാമാധവരാഗ-
ധാടി വായ്ക്കുമാട്ടിവ്യഗീതങ്ങൾ!

ചന്ദ്രലേഖയൊരല്പം സ്ഫുരിച്ചാൽ
മന്ദവായു വന്നൊന്നു മന്ത്രിച്ചാൽ,
ജാലകങ്ങൾ, സദനാങ്കണങ്ങൾ
ചോലവൃക്ഷച്ചുവടുക,ളേവം,
എങ്ങുനിന്നുമുയർന്നു നാടാകെ-
ത്തങ്ങിടുമക്കവിയുടെ ഗാനം!
പിച്ച യാചിച്ചലയുവോർപോലു-
മുച്ചരിച്ചിതാകാവ്യഖണ്ഡങ്ങൾ.

പൊന്മുടിചൂടും മന്നവർ പോലും-
മുണ്മയിൽപ്പാടിയഗ്ഗീതകങ്ങൾ-
എന്നുവേ,ണ്ടാക്കവിയുടെ ഗാന-
മൊന്നുരണ്ടു വരികളെന്നാലും
അല്ലലറ്റു ഹൃദിസ്ഥമാക്കീടാ-
തില്ല നാട്ടിലന്നൊറ്റൊരാൾപോലും!

ഖ്യാതി പൊങ്ങിയെന്നാകിലും ഗർവ്വ-
മേതുമേശാതഭിമതനായി,
നിത്യതൃപ്തി നുകർന്നുല്ലസിച്ചു
നിഷ്കളങ്കഹൃദയൻ കവീന്ദ്രൻ.

വന്നു സുന്ദരി മഞ്ജരി വീട്ടിൽ
ചെന്നുതാനെന്നും രാജസദസ്സിൽ
പാടി, മുന്നിലാ മഞ്ഞഞെറിക-
ളാടി--നേരിയ ശിഞ്ജിതം ചിന്നി!
ശിഞ്ജിതങ്ങൾ, ശിഥിലങ്ങൾ, മുന്നിൽ
മഞ്ജുളങ്ങളാ മഞ്ഞഞെറികൾ!
നേർത്ത നീലനിഴലുക,ളേതോ
വാസ്തവത്തിൻ മുഖാവരണങ്ങൾ!

ആ യവനികയ്ക്കപ്പുറം, ദിവ്യ-
മായൊരജ്ഞാതഗൂഢപ്രപഞ്ചം!
തന്നനാർഭാടജീവിതാലംബ-
സ്പന്ദനങ്ങൾക്കധിഷ്ഠാനതാരം,
ഉല്ലസിപ്പതുണ്ടങ്ങതി,ലേതോ
ഫുല്ലവിദ്യുൽപരിവേഷപൂർവ്വം!
താനതിനെത്തന്നാത്മഗാനത്താൽ
താണു കൈകൂപ്പിയർച്ചനചെയ്വൂ!

എന്തു ശാന്തിയാ,ണെന്താത്മഹർഷം!
എന്തു ദിവ്യപ്രചോദനവർഷം!
എത്ര ധന്യനാ,ണെത്ര,സന്തുഷ്ട-
നെത്ര സംതൃപ്തനക്കവിവര്യൻ!

കല്മഷമറ്റാജ്ജീവിത,മോമൽ–
ക്കമ്രകൽഹാരവാപിപോൽ മിന്നി!....

അഞ്ച്

രാഗമോഹമദാദികൾ തങ്ങി
രാപകൽത്തിരയോരോന്നു നീങ്ങി.
ദക്ഷിണദിക്കിൽനിന്നാർത്തണഞ്ഞു
ദക്ഷദക്ഷനൊരു കവിമല്ലൻ;
ശീതശാന്തശരൽക്കാലസന്ധ്യാ-
വേദിയിലൊരിടിവെട്ടുപോലെ-
സ്വപ്നസാന്ദ്രസുഷുപ്തിയിലേക-
ശപ്തമക്കുണദംശനംപോലെ–
ചാരുനൃത്തഗാനോത്സവമദ്ധ്യേ
ചീറിടുമൊരു പേമാരിപോലെ–
വ്യാപൃതാഭാവകാവ്യകർമ്മത്തിൽ
വ്യാകരണവിഡംബനംപോലെ!

നാട്ടിൽനിന്നു തിരിച്ചു, താൻ ചെന്ന
നാട്ടിലെങ്ങും ജയക്കൊടി നാട്ടി,
ലോകമൊട്ടുക്കെഴും കവിവര്യർ–
ക്കാകമാനമടിയറവേകി,
അന്നൊടുവിലമരാപുരിയിൽ
വന്നതാണുപോലാ മഹോദ്ദണ്ഡൻ!

മുണ്ഡിതശീർഷപിണ്ഡ,മതിങ്കൽ
തുണ്ഡതുല്യം നടുക്കല്പകേശം.
ചന്ദനാങ്കിതസ്വിന്നലലാടം
നിന്ദ പൊങ്ങിക്കുമളച്ച നേത്രം
കുഞ്ചിതാഗ്രമാം നാസ,യിന്നോളം
പുഞ്ചിരിയൊന്നു പുല്കാത്ത വക്ത്രം–
വല്ലകാലത്തതിനതു വന്നാൽ
പല്ലുമാത്രമിളിക്കുന്ന വക്ത്രം.

ഒട്ടിയ കവിൾത്തട്ടുകൾ, കണ്ഠം
മുട്ടി മുന്നിടും സ്വർണ്ണരുദ്രാക്ഷം
കുങ്കുമഭസ്മചന്ദനരേഖാ-
സങ്കരാങ്കിതപങ്കിലഗാത്രം.
കൈയിലാ വീശുപാള, പിൻപേ വാ-
ക്കയ്യുപൊത്തിയ ശിഷ്യസമൂഹം.
ചുറ്റുപൂണുനൂൽ മാറിലതേതോ
തറ്റുടുത്ത സജീവകങ്കാളം.

സർവ്വശാസ്ത്രത്തികവും, ദുരയും
ഗർവ്വും, വൻപും, കുളിയും കുറിയും,
ഹാ, കുതർക്കം പിശുക്കും കുറുമ്പും
ലോകനിന്ദ കുനിഷ്ടും കുശുമ്പും,
ഒക്കെയൊന്നിച്ചു ചേർത്തൊന്നുണക്കാ-
നൊക്കുമെങ്കി,ലശ്ശാസ്ത്രിയോടൊക്കും!
കർക്കശൻ കലി ചത്തുയർന്നേറ്റ
കല്കിതന്നെയപ്പണ്ഡിതരാജൻ!

വാക്കിലോരോന്നുമെട്ടുപത്തർത്ഥം
വാ പൊളിച്ചും, പൊളിപ്പിച്ചു കൊന്നും
ശ്ലേഷവും, ധ്വനി, പ്രാസം, യമകം
ശേഷമുള്ള സമസ്തകസർത്തും,
അട്ടിയട്ടിയായ്ച്ചേർന്നൊരു കീറാ-
മുട്ടിയായി മരവിച്ച പദ്യം,
ബദ്ധഗർവ്വമൊടിച്ചു മടക്കി-
സ്രഗ്ദ്ധരച്ചട്ടക്കൂട്ടിലടക്കി,
കാഴ്ചവച്ചു നരേന്ദ്രനെ വാഴ്ത്തി-
ക്കാൽത്തളിരിലക്കാവ്യപ്രഭാവൻ!
പദ്യപാരായണാൽപരം ഭൂപൻ
ഹൃദ്യമായോതി സസ്മിതമേവം:

"ഭദ്ര, ഹേ, കവേ, സ്വാഗതം, നീണാ-
ളുദ്രസം ഭവാൻ വാഴുകായുഷ്മൻ!"

മെല്ലെയൊന്നു നമിച്ചു സഗർവ്വം
ചൊല്ലിനാനിദം പുണ്ഡരീകാഖ്യൻ:

“മന്ദിരേ, ഭോ, മദാഗമം, ശബ്ദ-
ദ്വന്ദ്വയുദ്ധാർത്ഥമാണദ്യ, ധീമൻ!
കുത്ര കർഹിചിൽ കർശിതം, ഹാ, മൽ
ജൈത്രയാത്രകലാഹകം, ശ്രീമൻ!
ദേഹി ദേഹി മേ വാഗ്രണഭൂമൗ
ദാഹികപ്രതിദ്വന്ദ്വിയെ, സ്വാമിൻ!”

ഒന്നുയർന്നക്കവീന്ദ്രനു നേരേ
കണ്ണെറിഞ്ഞൊരു പുഞ്ചിരി തൂകി,
“ഉണ്ടു ഞങ്ങൾക്കു ശേഖരൻ”--മാനം
വിണ്ടുകീറാതെ കാത്തു മഹീശൻ!

സ്പന്ദനങ്ങൾക്കു തീവ്രതയേറി
സുന്ദരമാം കവിഹൃദയത്തിൽ—
അന്തരാത്മാഭയിൽ സപ്തവർണ്ണം
ചിന്തിമിന്നും മണിമുകുരത്തിൽ!
വാസ്തവത്തിൽ തനിക്കറിവീലാ
വാക്സമരമതെന്തെന്നുപോലും!
വാക്കുകൾ—അവർ യുദ്ധത്തിനെന്നോ?
പോർക്കളത്തിലവർക്കെന്തു കാര്യം?
തറ്റുടുത്തു തുടയ്ക്കവ തല്ലി-
പ്പറ്റലരോടെതിർപ്പവരാണോ?
കട്ടകെട്ടുന്ന രക്തക്കളത്തെ-
പ്പട്ടുമെത്തയെന്നോർക്കുവോരാണോ?
പ്രാണനിലാ നഖാഗ്രങ്ങൾ കേറ്റി-
ശ്ശോണിതം നക്കി നില്ക്കുവോരാണോ?
ദേവഹർമ്മ്യങ്ങൾ തീവെച്ചു മാട-
പ്രാവുകളെപ്പിടിപ്പവരാണോ?
വാക്കിൽനിന്നാണു സർവ്വവും--അയ്യോ,
വാക്കുകൾ!—അവർ യക്ഷികളാണോ?

വൈപരീത്യമിതെന്തു, താൻ കണ്ട
വൈഖരികളഹോ, കുലസ്ത്രീകൾ!

കന്ദുകക്രീഡയാടിടുമോമൽ—
സുന്ദരികൾ, സുശീലകൾ മാത്രം.
ശപ്തസംഗ്രാമഭൂമിയിലേക്കാ
സ്വപ്നലോലകളെമ്മട്ടു ചെല്ലും?
രോമഹർഷം വിതയ്ക്കുമക്കൈകൾ
ഭീമഖഡ്ഗങ്ങളേന്തിടുമെന്നോ?
ചുംബനങ്ങൾ തുളുമ്പിടുന്നോര-
ച്ചുണ്ടു രക്തം കുടിച്ചീടുമെന്നോ?
വിശ്വസിക്കാനരുതു തനിക്കീ
വിക്രിയാവൈകൃതങ്ങളെത്തെല്ലും!
—എങ്കിലു,മൊരു നൊമ്പരം തോന്നീ
തൻകരളിൽ കവിക്കെന്തുകൊണ്ടോ!

അന്നു രാത്രിയിലേകാന്തശാന്ത-
സുന്ദരമാം നിജാലയംതന്നിൽ,
വിശ്ലഥനിദ്ര വീണ്ടും തൊടുത്തു
വിശ്രമിക്കും കവിയുടെ മുന്നിൽ,
കുഞ്ഞുകുഞ്ഞല ചിന്നിയുലഞ്ഞാ
മഞ്ഞവർണ്ണയവനിക മിന്നി.
ഇല്ല ശിഞ്ജിത,മില്ല സുഗന്ധ-
മില്ല നേരിയൊരാ നിഴലാട്ടം.
എന്തു മൂകത,യെന്തൊരു ശൈത്യം
എന്തസഹനീയോഗ്രജഡത്വം!
ഒന്നു പാടാൻ കഴിഞ്ഞെങ്കി,ലയ്യോ,
തന്നിൽനിന്നുമാപ്പാട്ടെങ്ങുപോയി?
ജീവനാണു തൻപാ,ട്ടതു പോയി
കേവലം താൻ വെറും പ്രേതമായി!
പ്രേതമാണു താൻ--തൻപേരിൽ മേലിൽ
പ്രീതി തോന്നിയിട്ടാർക്കെന്തു കാര്യം?

അത്ഭുത,മാ യവനികയെമ്മ-
ട്ടിത്ര വേഗം കരിന്തുണിയായി
എങ്ങുപോയിതാ മഞ്ഞഞെറികൾ?-
മംഗലത്തിന്റെ പൂപ്പുഞ്ചിരികൾ!
അക്കരിമറതൻ പിന്നിലെന്താ-
ണഗ്നിനാളങ്ങൾ, ചെന്തീപ്പൊരികൾ!
കത്തിപോൽക്കൈവിരലുകൾ മീതേ
തത്തിനില്പൂ നഖാഗ്രകോഗ്രങ്ങൾ!
ചഞ്ചലിപ്പൂ തിര,യതിന്നേതിൻ
നെഞ്ചെരിക്കും തിരപ്പുറപ്പാടോ?...
മാറിയാ മറ--പന്തങ്ങളാളി
മാരകമതെന്തുഗ്രജവ്യാളി
അട്ടഹാസ,മാ ദംഷ്ട്രകൾ--കണ്ടാൽ
ഞെട്ടും--എന്തു ഭയങ്കരസത്വം!
മുണ്ഡിതോച്ഛ്രിഖശീർഷമതാരാ-
പ്പുണ്ഡരീകൻ!—നടുങ്ങീ കവീന്ദ്രൻ!
കണ്ണു ഞെട്ടിത്തുറന്നു--തമസ്സിൻ
കമ്രതാരം വിളിപ്പൂ നഭസ്സിൽ!...

ആറ്

പാടലബലിക്കല്ലിനു മുൻപൊ-
രാടിനെപ്പോലരണ്ടാഞ്ഞു ചൂളി,
പണ്ഡിതാഢ്യനെതിരെ, വിവർണ്ണ-
ഗണ്ഡനായ് കവി ചെന്നൊന്നു നിന്നു.
ധ്യാനലോലമാം പുഞ്ചിരിയോടെ
താണു കൈകൂപ്പിത്താഴത്തിരുന്നു,
ഒന്നു ശീർഷമനക്കിയതല്ലാ-
തൊന്നുമേ ചെയ്തീലുദ്ധൃതഗർവ്വൻ,
പിന്നിൽ മേവുന്ന ശിഷ്യർതൻ നേരേ
പിന്നെയൊന്നർത്ഥഗർഭമായ് നോക്കി.

മർത്ത്യലക്ഷനിബിഡിതം വാണീ-
മത്സരാങ്കമാ മന്ത്രശാലാന്തം.

ശ്വേതഭിത്തികാശീർഷശാലാഗ്രേ
പീതലോലയവനിക മിന്നി.
അങ്ങുനോക്കവേ ഗായകഹൃത്തി-
ലങ്ങുമിങ്ങുമൊരിക്കിളിയോടി,
ധ്യാനപൂർവ്വം നമിച്ചു പിന്നീട-
ഗ്ഗാനലോലഹൃദയമിതോതി:

"മത്സമീപേ വിജയമണഞ്ഞീ
മത്സരത്തിലിന്നെന്നെ വരിക്കിൽ,
കാഹളിതമാമിങ്ങവിരാമം
സ്നേഹരൂപിണി, ദേവി, നിൻ നാമം!..."

ഭേരി പൊങ്ങി മുഴങ്ങി--വണങ്ങി—
ദ്വാരപാലകൻ വാങ്ങിയൊതുങ്ങി.
"വെൽക, നാരായണാഢ്യൻ നരേന്ദ്രൻ
വെൽക, നാടിൻ പുരാപുണ്യചന്ദ്രൻ!"
വാച്ച ഭക്തിയോടൊത്തു കൈകൂപ്പി
വാഴ്ത്തിയുച്ചത്തിൽ വൈതാളികന്മാർ.

ദാർവ്വടമൊന്നിളകീ--ജനൗഘം
സാർവ്വഭൗമനെക്കണ്ടേറ്റുകൂപ്പി.

വൈരധൂളികൾ പാളിപ്പളുങ്ങും
ഗൗരനീരാളധാരാഞ്ചലങ്ങൾ,
ചന്ദ്രകാന്തത്തറയിലിഴഞ്ഞു
മന്ദഹാസം മെഴുകി സ്രവിക്കെ;
വജ്രകുണ്ഡലം വെട്ടിത്തിളങ്ങി
വക്ത്രമണ്ഡലദീപ്തി വർദ്ധിക്കെ;
മുഗ്ദ്ധകോടീരപുച്ഛകപിച്ഛം
മുത്തൊളിയിലിളകിക്കളിക്കെ;
മാറിൽ മഞ്ജുമണിമയമാല്യം
മാരിവിൽ മാറി മാറി മഥിക്കെ;
ഹാ, പദേ പദേ രാജസശ്രീതൻ
വ്യാപിതാംശുക്കൾ പൂമഴപെയ്കെ;

അങ്കിതശസ്ത്രസജ്ജാഢ്യരായോ-
രംഗരക്ഷകന്മാരോടുകൂടി;
കാന്തിതൻ നീലനീരലച്ചാലിൽ
നീന്തിനീങ്ങും ശരന്മുകിൽപോലെ;
വന്നു, ഹേമാംഗസിംഹാസനത്തിൽ
വന്ദ്യധാത്രീന്ദ്രവര്യനിരുന്നു.
ആദരമാർന്നിടംവലമൊപ്പ-
മാളികൾ നിന്നു ചാമരം വീശി.
—അല്പമാത്രകൾ പോയി, ജനൗഘം
അപ്പൊഴേക്കുമൊന്നുൽബുദ്ധമായി
"വെൽക, ശേഖരൻ, രാജകവീന്ദ്രൻ
വെൽക സംഗീതവാസന്തചന്ദ്രൻ!..."
വാച്ച തുഷ്ടിയോടൊത്തു കൈയാട്ടി
വാഴ്ത്തിയുച്ചത്തിലാർത്തു പൗരന്മാർ.
"വെൽക, പുണ്ഡരീകാഖ്യൻ, സുധീന്ദ്രൻ!
വെൽക വിശ്വൈകകാലാപകേന്ദ്രൻ..."
വർദ്ധിതാദരം പ്രാർത്ഥിച്ചു പാർശ്വ-
വർത്തികളായ ഭക്തശിഷ്യന്മാർ...

പുണ്ഡരീകനെഴുനേറ്റു--ശാലാ-
മണ്ഡലാന്തം പ്രശാന്തത പെറ്റു.
ധിക്കൃതത്തള്ളലാൽ സ്വയം കണ്ഠം
പൊക്കി, മുറ്റി മുഴങ്ങും സ്വരത്തിൽ,
കാപടികൻ നൃപസ്തുതിക്കമ്പ-
ക്കാലിനു തീ കൊളുത്തിപ്പുളച്ചു.

അക്കൃതിയിൽ നൃപാലനൊരിക്കൽ
പൊക്കമുള്ളൊരു പർവതമായി.
പിന്നെ വിസ്തൃതസാഗരമായി
പിന്നെയുഗ്രവനാന്തരമായി.
ചന്ദ്രനായ് നിന്നിട്ടിന്ദ്രനായ് മാറി
ചന്ദ്രഹാസമിളക്കിയലറി.
ബ്രഹ്മനായ്, വിഷ്ണുവായ്, ശിവനായി,
ഷണ്മുഖനായി, വിഘ്നേശനായി,

മിത്രവർഗ്ഗത്തിൽ കല്പകമായി
ശത്രുരാശിക്കു കാലനുമായി.
കാമിനിമാർക്കു കൺകുളിരേകി-
ക്കാമദേവനായ് കാൽക്ഷണം മേവി.
ഹന്ത, പാവം നൃപനെപ്പിടിച്ചെ-
ന്തിന്ദ്രജാലങ്ങൾ കാട്ടിയാ വീരൻ!

അബ്ധിവീചികൾപോലിരച്ചാർത്ത-
ബ്ഭിത്തികളിലടിച്ചു ചിതറി,
കേട്ടുനില്ക്കും ജനങ്ങൾതന്നസ്ഥി-
ക്കൂട്ടിനുള്ളിലൂടൂളിയിട്ടോടി,
വിത്രസിച്ചിതക്കൗസ്യതികൻതൻ
വിഭ്രമപ്രദവാഗ്വിഭവങ്ങൾ!

തൽക്കൃതിയിൽ ധ്വനികളും മറ്റും
തിക്കുകൂട്ടും പരമരഹസ്യം,
കെട്ടഴി,ച്ചിഴയോരോന്നു പൊക്കി-
ക്കാട്ടി പിന്നെയക്കാവ്യകണ്ഡുലൻ.
ഹ്രസ്വമാകുമാ നാരായണാഖ്യ-
യ്ക്കർത്ഥമായിരമേച്ചേച്ചുകെട്ടി,
പന്തലിപ്പിച്ചുയർത്തിപ്പിടിച്ചോ-
രിന്ദ്രജാലത്തെ ദർശിച്ച നേരം,
ഒന്നൊഴിയാതെ കണ്ണും മിഴിച്ചു
നിന്നുപോയ് മർത്ത്യരാബാലവൃദ്ധം!

പുണ്ഡരീകനിരുന്നു—ഹാ, മർത്ത്യ-
മണ്ഡലമൊന്നു മൂരി നിവർന്നു.
സ്ഥൂണരാശിക്കിടകളിൽ, മർത്ത്യ-
മാനസങ്ങളിൽ, മാറ്റൊലി വീശി,
പിന്നെയും തങ്ങിനില്പതായ്ത്തോന്നി
മന്ദ്രഗംഭീരമാ സ്വരസ്പന്ദം
അന്യദേശത്തുനിന്നണഞ്ഞോരാ-
ദ്ധന്യരോരോ മഹാപണ്ഡിതന്മാർ!

“വീര,നെന്തൊരു വീരൻ!”—എന്നിത്ഥം
വീറൊടൊന്നിച്ചു കൈയടിച്ചാർത്തു!

മന്നവേന്ദ്രനൊരുൽക്കണ്ഠം വെമ്പും
കണ്ണുരച്ചു കവിയുടെ കണ്ണിൽ
കാതരമാം കടമിഴിയാലേ
കാവ്യകാരൻ നൃപനെയും നോക്കി.

അസ്ത്രമേറ്റു കുതിക്കവേ, മാർഗ്ഗം
മുട്ടി വീണൊരു മാനിനെപ്പോലെ
പാടുപെട്ടൊന്നെഴുന്നേറ്റു, പാവം,
പാടുവാനായൊരുമ്പെട്ടു നിന്നു.
മുത്തൊളിക്കവിൾത്തട്ടുകൾ മങ്ങി
മുഗ്ദ്ധയെപ്പോലെ നാണിച്ചൊതുങ്ങി,
ലോലതയിൽ തരുണിമയാടി
ലാലസിക്കുമക്കോമളരൂപം;
കണ്ഠകീലകബന്ധമൊരുക്കി-
ക്കമ്പിയെല്ലാം മുറുക്കിയിണക്കി
ഒന്നുതൊട്ടാലുടൻ പാട്ടുപെയ്യാ-
നുന്നിനിന്നിടും വീണപോൽ തോന്നി!

നേർത്ത സൗമ്യസ്വരത്തിൽ, നിജാസ്യം
താഴ്ത്തി ഗായകൻ ഗാനം തുടങ്ങി.
ഒന്നുമേ കേട്ടതില്ലതിലാദ്യ-
മൊന്നുരണ്ടു വരികളൊരാളും
മന്ദമന്ദമശ്ശീർഷമുയർന്നു
മഞ്ജുഗാനവുമൊപ്പം വളർന്നു.
അത്രമാത്രം തെളിമയും ചേണു-
മൊത്തിണങ്ങിയോരസ്വരനാളം,
പാളി മേലോട്ടു മേലോട്ടു, കത്തി-
ക്കാളിടുമൊരു തീജ്ജ്വാലപോലെ!

ഭൂതകാലതിമിരാന്തരത്തിൽ
പാതി മാഞ്ഞു, മൊളിഞ്ഞും, തെളിഞ്ഞ;

ലാലസിക്കുമാ വിശ്രുതധാത്രീ-
പാലവംശപവിത്രചരിത്രം,
വാഴ്ത്തി,യോരോരോ സംഭവചിത്രം
കോർത്തിണക്കി രസാത്മകമാക്കി,
ഹാ, വിശിഷ്ടമൊരു ലഘുകാവ്യം
ഭാവസാന്ദ്രമായ് പാടീ കവീന്ദ്രൻ.
വീരകൃത്യസഹസ്രാപദാനം
ചോരയിൽ നിന്നുറഞ്ഞൊരാ ഗാനം
വന്നു വന്നതു മുന്നിലാ മിന്നും
മന്നവന്റെ ചരിതത്തിലെത്തി.
ഓട്ടമായ്ച്ചൂടുരക്തം ഞരമ്പിൽ
കേട്ടുനില്ക്കും പ്രജകളിലെല്ലാം.
വിഷ്ടപേന്ദ്രമുഖത്താക്കവീന്ദ്രൻ
ദൃഷ്ടി ബന്ധിച്ചു ഗാനമർച്ചിക്കേ,
കേട്ടു ചുറ്റിലും കോൾമയിർക്കൊള്ളും
നാട്ടുകാർക്കെഴും ഭക്തിപ്രകർഷം
തുഷ്ടിവായ്ക്കുമഗ്ഗാനത്തിൽനിന്നു-
മഷ്ടഗന്ധപ്പുകച്ചുരുൾപോലെ,
പൊങ്ങിയൂർന്നുലഞ്ഞങ്ങനെ ചെന്നാ-
മന്നവേന്ദ്രന്റെ സിംഹാസനത്തെ,
ചുറ്റി, മാലാകലാപമിണക്കി-
പ്പറ്റി മിന്നിടുംമാതിരി തോന്നി!
അത്രമാത്രം മതിമറന്നോരോ
മർത്ത്യഹൃത്തുമീയാശംസയേകി:
"ഭാഷ പൂത്തും, വികാരം തളിർത്തും
ഭാവനയ്ക്കു പുളകം കിളിർത്തും,
ചോരയിൽച്ചേർന്നലിഞ്ഞുപോം, ഗാന-
ധാരകളേ, ജയ, ജയ, നിങ്ങൾ!...."

പാടവത്തിൽ, ധനാശിയിൽ,മെല്ലെ-
പ്പാടിനിർത്തിയഗ്ഗായകനിത്ഥം:

"വാക്കുകൾതൻ മഹേന്ദ്രജാലത്തിൽ-
ത്തോല്ക്കുവാനിടയാകാമടിയൻ;

എങ്കിലും, പ്രഭോ, മാമകഹൃത്തിൽ-
ത്തങ്ങുമങ്ങയോടുള്ളൊരി സ്നേഹം,
വാശിയെത്ര വടംവലിച്ചാലും
വാടുകില്ല കിടുകിടപോലും."

പാട്ടു നിന്നു— കടക്കണ്ണിൽനിന്നു
കേട്ടുനിൽപ്പോർക്കു കണ്ണീരു വന്നു.
ചീർത്തുയർന്നു ജനാവലി പെട്ടെ-
ന്നാർത്തൊരാരാ ജയകോലാഹലങ്ങൾ!
മത്തടിച്ചാർക്കൽ മേല്ക്കുമേൽ പൊങ്ങി
ഭിത്തി ചുറ്റും കിടുങ്ങിക്കുലുങ്ങി.
മൂഢമെന്നമട്ടാ മർത്ത്യഘോഷ-
മൂഢഗർവ്വം തൃണപ്രായമാക്കി,
ചില്ലി രണ്ടും ചുളിച്ചു, തൻശീർഷം
മെല്ലെയാട്ടി, ച്ചൊടിച്ചൊന്നു മൂളി,
പുണ്ഡരീകനെഴുന്നേറ്റു മർത്ത്യ-
മണ്ഡലത്തിലിച്ചോദ്യമെറിഞ്ഞു:

"ചൊന്നിടുകൊന്നു സംശയിക്കാതെ
മന്നിലെന്തുണ്ടു വാക്കിനു മീതെ?..."

മുറ്റിനില്ക്കും ജനക്കൂട്ടമൊന്നോ-
ടൊറ്റമാത്രയിൽ നിശ്ശബ്ദമായി.
പുണ്ഡരീകൻ പ്രസംഗം തുടങ്ങി
മണ്ഡപാന്തം മുഴക്കെക്കുലുങ്ങി.
കെട്ടഴിച്ചു നിരത്തിയൊന്നൊന്നാ-
യൊട്ടസംഖ്യകം വിജ്ഞാനഭാണ്ഡം.

വാക്കു,വാക്കാണു സൃഷ്ടിയിലാദ്യം
വാക്കിനില്ലൊരുകാലവുമന്ത്യം.
വാക്കു ശക്തിതന്നത്ഭുതകേന്ദ്രം
വാക്കു വാ,ക്കതേ, വാക്കാണു ദൈവം!
വൈഭവേന സമർത്ഥിച്ചിതിത്ഥം
വൈഖരീവൈശ്രവണനിത്തത്ത്വം.

നാലുവേദവും ചിക്കിച്ചികഞ്ഞു
നാവടിച്ചടിച്ചാത്താർക്കികാഗ്ര്യൻ
ഉദ്ധൃതസൂക്തജാലം പടുത്തൊ-
രുജ്ജ്വലോന്നതമണ്ഡപം തീർത്തു.
മന്നിലെന്നല്ല വിണ്ണിലും വേറി-
ട്ടൊന്നതിന്മീതെയില്ലാത്തമട്ടിൽ,
വാച്ചഭക്തിയോടാ മണ്ഡപത്തിൽ
വാക്കിനെപ്പൊക്കിപ്പൂജിച്ചുവെച്ചു.
പേർത്തുപേർത്തിടിവെട്ടും സ്വരത്തിൽ
വാർത്തെറിഞ്ഞു സദസ്സിലച്ചോദ്യം:

"ചൊന്നിടുകൊന്നു സംശയിക്കാതെ
മന്നിലെന്തുണ്ടു വാക്കിനു മീതെ?"

ചുറ്റുപാടും, മിഴികളിൽ ഗർവ്വം
മുറ്റിനിന്നു, വൈതണ്ഡികൻ നോക്കി.
പുണ്ഡരീകനോടുണ്ടായീലൊട്ടും
ഖണ്ഡനത്തിനൊരുത്തനും ധൈര്യം.
പോർവിളികൊണ്ടിനിക്കാര്യമെ,ന്തൊ-
രാവിയുമില്ലനക്കവുമില്ല.

ചെന്നരിയെക്കടിച്ചുകുടഞ്ഞു
മണ്ണിലിട്ടടിച്ചാർത്തള്ളി മാന്തി,
എല്ലുകൾ കാർന്നിറച്ചി കഴിച്ചു
പള്ള വീർപ്പിച്ചു സംതൃപ്തിയോടെ,
ഉത്കടസടമാടിയിരിപ്പോ-
രുഗ്രകണ്ഠീരവാഗ്ര്യനെപ്പോലെ,
മണ്ഡിതസ്വേദശീർഷം തുടച്ച-
പ്പുണ്ഡരീകൻ ഞെളിഞ്ഞൊന്നിരുന്നു.

"വീരനെന്തു വിചാരഗംഭീരൻ!"—
വീറൊടൊത്താർത്തു പണ്ഡിതസംഘം.
അപ്രതിമപ്രതാപനാം ഭൂപ-
നത്ഭുതസ്തബ്ധനായ് മുന്നിൽ മേവി.

"അദ്രികല്പനപ്പണ്ഡിതൻ, താനോ
ക്ഷുദ്രമാകും ചിതൽപ്പുറ്റുമാത്രം!"
ലോലലോലമാം ശേഖരഹൃത്തിൽ
നൂലുപാകിയിക്ലീബവിഷാദം!

അന്നു മത്സരമേവം കഴിഞ്ഞു
വന്നവർ പലപാടും പിരിഞ്ഞു!...

ഏഴ്

വാ തുറന്നൊന്നു മിണ്ടുമ്പൊഴേക്കും
വാദവാർത്തയാണുള്ളതന്നാർക്കും
വാനിലോളമുയർന്നു നാടാകെ
വാശിവാച്ചൊരാ വാഗ്വാദഘോഷം.,

"കണ്ടറിഞ്ഞിടാം, നാം തമ്മിലേവം
ശണ്ഠകൂടിയിട്ടെന്തിതിൽ കാര്യം?..."
രണ്ടുകൂട്ടരുമൊന്നുപോലോതി:
"കണ്ടറിഞ്ഞിടാം"—"കണ്ടോളൂ, കാണാം"
"ഒന്നു നിശ്ചയം ശേഖരൻ തോല്ക്കും."
"അന്നു കാക്ക മലന്നു പറക്കും!"
"താനിതിനെക്കുറിച്ചെന്തറിഞ്ഞു?"—
"താനറിഞ്ഞതേക്കാളുമറിഞ്ഞു?"
"താനറിയും മരക്കൊള്ളി കുത്താൻ."—
"താനറിയും വിമാനം പറത്താൻ."
"താനൊരു വെറും പുല്ലാഞ്ഞിമോറൻ!"—
"താനോ?— താനൊരു വില്ലാളിവീരൻ!"
"നിന്നു ചുമ്മാ ചെലയ്ക്കാതെ പോയേ!"
"ഒന്നു പോടാ, കൊരയ്ക്കാതെ നായേ!"
"എന്തു ചൊന്നടാ കൂരാളിമന്താ?"
"മന്തനോ?— മന്തൻ, നോക്ക്, നിൻ തന്ത
വാക്കു മൂത്തു പടക്കങ്ങൾ പൊട്ടി
വാശിവീർപ്പിച്ചതച്ചെവിക്കുറ്റി.

ആളുകൾകൂടി, മദ്ധ്യസ്ഥരെത്തി-
ത്തോളുചേർത്തു പൊരുത്തപ്പെടുത്തി!

തൊട്ടടുത്തദിവസം സദസ്സി-
ലൊട്ടുപേർ പുത്തനായ് വന്നണഞ്ഞു.
എന്തു തിക്കും തിരക്കും, വഴക്കും
ഹന്ത, വീർപ്പിടാൻപോലും ഞെരുക്കം!
മണ്ണിടുകിലും ചോരാത്തമട്ടിൽ
മണ്ഡപത്തിൽ നിറഞ്ഞൂ ജനങ്ങൾ.
ശാലയിലില്ല സൂചി കടത്താൻ-
പോലുമല്പമിടമൊരിടത്തും.
ഭിത്തികാഗ്രതടങ്ങളി,ലങ്ങി-
ങ്ങുത്തരങ്ങളിൽ, ജാലകത്തട്ടിൽ,
നിന്നൊതുങ്ങിയും തൂങ്ങിയും തങ്ങി
വന്നു മുറ്റിയ മർത്ത്യപ്രവാഹം!

മന്നവേന്ദ്രനെ വന്ദിച്ചെഴുന്നേ-
റ്റന്നു ശേഖരനാദ്യമായ് പാടി.

ആ മനോഹരഗാനം വരച്ചു
ശ്യാമസുന്ദരവൃന്ദാവനാന്തം;
ചിത്തമാദകചൈത്രവിലോലം
ചിത്രശീതളയാമുനകൂലം;
മന്ദമാരുതചുംബിതശ്വേത-
ചന്ദ്രികാവൃതയാമിനീകാലം;
വിണ്ണിൽ വെണ്മുകിൽ വീർപ്പിട്ടു പുല്കി
മിന്നിനിന്നിടും താരകജാലം;
അന്തരീക്ഷത്തിൽ മന്ദിതസ്പന്ദം
ചിന്തിടും നേർത്ത ചെമ്പകഗന്ധം!
എങ്ങുനി,ന്നെങ്ങുനി,ന്നെങ്ങുനിന്നീ
മംഗളാലാപമാവിർഭവിപ്പൂ?—

സ്വാപകൗതുകംപോലും മറന്ന്
ഗോപകന്യകൾ മുറ്റത്തു വന്നു-

എങ്ങുനി,ന്നെങ്ങുനി,ന്നെങ്ങുനിന്നീ
മംഗളാലാപമാവിർഭവിപ്പൂ?—

നീലലോലാളകാവലി മാടി
നാലുപാടുമുഴന്നവർ നോക്കി.

"മന്നിൽ വിണ്ണി,ലെവിടെനിന്നൂറി-
വന്നിടുന്നതാണീ വേണുഗാനം?
മന്ദമങ്ങിങ്ങു വീർപ്പിട്ടുലാത്തും
തെന്നലിൻ മുഗ്ദ്ധഹൃത്തിൽനിന്നാമോ?
അദ്രിശൃംഗത്തിലെത്തിയലയു-
മഭ്രഖണ്ഡശതങ്ങളിൽനിന്നോ?
കർമ്മപുഷ്പിതമായിടുമേതോ
നർമ്മസങ്കേതസൂചനയോടെ,
പൊന്നുഷസ്സിന്റെ നാട്ടിൽനിന്നൂറി
വന്നിടുന്നുവോ വർണ്ണഗംഗേ, നീ?
വേഗവേപിതമായിടുമേതോ
വേദനതൻ നെടുവീർപ്പുമേന്തി,
അന്തിതൻ വക്കിലൂടൊലിച്ചെത്തി-
ച്ചിന്തിച്ചിടുവതോ രാഗസുധേ, നീ?
ശർവ്വരിതൻ കിനാവുകൾ സർവ്വം
ദിവ്യസംഗീതധാരയിൽ മുക്കി,
ലാലസിക്കുമോ വേണുവിൻ രന്ധ്ര-
ജാലമോ, താരകങ്ങളേ, നിങ്ങൾ?
പുഷ്പവാടങ്ങൾ, കൈദാരകങ്ങൾ,
ശഷ്പശായിതശാദ്വലാങ്കങ്ങൾ;
പൂത്ത കായ്കനിത്തോപ്പുകൾ, ഹർഷം-
ചാർത്തുമേകാന്തസൈകതകങ്ങൾ;
നീളെനീളെയൊലിച്ചുപോം, വിണ്ണിൻ-
നീലിമതൻ തരംഗരംഗങ്ങൾ,
നിർജ്ജനശ്ലഥരഥ്യക,ളോളം
പിച്ചവെച്ചുപോം പച്ചക,ളേവം
എങ്ങുനിന്നു ഞൊടിക്കകം പൊട്ടി-
പ്പൊങ്ങി മാസ്മരസംഗീതമേ, നീ!

സാരമെന്തിതി,നാരതറിഞ്ഞു
ചാരു ഗാനമേ, ഞങ്ങൾ വലഞ്ഞു!..."

എന്തിനോവേണ്ടി ദാഹിച്ചു ദാഹി-
ച്ചന്തരംഗമവർക്കു തളർന്നു.
എന്തിനെന്നു പറഞ്ഞറിയിക്കാൻ
ഹന്ത,വാക്കില്ലവർക്കെന്തു ചെയ്യും!
ഭംഗിയുമൊത്തവരുടെ കണ്ണിൽ-
ത്തൊങ്ങിനിന്നു, ഹാ, കണ്ണീർക്കണങ്ങൾ!

"ഇന്നീ ജീവിതപൂർണ്ണിമയിങ്ക-
ലൊന്നു ഞങ്ങൾ മരിച്ചിരുന്നെങ്കിൽ!
എന്തു നിർവൃതി!.." കണ്ണുകൾ കൂമ്പി,
ചെന്തളിരിൽ നിലാവു വിതുമ്പി,
സ്വപ്നതുല്യ, മസ്സംഗീതകേന്ദ്രം
ലക്ഷ്യമാക്കി നടന്നവർ പോയി.
കണ്ണൊടുവിൽത്തുറക്കവേ— നില്പൂ
കണ്ണനുമുൻപിൽ, പൂമരച്ചോട്ടിൽ!

കന്ദളിതമദാലസയാമ-
ക്കൺമണി രാധ തോൾചേർന്നു നില്ക്കെ;
ഹാ, വലങ്കാലൊരല്പം മടങ്ങി-
പ്പൂവെതിരിടങ്കാൽത്തണ്ടുരുമ്മി;
തെല്ലി,ടംഗളം ചാഞ്ഞം,ഗുലികൾ
ലല്ലലല്ലലം തത്തിക്കളിക്കെ,
ചുണ്ടിലോടക്കുഴൽചേർന്നു, ഹർഷം
ചെണ്ടിടുമൊരു പുഞ്ചിരിയോടേ;
താളമൊപ്പിച്ചു പീലിയിളകി-
ച്ചേലിലാ വനമാലകളാടി;
ഗാനധാരയിൽ വിശ്വം മയക്കി
വേണുഗോപാലനങ്ങുല്ലസിപ്പൂ!

കാൽക്ഷണത്തിലത്താളക്രമത്തിൽ
കാൽച്ചിലമ്പൊലി ചുറ്റിലും വീശി,

വെമ്പിയൊന്നിച്ചു കൈകോർത്തുലഞ്ഞ-
ച്ചെമ്പകാംഗികൾ വട്ടമിട്ടാടി;
നിലനീരദരേഖയ്ക്കു ചുറ്റും
ലോലചഞ്ചലാലേഖകൾപോലെ!
കമ്രമംഗല്യരാത്രിക്കു ചുറ്റും
കന്യകതൻ പ്രതീക്ഷകൾപോലെ!
ഞാനകന്നോരവസ്ഥയെച്ചുറ്റി
ജ്ഞാനഭക്തികർമ്മങ്ങളെപ്പോലെ!
വെണ്ണിലാവിന്റെ വെണ്മ വളർന്നു
കണ്ണിമയ്ക്കാതെ താരകൾ നിന്നു.
ഓളമൊന്നോടൊതുക്കിയൊരോമൽ-
ച്ചോലപോലാ യമുനയൊലിച്ചു.
ചുറ്റഴിഞ്ഞു ലതാവലി താഴേ-
യ്ക്കറ്റുവീണേറ്റു മൊട്ടിട്ടു നിന്നു.
തെന്നലുംകൂടി നിശ്ചലമായി
മന്നലിഞ്ഞലിഞ്ഞില്ലാതെയായി!
ഒന്നുമാത്രമു,ണ്ടാ വേണുഗാന-
സ്പന്ദിതമായ നാദപ്രപഞ്ചം!...

ശേഖരഗാനമീവിധം മുക്തി-
മേഖലയിലേക്കാത്മാവുയർത്തി
അസ്സഭാഗൃഹം, രാജാ, വതിലീ
മത്സരം, മഹാമർത്ത്യസമൂഹം,
അപ്രമേയപ്രധീയുതനായോ-
രപ്രതിദ്വന്ദി, പണ്ഡിതസംഘം
തത്സമാധിയിൽ സർവ്വം മറന്നു
ചിത്സുഖത്തിലാ ഗായകൻ നിന്നു!
ചഞ്ചലഗ്രീഷ്മവായുവിൽ, ത്തത്തി-
ക്കൊഞ്ചിടും പച്ചിലകളെപ്പോലെ,
ചുറ്റിലുമുള്ള, ചിന്തകൾക്കെല്ലാ-
മൊത്ത മദ്ധ്യത്തിലൊറ്റയ്ക്കു മേവി,
പ്രാണവേണുവിൽക്കൂടിയപ്രേമ-
ഗാനധാര പകർന്നൂ കവീന്ദ്രൻ!
നിന്നിടുന്നില്ല തൻതോളുരുമ്മി-

ദ്ധന്യയാമൊരു രാധിക മാത്രം.
എങ്കിലും തൻമനസ്സിനു മുൻപിൽ
തങ്കിടുന്നൊരാ മഞ്ഞത്തിരമേൽ,
വീണ നീലനിഴൽപ്പാടിൽനിന്നും
ചേണെഴുമൊരു മംഗളരൂപം
വ്യക്തമല്ല—മുഖപടം മാറ്റാ-
തുത്ഭവിപ്പൂ, ഹാ, സ്വപ്നസമാനം-
കാൽത്തളിൽവെപ്പിൽ ദൂരെനിന്നേതോ
നേർത്തുനേർത്തൊരു ശിഞ്ജിതം കേൾപ്പൂ!...
നിന്നു ഗാനം— ഇരുന്നു കവീന്ദ്രൻ
മുന്നിലൊക്കെ പ്രതിമകൾമാത്രം!
ഉണ്ടൊരാൾക്കു ചലനം— മഹാന-
പ്പുണ്ഡരീകൻ, മഹാഭാഗ്യശാലി!
മർത്ത്യലക്ഷമുണർന്നു— പെട്ടെന്ന-
സ്വപ്നലോകവുമെങ്ങോ പറന്നു.
വർണ്ണനാതീതമാമൊരാനന്ദം—
തന്നിൽ നിന്നൂറുമേതോ വിഷാദം;
ഉല്ക്കട,മപ്രമേയ,മവ്യക്തം
ഉൾക്കളത്തിലുലാവിയുലാവി,
ഹസ്തതാഡനം ചെയ്യുവാൻപോലും
വിസ്മരിച്ചു വിറച്ചവർ നിന്നു.
അത്രമേലൊരനുഭൂതിയുൾച്ചേർ-
ന്നർദ്ധസുപ്തിയിലാണ്ടുപോയ് ഭൂപൻ...

തെല്ലുനേരം കഴിഞ്ഞീ വികാരം
മെല്ലെ മാഞ്ഞു മറഞ്ഞതിൻശേഷം,
പുണ്ഡരീകനെഴുന്നേറ്റു രാജ-
മണ്ഡപാഗ്രേ നിവർന്നൊന്നു നിന്നു.

"വിസ്തരിച്ചൊന്നു ചൊല്ലിടുകാരാ-
ണിത്ര കീർത്തിച്ചൊരിക്കമിതാക്കൾ?..."
ആഞ്ഞെറിഞ്ഞിതിച്ചോദ്യം കവിത-
ന്നാനനത്തിലാ വാദപ്രവീണൻ.

ഒന്നുമോതീല ശേഖര,നൊന്നു-
മുന്നയിക്കാൻ തനിക്കില്ല തത്ത്വം.
കാളിടുന്നോരഹന്തയിൽ,ച്ചൂഴു-
മാളുകൾതൻ മുഖത്തുറ്റുനോക്കി,
ഭക്തശിഷ്യസമൂഹത്തിനർത്ഥം-
വെച്ചു കണ്ണാലൊരുത്സവമേകി,
പിന്നെയും ജനമദ്ധ്യത്തിലേക്ക-
പ്പുണ്ഡിതനെടുത്തേറ്റിയച്ചോദ്യം:
"കാമുകൻ കൃഷ്ണനാരാണു നേരിൽ-
ക്കാമുകിയാമാ രാധയുമാരാം?..."
ശബ്ദമില്ല!— അശ്ലാബ്ദികൻ വേഗം
ശക്തിയായൊന്നു കെക്കലിച്ചാർത്തു
പിന്നെ ഗംഭീരഗൗരവത്തോടേ
നിന്നുറക്കെ പ്രസംഗം തുടങ്ങി.
ആ മനോഹരനാമദ്വയത്തെ—
പ്രേമസൗന്ദര്യസാരോദയത്തെ—
ബുദ്ധിതൻ കത്തി കുത്തിയിറക്കി-
ബ്ബദ്ധവീര്യം പിളർത്തി മലർത്തി,
ധാതു കിട്ടുവാൻ ചിക്കിച്ചികഞ്ഞു
വീതശങ്കം മദിച്ചിതാ ജ്ഞാനം!

ശക്തിചെയ്തൊരശ്ശസ്ത്രക്രിയതൻ
യുക്തിവൈഭവം സാധൂകരിക്കാൻ,
പാണിനി,യപ്പതഞ്ജലി, വ്യാസൻ
ബാണഭട്ട,നശ്ശങ്കരാചാര്യൻ
എന്നുവേണ്ടത്ര ദീക്ഷിതന്മാരാ-
ണന്നിറങ്ങിയതാ നാവിലൂടെ!
എട്ടുപത്തർത്ഥമാർന്ന ധാതുക്കൾ
കട്ടകെട്ടിയതാണുപോൽക്കൃഷ്ണൻ!—

നാവുകൊണ്ടു നിമിഷത്തിനുള്ളി-
ലേവമുൽക്കടപാടവമോടെ,
മല്ലവൈരിതൻ കണ്ഠമൊരൊറ്റ-
ത്തല്ലിലക്കവിമല്ലനൊടിച്ചു!

നന്ദനന്ദനൻ കൃഷ്ണൻ മരിച്ചു
സുന്ദരനായ കൃഷ്ണൻ മരിച്ചു
അർത്ഥസമ്പുഷ്ടമായ, കൃഷ്ണൻത-
ന്നസ്ഥികൂടമൊന്നങ്ങുയർന്നേറ്റു!...

ആ മനോഹരഗാനത്തിൽ മുൻപ-
പ്രേമസാന്ദ്രയായ് സ്പന്ദിച്ച രാധ-
പുല്ലണിഞ്ഞ യമുനാതടത്തി-
ലുല്ലസൽപ്പൊൻകടമ്പിൻ ചുവട്ടിൽ;
ഫുല്ലശൈവലശീതളമാകും
നല്ല നീലശിലാതലമൊന്നിൽ!
കാന്തി ചിന്തുമക്കാൽത്തളിർ പുല്കാൻ
നീന്തിയോളങ്ങൾ വന്നേന്തിനില്ക്കെ,
അന്തിമാരുണകാന്തിയിൽ മുങ്ങി-
ക്കുന്തളാവലി കെട്ടൂർന്നു ചിന്നി,
ചെന്തളിർച്ചുണ്ടിൽ മന്ദസ്മിതമൊ-
ന്നെന്തിനോ വന്നലസമായ്ത്തങ്ങി,
അല്ലിലോടക്കുഴൽവിളിച്ചെത്തും
വല്ലഭന്റെ കഴുത്തിലണിയാൻ,
പിച്ചിമാല കൊരുത്തുകൊ,ണ്ടോമൽ
സ്വപ്നവും കണ്ടിരുന്നൊരാ രാധ-
മഞ്ജുഹേമന്തചന്ദ്രികയിങ്കൽ
മന്മഥവ്യഥയേന്തിയ രാധ-
അന്യഗോപികാസംഗമശങ്കാ
ജന്യഖേദപരവശയായി,
വൃഷ്ണിവംശശ്രീചന്ദ്രികനാമ-
ക്കൃഷ്ണനോടു പിണങ്ങിയ രാധ-
നീലവേണിയഴിച്ചു വിതുർക്കും
ശ്രീലകാളിന്ദിതൻതടഭൂവിൽ;
പൂത്തുമേളിച്ച വൃന്ദാവനത്തിൽ
പൂനിലാവലചിന്നിയ രാവിൽ;
വാസുദേവനുമൊത്തൊരുമിച്ചു
രാസകേളികളാടിയ രാധ-

വിശ്വനായികമാർക്കൊരു ശീർഷ-
മൗക്തികമാം മദാലസ രാധ-
വിശ്വനാഥന്റെ ഹൃത്തിനെപ്പോലും
വിഭ്രമിപ്പിച്ച സൗന്ദര്യധാര-
മോഹബദ്ധമീ ലോകത്തിലെന്നും
സ്നേഹദീപമായ് മിന്നുമാ രാധ—
അത്ര മോഹിനി രാധതൻമാറിൽ-
ക്കത്തി താഴ്ത്തിയക്കുറ്റവയോധൻ!
ഹന്ത, കഷ്ട,മപ്പൂവുടൽപോലും
ചീന്തിമാന്തിയക്കൗശികവ്യാധൻ!
ധാതുമൂല,മപ്രേമസർവ്വസ്വം
പ്രേതമായ് പ്രാണനാഥനോടൊപ്പം!

കോട്ടുവായിട്ടടിമുടി വേർത്ത-
ക്കേട്ടുനില്ക്കുവോർ കണ്ണുമിഴിച്ചു.

ഹസ്തതാഡനഘോഷം മുഴക്കി
ബദ്ധകൗതുകം ശീർഷം കുലുക്കി,
മേളമോടേ, മതിമറന്നേവം
മേവി മുന്നിലപ്പണ്ഡിതസംഘം
ഒത്തുചേർന്നിതവരോടൊന്നിച്ചാ
മർത്ത്യപംക്തിയുമുത്സാഹപൂർവം
“എന്തു പാണ്ഡിത്യ,മമ്പോ!”— ജനങ്ങൾ-
ക്കന്തരംഗത്തിലത്ഭുതം പൊട്ടി.
“എന്തു വേദജ്ഞ,നെന്തു ഗംഭീരൻ
എന്തു താർക്കിക,നെന്തൊരു വാഗ്മി!
കഷ്ട,മീ വടവൃക്ഷത്തിനോടോ
പുല്ക്കൊടി നില്പു മത്സരിച്ചീടാൻ!...”
ആർത്തു കൈയടിച്ചുച്ചത്തി,ലുള്ളി-
ലോർത്തിതേവമാ മാനവയൂഥം.

സത്യമുള്ളിലൊതുക്കി മറച്ചു
നിർത്തിയോരത്തിരശ്ശീലയെല്ലാം,

കെട്ടു പൊട്ടിച്ചു കീറി നിലത്തേ-
ക്കിട്ടു നില്പിതപ്പണ്ഡിതരാജൻ!
ഇന്നൊരു തടവില്ലാതെ തങ്ങൾ
മുന്നിൽ നേരിട്ടു കാണ്മിതസ്സത്യം!

വാച്ച ഗർവ്വിലച്ചക്രാടകൻതൻ
വാക്കുകൊണ്ടുള്ള കമ്പക്കൂത്താട്ടം;
അമ്പരിപ്പിച്ചു മർത്ത്യരെയൊന്നോ-
ടിമ്പമാർന്നവരേറ്റം രസിച്ചു
അപ്രകാരം മുഴങ്ങി, ഹാ, മേന്മേ-
ലത്ഭുതത്തിന്റെ കൂട്ടക്കൂറ്റാരം!

കാണിയും സത്യമൊന്നതിൻപിന്നിൽ
കാണുമോ?— വെറും കമ്മട്ടമാണോ?
ശേഖരോന്മാഥിയാ വീരനിന്നൊ-
രാഖനികബകൻ മാത്രമാണോ?—
കൂടിനില്പോരതാരാഞ്ഞറിയാൻ
പാടുപെട്ടി,ല്ലവർക്കെന്തു കാര്യം!

അത്രമാത്രമാവേശകമാകു-
മത്ഭുതംകൊണ്ടു കല്ലിച്ചു ഭൂപൻ
ഹന്ത, പാട്ടിൽ മയക്കം പിടിച്ചോ-
രന്തരീക്ഷത്തിനന്തരം കിട്ടി.
സ്വപ്നമൊക്കെപ്പറന്നു— യാഥാർത്ഥ്യം
തപ്പടിച്ച പടയണി തുള്ളി
ആ മരതകപ്പച്ചകൾ പോയി
ഭൂമിയിൽക്കട്ടക്കൽപ്പാതയായി!

വാങ്മയഗന്ധമാദനത്തിങ്കൽ
വായുനന്ദനൻ ഭീമനെപ്പോലെ,
കണ്ട കല്ലും മരങ്ങളും തല്ലി-
ത്തുണ്ടുതുണ്ടാക്കി ദൂരത്തു തള്ളി,
വാദവീര്യഗദയും ചുഴറ്റി
വാടിടാതെ ഗമിച്ചൊരാ വീരൻ!—

തത്സമീപത്തു ശേഖരൻ മാട-
ത്തത്തതന്നിളംകുഞ്ഞുപോൽത്തോന്നി!

"എന്തു ഗാനങ്ങൾ, സാധാരണങ്ങൾ
ചിന്തയില്ല,തിലില്ലൊരു ചുക്കും.
ഒറ്റവാക്കുമില്ലർത്ഥമറിയാ-
നൊത്തിടാത്തതായ്— കാവ്യമിതാണോ?
ഇല്ലതിങ്കൽ പുതുമയശേഷം
ഇല്ല ലേശവും ധർമ്മോപദേശം.
കാൽക്കഴഞ്ചു സംഗീതം കുഴച്ച
കാമജല്പനം കാവ്യമാണെന്നോ?
എന്തിനാണതു ലോകത്തി,നയ്യോ,
ഹന്ത, താനെന്തതോർത്തീലിന്നോളം?

വേണമെങ്കിൽത്തനിക്കുമെഴുതാ-
മാ നിലയ്ക്കുള്ളൊരായിരം ഗാനം.
ഒന്നു മാത്രം, മിനക്കെട്ടതിനാ-
യുന്നിയില്ല താൻ— അല്ലെങ്കിലിപ്പോൾ..."

മന്ത്രശാലയിലോരോ മനസ്സും
മന്ത്രണംചെയ്തിതീർഷ്യയോടേവം.

ചിന്തയിൽനിന്നുണർന്നു വീറാർന്നി-
ട്ടന്ത്യമായൊരു കൈയൊന്നു നോക്കാൻ,
ക്ഷോണിപൻ കാവ്യകൃത്തിനെത്തൻ കൺ-
കോണുവെച്ചൊന്നുയർത്തുവാൻ നോക്കി.
ഒത്തതി,ല്ലനങ്ങീ,ലോരു ബിംബം
കൊത്തിവെച്ചതോ?— കോപിച്ചു ഭൂപൻ
"എന്തു ഭോഷനിശ്ശേഖരൻ!"— ഏവം
ചിന്തയോടേറ്റനുഭാവപൂർവ്വം
ഉജ്ജ്വലാഭം ഗളത്തിൽത്തിളങ്ങും
വജ്രമാല്യമെടുത്താത്തവേഗം,
പുണ്ഡരീകന്റെ കണ്ഠത്തിലിട്ടു
മണ്ഡലം കൈയടിച്ചടിച്ചാർത്തു!

അത്തുമുലപ്പുളപ്പിൽക്കുലുങ്ങീ
കുഡ്യകുട്ടിമസ്തംഭകീർണ്ണങ്ങൾ...

ആ വിജയകോലാഹലം പൊങ്ങി-
ത്താവിയല്പാല്പമായ് സ്വയം താണു.
ഭിത്തികാഗ്രപ്പുറയില്ലിയിങ്കൽ-
ത്തത്തുമക്കീർണ്ണകുഞ്ചലജാലം,
മിന്നിയെപ്പൊഴും— പിന്നിൽനിന്നെത്തീ
സന്നമാം വസ്ത്രധൂനനനാദം.
മാലകൾ മണിമഞ്ജീരകങ്ങൾ
ലോലമായ്പ്പെയ്തു ശിഞ്ജാരവങ്ങൾ!
കോൾമയിർക്കൊണ്ടു ശേഖരനേറ്റു
കോമളമാം സഭാഗൃഹം വിട്ടു!....

എട്ട്

തോറ്റു ശേഖരൻ!— അന്തി വന്നോതി-
ക്കേട്ടമാത്രയിൽക്കണ്ണുനീർ പൊട്ടി,
മുന്നിരുട്ടും പുതച്ചു വന്നെത്തി
മന്നിടത്തിലഗ്രീഷ്മാന്തരാത്രി!

പുണ്ഡരീകന്റെ ജൈത്രാടനത്തിൽ
ഡുണ്ഡുലാവലി കൈമണി കൊട്ടി.
മന്ദതവിട്ടു ജംബുകവൃന്ദം
ദുന്ദുഭോച്ചണ്ഡനാദം മുഴക്കി.
കച്ഛകീടശ്രുതിയിടകൂടി-
ക്കങ്കശായങ്ങൾ കാഹളമൂതി.
രണ്ടു പുള്ളൊപ്പമമ്പയിട്ടാർത്തു
കുണ്ടുമാക്രി കുരവയുതിർത്തു.
ഇന്ദുഗോപങ്ങൾ പന്തം കൊളുത്തി
കന്ദുളങ്ങൾ കളിമ്പക്കൂത്താടി-
ഏവമാടോപഘോഷങ്ങളൊത്ത-
ന്നാവിധാനഗനപ്പുരം വിട്ടു!...

അക്കുടിലിനകത്തതാ കാണ്മൂ
പൊൽക്കതിരുകൾ പൂത്തൊരു ദീപം;
മുറ്റി മൂടും വിഷാദപ്പടർപ്പിൽ
കുറ്റിരുട്ടിൽ മനശ്ശക്തിപോലെ!
ദുർവ്വിധിക്കാറ്റതൂതിക്കെടുത്താൻ
സർവയത്നവും ചെയ്യുകയാണോ?

ഏഡുകോപാന്തപേടകംതന്നി-
ലീടെഴുംമാറടുക്കിയടുക്കി,
വെച്ച കൈപ്രതിക്കെട്ടെടുത്തെല്ലാം
തച്ചുതൂത്തിട്ടു താഴെക്കവീന്ദ്രൻ.
എന്തതെന്താണവയിൽച്ചിലതിൽ?—
ഹന്ത, തൻ ബാല്യകാലകാവ്യങ്ങൾ!—
ജീവിതത്തീവെയിലല്ല, ശൈത്യം—
താവിടും കാല്യകാലസ്മിതങ്ങൾ!
അക്കൃതികളെത്താനിന്നു, കഷ്ടം,
മിക്കവാറും മറന്നിരിക്കുന്നു!

ഏടുകൾ മറിച്ചൊന്നതിലങ്ങി-
ങ്ങോടിയോടിച്ചു വായിച്ചു നോക്കി.
ഒക്കെയോടുകൾ, തൊണ്ടുകൾ, പൊട്ട-
ക്കക്കകൾ!— വെറും കുട്ടിക്കളികൾ!
ആളിടുന്നോരവജ്ഞയാലൊക്കെ-
ത്താളുതാളായ് വലിച്ചുടൻ ചീന്തി,
മുന്നിലാളും നെരുപ്പോടിനുള്ളി-
ലൊന്നിനൊന്നിട്ടെരിച്ചു കവീന്ദ്രൻ.
ചർവ്വണംചെയ്തു തീയതുത്തപ്ത-
യൗവനത്തിൻ പിപാസകൾപൊലെ!
പിന്നെ, യത്യന്തവേദനയോടെ
ചൊന്നിതിത്ഥമജ്ജ്വാലകൾ നോക്കി:

“അഗ്നിപുഞ്ജമേ, നിഷ്ഫലമായ് നി-
ന്നിത്രനാളുമെൻ ഹൃത്തിൽ നീ കത്തി,

മന്ദഭാഗ്യനായ് നിന്മുന്നിലിന്നെൻ-
മഞ്ജിമേ, മനം നൊന്തു ഞാൻ നില്പൂ.
അർപ്പണം ചെയ്വൂ ഞാൻ നിനക്കായെ-
ന്നർത്ഥശൂന്യമാം സ്വപ്നങ്ങളാര്യേ!
ഈ മഹിയിലെൻ ജീവിത,മയ്യോ,
ഹേമലേശമൊന്നായിരുന്നെങ്കിൽ,
തൽപരീക്ഷയിൽ മാറ്ററിയേറ്റി-
ന്നുജ്ജ്വലിച്ചീടുമായിരുന്നല്ലോ!
അല്ലതു വെറും പുല്ലാ,ണുണക്ക-
പ്പുല്ല്, ചിക്കിച്ചതച്ചിട്ട പുല്ല്!
ആയതിലിനി ബാക്കിയായുള്ള-
തീയൊരുപിടിച്ചാമ്പലുമാത്രം!
അശ്മരാത്മവസുന്ധരേ, കൈക്കൊൾ-
കസ്മദഗ്ര്യുത്ഥമീ യജ്ഞഭസ്മം!..."
നാഴികകൾ കടന്നുപോയ്— ദീപ-
നാളമാളിപ്പിടയുന്നു കാറ്റിൽ!

വീട്ടിലുള്ള വിളക്കുകളെല്ലാം
കോട്ടമറ്റെടുത്തെണ്ണപകർത്തി,
പട്ടുനൂൽത്തിരിയിട്ടൊക്കെ നീട്ടി-
പ്പുഷ്ടമോദം കൊളുത്തീ കവീന്ദ്രൻ.
ജാലകങ്ങൾ തുറന്നിട്ടു— കാറ്റിൽ-
ച്ചൂളമിട്ടാടിനില്പൂ മരങ്ങൾ.
സ്വർണ്ണരശ്മികൾ പാവിട്ടിരുട്ടിൽ
മിന്നിയാ ദീപമാലകൾ മുന്നിൽ
അഷ്ടഗന്ധം പുകച്ചു, തല്പത്തിൽ-
പ്പട്ടെടുത്തു നിവർത്തി വിരിച്ചു.
മുല്ലമൊട്ടുകൾ, വെൺപനീർപ്പൂക്കൾ
ഫുല്ലമല്ലികാപുഷ്പങ്ങ,ളേവം,
പ്രീതിയേറ്റം തനിക്കിയന്നോര-
ശ്വേതപുഷ്പങ്ങളെല്ലാമൊരുക്കി,
ഒട്ടധിക,മാ മിന്നിമിനുത്ത
പട്ടുമെത്തയിൽ വാരി വിതറി

പിന്ന,യേതോ വിഷച്ചെടിവേരിൽ-
നിന്നു ഞെക്കിയെടുത്തതാം നീരിൽ,
തേനൊഴിച്ചിട്ട, തൂറ്റിക്കുടിച്ച-
ഗ്ഗാനലോലൻ കിടന്നു തല്പത്തിൽ!....

പാരമാസ്യം വിളറിത്തളർന്നു
പാതിരാക്ഷീണചന്ദ്രൻ കിളർന്നു
കാറ്റിലാ മദച്ചാർത്തൊന്നുലഞ്ഞു
കാട്ടുപക്ഷിയൊന്നേതോ കരഞ്ഞു!....

അമ്മലരണിമുറ്റത്തൊരേതോ
പൊന്മണിക്കാൽച്ചിലമ്പൊലി കേൾപ്പൂ.
തെന്നലിൽ നീന്തി നീന്തിയാ മച്ചിൽ
വന്നൊരു നേർത്ത, സൗരഭം നില്പൂ
ശേഷിയറ്റു, മിഴി തുറക്കാതേ
ശേഖരനിദം ചോദിച്ചു മന്ദം:
“എത്ര കാലമാ,യിന്നെങ്കിലുമി-
ബ്ഭക്തദാസനിലുൾക്കനിവേന്തി,
ഒന്നവനെയനുഗ്രഹിച്ചീടാൻ
വന്നിതോ നിയൊടുവി,ലെൻ ദേവീ?....

“വന്നു ഞാൻ, കവിരത്നമേ!...” ലജ്ജാ-
സന്നതസ്വരമൊന്നു മന്ത്രിച്ചു.

കെട്ടണഞ്ഞ വിളക്കുകൾ, ധൂപ-
ക്കുറ്റിക,ളേകവിഹ്വലദീപം!
ഹാ, നിലമാകെച്ചിന്നിച്ചിതറി
വീണു വാടിക്കിടക്കുന്ന പൂക്കൾ!
ഒത്തമദ്ധ്യത്തിൽപ്പട്ടടപോലെ
കത്തിനീറിയടങ്ങിയ ചാരം!....

കണ്ണു ശേഖരൻ ചിമ്മിത്തുറന്നു
മുന്നിലാരിതൊ,രംഗനാരൂപം!

കാണുവാനുള്ള കെല്പൊക്കെ മങ്ങി
കാമിനിയവളാരായിരിക്കും?
ചിത്തമാം മണിശ്രീകോവിലിൽത്താ-
നിത്രകാലവും പൂജിച്ച രൂപം;
നേർത്ത നീലനിഴൽപ്പാട്ടിൽനിന്നും
വാർത്തൊരുജ്ജ്വലവിദ്യുത്സ്വരൂപം;
തന്നവസാനയാത്രയിൽ,ക്കാണാൻ
വന്നതല്ലല്ലി ബാഹ്യലോകത്തിൽ?...

നാവെടുക്കെക്കുഴയും സ്വരത്തി-
ലാവിധിഹതൻ ചോദിച്ചു മന്ദം:
"മായ മഞ്ഞപിഴിഞ്ഞു ഞെറിഞ്ഞോ-
രാ യവനിക നീങ്ങിയോ, മുഗ്ദ്ധേ?
സത്യമോതണേ, നീയെന്റെ സാക്ഷാൽ
മൃത്യുദേവതയല്ലയോ ഭദ്രേ?..."

"അ,ല്ലജിതകുമാരി ഞാൻ!..." മെല്ലെ-
ച്ചൊല്ലിയുല്ലസദ്വല്ലകീവാണി.

പാരവശ്യം വളർന്നു, കവീന്ദ്രൻ
പാടുപെട്ടൊന്നെഴുന്നേറ്റിരുന്നു.
മഞ്ഞവർണ്ണയവനികയിന്മേൽ
മഞ്ജുളമഴവില്ലുകളാടി
മന്ദമന്ദമതങ്ങനെ നീങ്ങി—
മന്ദഭാഗ്യന്റെ കണ്ണുകൾ മങ്ങി!
ശിഞ്ജിതദുകൂലാഞ്ചലനാദ-
രഞ്ജിതസ്വപ്നരൂപിണിയായി,
സർവ്വസന്താപഭഞ്ജകമാകും
നിർവൃതിതൻ പരിമളം വീശി,
ദേവദുർല്ലഭമാകുമൊരാർദ്ര-
ഭാവസാന്ദ്രമൃദുസ്മിതം പൂശി,
വന്നതാ, ദിവ്യകല്യാണരശ്മി
മുന്നിൽ നില്ക്കുന്നു, സൗന്ദര്യലക്ഷ്മി!

തജ്ജഡിതശ്രുതിപുടംതന്നി-
ലുജ്ജ്വലാപാംഗി മന്ത്രിച്ചിതിത്ഥം:
“മത്സരത്തിൽ വിജയമങ്ങയ്ക്കാ-
ണുത്സുകയാണു ഞാനിതൊന്നോതാൻ!
നീതിയായില്ല ചെയ്തതിന്നച്ഛൻ
നീരസം തോന്നരുതതിൽ ദേവ!
അങ്ങതൻ മൃദുഹൃത്തിൽനിന്നൂറി-
പ്പൊങ്ങിടും ഗാനമെന്തൊരു ഗാനം!
എത്ര ലോകം തപസ്സുചെയ്താലാ-
ണെത്തിടുന്നതൊരിക്കലിശ്ശബ്ദം!
ഉത്തമകവേ, നന്നായറിവൂ
ഹൃത്തിൽ ഞാനതിൻ ദിവ്യമഹത്ത്വം!
ഇങ്ങിതാ നില്പൂ ഞാ,നിഗ്ഗളത്തിൽ
മംഗളജയമാല്യമണിയാൻ!...

കോമളാംഗി, തൻകണ്ഠത്തിൽനിന്ന-
ത്തൂമലർമാല കൈയിലെടുത്തു.
രോമഹർഷപരവശയായി-
ട്ടാ മഹാൻതൻ ഗളത്തിലണിഞ്ഞു!
ശിഞ്ജിതങ്ങൾ!—കവിയുടെ കണ്ഠം-
മൊന്നു ചാഞ്ഞു... മിഴികൾ മറിഞ്ഞു.
“വൈകി, ദേവി!....” മുഖത്തുടനേതോ
വൈകൃതം വന്നു... വൈഖരി നിന്നു.
ഉത്തരക്ഷണമക്കവിവര്യൻ
മെത്തയിന്മേൽ മരവിച്ചു വീണു!...
കെട്ടു ദീപം!—നിഴൽച്ചുരുൾക്കൂന്തൽ-
ക്കെട്ടഴിഞ്ഞു നിലാവു കരഞ്ഞു!...

–1946 ജനുവരി

മദിരോത്സവം

പകൽ പോയി, പടിഞ്ഞാറെക്കുളിരൊളി മറവായി
പകരമൊരിരവിരുണ്ടണകയായി.
പഥിക, നീ തളർന്നല്ലോ, വരൂ, നമുക്കൊരുമിച്ചി-
പ്പളുങ്കൊളിപ്പുഴവക്കിലിരിക്കാമല്ലോ!

കടന്നുപോയ്ച്ചുമടുമായന്തിയോളം പലരു,മി-
ക്കടത്തുവഞ്ചിയിലേറിപ്പലവഴിയായ്;
അവഗണിച്ചിരുളിനെ,പ്പലവഴിക്കെങ്ങോ പോയോ-
രവരുടെ കഥയിപ്പോളാരറിയുന്നു?

ചൊരിവെയിൽച്ചുടുമണൽപ്പുറമവരണിയിച്ച
ചരണമുദ്രകളെല്ലാം മറന്നുപോയി,
കൊടുദാഹവിവശമാ,യവരുടെ വിയർപ്പുനീർ
കുടുകുടെക്കുടിച്ചതേ മറന്നുപോയി.

മറയട്ടെ, മറയട്ടെ, സകലതും മറവിയിൽ
മരണത്തിൽ സമസ്തവും മരവിക്കട്ടെ;
അതുകൊണ്ടു നമുക്കെന്തു?—കരയുന്നോ?—വരൂ, വന്നി-
പ്പുതുപൂക്കൾ പൊഴിക്കും പുഞ്ചിരികൾ നോക്കൂ!

കരയല്ലേ, നെടുവീർപ്പിൻ നടവഴിക്കടുത്തെങ്ങു-
മൊരുനാളും വരില്ലൊറ്റക്കിനാവുപോലും
അല്പമല്ലേ നേരമുള്ളു ചിരിക്കുവാൻതന്നെ നമു-
ക്കപ്പൊഴതു കേണുകേണു കളഞ്ഞിടാമോ?

പുഷ്പകാലം കഴിഞ്ഞെന്നോ, പൂങ്കുയിൽ പോയ്മറഞ്ഞെന്നോ,
നിഷ്ഫലമാണിനിയത്തെക്കൊതിക്കലെന്നോ?
നീ വിഷാദിക്കേണ്ട, നിനക്കുള്ളഴിഞ്ഞു ചിരിക്കാം, നീ
'ഭാവി'യെന്നതാദ്യമൊന്നു മറക്കാൻ നോക്കൂ!

എന്തുകഷ്ട,'മിന്നു' നിൻ നേർക്കാത്തമോദം നീട്ടിടു,മീ
മുന്തിരിച്ചാർ കുടിക്കാൻ, നീ മടിക്കയാണോ?
ചതിച്ചീടും നിന്നെയെന്നോ'നാളെ'?—യാവട്ടെ, നീ,യതിനാൽ
ചകിതനാ'യിന്നി'ൻ മദ്യം തട്ടിനീക്കൊല്ലേ!

ഇന്നലത്തെക്കഥയൊരു വെറും കടങ്കഥയല്ലേ?
നിന്നെയതു കബളിപ്പിച്ചൊളിച്ചതല്ലേ?
എന്നിട്ടും, നീയിന്നതിനെക്കുറിച്ചോർത്തു, കണ്ണുനീരിൽ-
പ്പിന്നെയും കുളിക്കുകിൽ, നീയെന്തൊരു മൂഢൻ!

വർത്തമാനവൈജയന്തി നിൻവഴിയിൽപ്പറപ്പിക്കൂ
വർത്തമാനമദ്യം കുടിച്ചാർത്തുമദിക്കൂ!
കഷ്ടമല്ലേ, ഭൂതഭാവിചിന്തകൊണ്ടു വെറും മഞ്ഞു-
കട്ടപോൽ, നിൻ ജീവരക്തമുറഞ്ഞുപോയാൽ?

ചുംബനങ്ങളനുമാത്രം വെമ്പിവെമ്പിത്തുളുമ്പും, നിൻ
ചുണ്ടു രണ്ടുമെന്നെന്നേക്കുമടഞ്ഞാൽപ്പിന്നെ,
നിന്നെയോർക്കാനാരുകാണും—നീയതിനാൽ, നിനക്കുള്ള
നിർവൃതികളൊന്നുപോലും ബാക്കിവെയ്ക്കൊല്ലേ!

ആനന്ദിക്കൽ നാലുപാടും വീശിടും മണിയൊലികൾ
വാനിലോളം പൊങ്ങിപ്പൊങ്ങി മുഴങ്ങുംനേരം,
നീയും നിന്റെ നെടുവീർപ്പും--നാണമാകുന്നില്ലേ?—കഷ്ടം!
നേരമായ്; വേഗമാകട്ടെ, തുറക്കൂ വാതിൽ!

നിർവൃതി നിൻ കതകിന്മേൽ മുട്ടിമുട്ടി വിളിക്കുന്നു
നിർവ്വിശങ്കം,മെന്നിട്ടും, നീ നിദ്ര ചെയ്യുന്നു.
വെളിച്ചത്തു വന്നുനിന്ന വാസ്തവത്തെ വിഗണിച്ചു
വിളിക്കയാണിരുളിൽ നീയവാസ്തവത്തെ!

നമ്മളെല്ലാവരും കേൾക്കെ, പോയ വസന്തത്തിലെത്ര
രമ്യമായാക്കുയിലോരോ പാട്ടുകൾ പാടി!
ഇന്നതിന്റെ ഗാനമെങ്ങാ,ണിന്നതിന്റെ നാമെങ്ങാ-
ണിന്നു—ശരി—യിന്നതുതന്നെവിടെപ്പോയി?

ആരറിഞ്ഞു, കഷ്ട,മാരിസ്സത്യത്തിൽ മുഖത്തിലേവം
നേരിയോരീ മൂടുപടം വാരിയെറിഞ്ഞു?
വ്യക്തമല്ല കാണ്മതൊന്നും, മൂടൽമഞ്ഞാണെവിടെയും
ശക്തിയില്ല നമുക്കതു നീക്കിനിർത്താനും!

എന്തുകഷ്ടം!— സ്വപ്നമാണിജ്ജീവിത,മാകട്ടെ,യതി-
ലെന്തിന്നു പിന്നയുമിദം മായികോന്മാദം?
ഹന്ത, നമ്മളബലന്മാർ, വിധിയുടെ ചെങ്കനലിൽ
വെന്തു ചിറകടിച്ചീടും ശലഭകങ്ങൾ

എത്രയെത്ര മനോരാജ്യം പൂത്തുപൂത്തുല്ലസിക്കട്ടേ
എത്രയോമൽപ്രതീക്ഷകൾ തളിരിടട്ടെ!
കാലത്തിനു കനിവില്ല, നിന്നെയുമെന്നെയും,മൊന്നു-
പോ,ലതെന്നെങ്കിലു,മയ്യോ, കബളിപ്പിക്കും!

പരാജയ പാദപാതവിനതമാം ശിരസ്സുമായ്-
ച്ചരാചരപരിപാടിക്രമങ്ങൾ നോക്കി
നിഹതൻ നീ കരയുന്നു, നിരാശയിലെരിയുന്നു
നിയതം നീ നീറിപ്പൊലിഞ്ഞടിഞ്ഞീടുന്നു!

അനുഭവം മുള്ളുകുത്തിത്തറച്ചു, നിൻ ജീവിതത്തിൽ
മിനുത്ത മാർത്തടം രക്തം വമിക്കുംനേരം,
അരികിൽ വന്നതൊന്നൊപ്പിത്തഴുകുവാ,നനുരാഗ-
തരളമാം സാന്ത്വനമൊന്നെവിടെക്കാണും?

ദയനീയംതന്നെ നിന്റെ ചരിതം;—നീ നിസ്സഹായൻ
നിയതിനീരാഴി നീന്തിത്തളർന്നുപോവോൻ,
നേർക്കു മറുകരയിലും വെറും മരുഭൂമിയല്ലെ-
ന്നാർക്കറിയാം?—മരണത്തെ വിശ്വസിച്ചാലോ!

അസ്ഥികൂടക്കല്പടകൾ ചവിട്ടി മേലോട്ടുപോയി-
ട്ടഭ്യുദയ കൊടുമുടി കയറിയോരും,
അസ്ഥികൂടമായി തകർന്നടിഞ്ഞു—താഴത്തു വീണ്ടും-
അസ്ഥിരമാണസ്ഥിര,മിജ്ജഗത്തിലെന്തും!

എവിടന്നോ വന്നവർ നാ,മെവിടെയോ ചെന്നിടേണ്ടോ-
രിവിടെയൊരല്പമാത്രവിശ്രമം ചെയ്‌വോർ
നമുക്കെന്താണവകാശം, നമുക്കെന്താണധികാരം
വിമർശിക്കാൻ വിധിയുടെ വിധിത്സിതങ്ങൾ?

തത്ത്വചിന്താകവചിതയുക്തിവാദപടുക്കൾതൻ
ബുദ്ധിശക്തിയെത്രമാത്രമെതിർത്തുനോക്കി
മുക്തിനേടാൻ വിധിയുടെയാക്രമത്തിൽനിന്നു,കഷ്ട-
മെത്രമാത്രമവർക്കെന്നാൽ വിജയം കിട്ടി?

ഒരു കാലത്തോമനത്തം മഴവല്ലു വീശി വീശി-
ച്ചിരിച്ച പൂങ്കവിൾക്കൂമ്പും വിളർത്തുപോയി.
തരുണിമയുടെ പച്ച ദിവസങ്ങളൊന്നൊന്നായി-
ച്ചിറകടിച്ചടിച്ചൊക്കെപ്പറന്നുപോയി!

തരമില്ല കൊതിക്കാനും--കഷ്ടമല്ലേ?—നമുക്കവ
തിരിച്ചെടുത്തണയുമൊന്നൊരിക്കൽകൂടി
കഴിഞ്ഞവ കഴിഞ്ഞവതന്നെയെന്നെന്നേക്കു,മയ്യോ
കഴിയൽ!—ആപ്പദംപോലും കരയലല്ലേ?

കഴിയുന്നു പകൽ,പിന്നെക്കഴിയുന്നു നിശ;വേനൽ
കഴിയുന്നു, കഴിയുന്നു വർഷവും വേഗം.
കഴിയുന്നു വത്സരങ്ങൾ, കഴിയുന്നു ജീവിതങ്ങൾ—
കഴിയുന്നു, കഴിയുന്നു, ജഗത്തിലെന്തും!

ഇന്നലെ വിടർന്നടർന്ന ചെമ്പനീർപ്പൂവിനെക്കുറി-
ച്ചിന്നു പാടുന്നില്ലൊരൊറ്റപ്പൂങ്കുയിൽപോലും!
നന്നു, നിനക്കറിഞ്ഞിടാം ദീനമാമിപ്പരമാർത്ഥം
പിന്നെ, നീയിപ്പെയ്യും കണ്ണുനീരിനെന്തർത്ഥം?

ഇന്നു നിന്റെ ദിവസമാ,ണന്യചിന്തയ്ക്കധീനനാ-
യിന്നു നിന്റെ മുന്തിരി നീയുപേക്ഷിക്കൊല്ലേ!
കണ്ണുനീർ പെയ്തതിൽക്കലർപ്പിയറ്റിടാ,തുടനപ്പൊൻ-
കിണ്ണമെടുത്തൊറ്റമോന്തിൽക്കുടിച്ചു വെയ്ക്കു!

ഒരുപക്ഷേ പുളിപ്പല്പമുണ്ടെന്നിരുന്നാലു,മത്ര-
കരുതാനില്ലതു കൈയിലെത്തിയതല്ലേ?
മരണത്തിൻമദ്യമെങ്ങാൻ കയ്പുമാത്രമായാൽ--സത്യ-
മറിഞ്ഞുകൂടല്ലോ!— ഹാ, നീ വിഡ്ഢിയാവില്ലേ?

അതുവേണ്ട, വേറൊന്നിനിക്കിട്ടുമെന്നാശിച്ചു,കര-
ഗതമായതെടുത്തു നീ കളഞ്ഞിടേണ്ട!
ലഭിച്ചോട്ടെ ലഭിപ്പതു ലഭിക്കുമ്പോ,ളതിനിന്നു
ലഭിച്ചതു പാഴിലാക്കിക്കളയണോ നീ?

ഒട്ടധികം കരഞ്ഞിട്ടുണ്ടെൻജീവിത മരുഭൂവിൽ-
പ്പച്ചപിടിക്കുമെന്നോർത്തു പണ്ടൊക്കെ ഞാനും
എന്നിട്ടുമെന്തായി?— സുഖം തുളുമ്പിയ നിമേഷങ്ങ-
ളൊന്നൊന്നായെൻ മുന്നിൽപ്പാഴായ്പ്പോയതു മാത്രം!

ഈ ലഘു ജീവിതമാകും കളിപ്പന്തിട്ടടിപ്പതു
കാലത്തിന്റെ വെറുമൊരു വിനോദം മാത്രം.
അതു നീണ്ടു നില്ക്കിലെന്താണല്പമാത്രമാകിലെന്താ-
ണതിനും നിനക്കും തമ്മിലില്ലല്ലോ ബന്ധം!

പാരസ്പര്യശൂന്യമാകും മായാമയച്ഛായകൾതൻ
പാരമാർത്ഥ്യത്തിനുപിൻപേ പാഞ്ഞിടും നിന്നെ,
മാറി മാറി വലിക്കയാണനാരതം പരശ്ശതം
മായികബന്ധങ്ങളുടെ കാന്തസൂചികൾ!

താരാമണിക്കുമിളകൾ നുരിയിടും സുരഗംഗാ-
തീരഭൂവിലലയുമാ വെളിച്ചം നോക്കി,
കൂരിരുളിലിരുന്നു നീ കരയുവാൻ തുടങ്ങിയി-
ട്ടേറെനാളായില്ലേ?— ഹാ, നീ മുഷിഞ്ഞിട്ടില്ലേ?....

രണ്ട്

അങ്ങതാ കേൾക്കുന്നു ദേവാലയത്തിൽനിന്നനുസ്യൂത-
മംഗളദീപാരാധനാമണിയൊലികൾ.

കനകനാണയങ്ങൾക്കു പരലോകം പകുത്തേകും
കനിവില്ലാത്തീശ്വരന്റെ കുഴൽവിളികൾ

മുക്തിസാമ്രാജ്യത്തിലേക്കുള്ളടയാളച്ചീട്ടു വില്ക്കും
ക്ഷുദ്രപുരോഹിതന്മാർതൻ കപടതന്ത്രം,
ഇത്രനാളും കേട്ടു കേട്ടു വഴിപിഴച്ചല്ലോ നിങ്ങ-
ളിത്തിരിയൊന്നിനി സ്വയം ചിന്തിച്ചുനോക്കൂ!

മണ്ണടിഞ്ഞാൽ കഴിഞ്ഞില്ലേ ജീവിതത്തിൽ സമസ്തവും
പിന്നെ, നിങ്ങൾ നിങ്ങളല്ലാതായിത്തീർന്നില്ലേ?
മന്നിൽ സ്വർഗ്ഗം നിങ്ങളുടെ പടിവാതിൽ കാത്തു നില്ക്കിൽ-
പ്പിന്നെ സ്വർഗ്ഗം നിങ്ങൾ മറ്റൊന്നിരക്കാനുണ്ടോ?

കല്ലിനുണ്ടോ—വെറും കരിങ്കല്ലിനുണ്ടോ—വികാരങ്ങൾ
കല്ലും മരത്തുണ്ടുമല്ലേ നിങ്ങൾതൻ ദൈവം?
കോവിലിൽപ്പോയ് വേണംപോലും സ്വപ്നംകാണൽ, സുഖമയ-
ജീവിതത്തിൻമദ്യശാലയടച്ചുപൂട്ടി!

മുന്തിരിയിൽനിന്നു വേറിട്ടില്ലൊരു മുക്തിയും, നിങ്ങൾ
മുന്തിരിയാൽ നിറയ്ക്കുവിൻ ജീവിതപാത്രം!
എന്തായാലുമാ ലഹരി വിട്ടുപോവുകില്ല, നിങ്ങ-
ളന്തിനേരത്താറ്റുവക്കത്തണയുവോളം!

മൂടൽമഞ്ഞിൽ മുഗ്ദ്ധകാല്യപ്രഭപോലെ, മുന്തിരിയിൽ
മൂടിമൂടിക്കിടക്കുന്ന ജീവിതസ്വപ്നം,
മധുരമാകാതിരിക്കാനിടയില്ല;— വെടിയുവിൽ
വിധുരത, കാലം പാഴിൽക്കളഞ്ഞിടൊല്ലേ!

പൂക്കണം ഭൂമിയിൽവെച്ചു നമ്മുടെ മോഹങ്ങളെല്ലാം
കായ്ക്കുവതുമവയെല്ലാം ഭൂമിയിൽ വേണം.
കൂരിരുളാർന്നൊളിമങ്ങിത്തണുത്ത കല്ലറയിൽ വെ-
ച്ചാരറിയാൻ നമുക്കവ സാധിച്ചാൽത്തന്നെ?

ഇന്നത്തെയീ വസന്തത്തി,ലിന്നത്തെയീപ്പനീർപ്പൂക്ക-
ളൊന്നൊന്നായിട്ടിന്നുതന്നെ പറിക്കൂ നിങ്ങൾ!
വാടിപ്പോകാമവ നാളെ, സാരമില്ല, നേരമില്ല,
വാടികയിൽക്കടക്കുവിൻ വേഗമാകട്ടെ!

മാറിയൊഴിഞ്ഞകലുവാനാവുകയില്ലൊരിക്കലാ
മാരണദേവത വന്നു വിളിച്ചാൽപ്പിന്നെ;
വെറുതെ സംശയിച്ചയ്യോ, നിന്നു നേരം കളയല്ലേ
വരൂ, വരൂ, കാത്തിരിപ്പൂ മധുരമദ്യം!

ഒരു കൊച്ചുലതപോലും പൂക്കരുതെന്നൊരുനാളും
കരുതുകില്ലവ നട്ടോരുദ്യാനപാലൻ
ഒരുകൊച്ചുസുമംപോലും ഫലമായിത്തീരരുതെ-
ന്നൊരിക്കലും കരുതുകില്ലുദ്യാനപാലൻ!

ഒരു പിഞ്ചുതളിർപോലു,മൊരു പിഞ്ചുമലർപോലും
വെറുതേ പിഴുതെറിയില്ലുദ്യാനപാലൻ.
സമസ്തവും പാലിക്കാനും സമസ്തവും ലാളിക്കാനും
സമുത്സുകനാണാർദ്രനാമുദ്യാനപാലൻ!

ഒരു പുഷ്പം ചുവന്നാകാമൊരുപുഷ്പം വെളുത്താകാ-
മൊരുപുഷ്പം നീലയാകാം, മഞ്ഞയുമാകാം.
ശരി, പക്ഷേ, പക്ഷപാതലേശമേശാതഖിലവും
പരിപാലിക്കുന്നു കനിഞ്ഞാരാമനാഥൻ!

ചിലതിങ്കൽ പരിമളം, ചിലതിങ്കൽ പലനിറം
ചിലതിങ്കൽ മകരന്ദം പരലസിപ്പൂ;
ചിലതെന്നാൽ ഗന്ധശൂന്യം, കാന്തിഹീനം, ഹാ, വിവർണ്ണം,
ചിലതെന്നാൽ മദകരമരന്ദശൂന്യം!

എങ്കിലു,മാരാമപാലൻ സന്ത്യജിക്കിലല്ലോമനത്തം
തങ്കിടുമസ്സുമങ്ങളിലൊന്നിനെപ്പോലും!
ഭഗ്നമോഹനായിടായ്കര— വന്നുവീഴും വെൺവെളിച്ചം
നഗ്നമാ, യിരുണ്ട നിന്റെ ജീവിതത്തിലും!

പ്രത്യുഷഃകാന്തിയിൽ, സ്വർണ്ണരാജസൗധത്തിനോടൊപ്പ-
മുദ്രസം, ഹാ, മുങ്ങിനില്പൂ പുല്ലുമാടവും.
അടിമയുമരചനും, മണ്ണുതന്നെ രണ്ടും, പോയ്ച്ചെ-
ന്നടിവതുമൊടുവിലാ മണ്ണിൽത്താൻ രണ്ടും!

കഴിഞ്ഞില്ല സീസറിന്നുപോലും തൻമാർത്തടം പിളർ-
ന്നൊഴുകിയ ജീവരക്തം തടുത്തുനിർത്താൻ
ചൂളിപ്പോയി വെറുമൊരു കുഠാരത്തിന്മുന്നിൽ, കത്തി-
ക്കാളിയോരാപ്പരാക്രമപർവ്വതംപോലും!

വീരതയില്ലായ്കയല്ല കൊന്നതു കർണ്ണനെ, രണ-
ശൂരനല്ലാഞ്ഞഭിമന്യു മരിച്ചതല്ല.
ശക്തി പോരാഞ്ഞല്ല ബാലി ശരമേറ്റു പതിച്ചതും—
ശപ്തമാകും വിധി!— വിധി തടുപ്പതാരോ!

അവതാരപുരുഷന്മാർപോലും, ഹതവിധിമൂല-
മവശരായതു നമ്മളറിഞ്ഞിട്ടില്ലേ?
ഇല്ലൊരാളും നിശിതമാം വിധിയോടത്യുഗ്രമായി
മല്ലടിച്ചടി,ച്ചൊടുക്കം ജയിച്ചവനായ്!

എത്ര മുസോളിനികൾ വന്നെതിരിട്ടു പരശ്ശത-
മെത്തിയോപ്പിയകൾ പിടിച്ചടക്കിയാലും
അടിഞ്ഞുപോമവരുടെ വിശ്വവീര്യപരാക്രമ-
പടുതകൾ വെറുമൊരു കല്ലറയ്ക്കുള്ളിൽ!

പുഴു തിന്നുമൊരുകാലം ഹിറ്റ്ലർക്കുള്ളൊരിരുമ്പുകൈ
കഴുകന്മാർ കൊത്തിക്കീറും നിജശരീരം
കഴിയുകില്ലവർക്കുമൊന്നതിൽനിന്നു രക്ഷനേടാൻ
മിഴിനീരിൻകഥയിതെന്തത്ഭുതമാവോ!

വീരർ പോയ പാദമുദ്ര നോക്കിനോക്കിച്ചെന്നുചെന്നു
മാരണഗോപുരദ്വാരമണയുവോളം
മുന്നിൽ നമ്മൾ കാൺമൂ പല പരാക്രമകഥ— പക്ഷേ,
പിന്നെയുള്ളതൊരു നീണ്ട കൂരിരുൾമാത്രം!

രാഗമാലകളിൽ,ച്ചില ഗായകാധരങ്ങളി,ലാ-
ത്യാഗരാജനാമധേയം പ്രതിദ്ധ്വനിപ്പൂ.
വിശ്വഗാനമുടലെടുത്തണഞ്ഞൊരാ സ്വപ്നം, ഗൂഢ-,
വിസ്മൃതിയിൽത്തള്ളി,ക്കാലം വിജയം നേടി!

ശരിതന്നെ, മരണമതജയ്യമാ,ണതുകൊണ്ടു
നരനെന്നും നിരാശയിലടിയുകെന്നോ
അബദ്ധമാണതു;— നേരേമറിച്ചു, നിത്യോദ്യമത്താ-
ലടുത്തടുത്താശാകേന്ദ്രമണഞ്ഞിടേണം!

അല്പമാത്രമായിടുമിജ്ജീവിതത്തെ,ക്കർത്തവ്യത്തിൻ
പുഷ്മമണ്ഡപങ്ങൾതോറും നൃത്തമാടിക്കൂ.
അത്യനുഭൂതികൾപെയ്യുമമൃതധാരയിൽ മുങ്ങി
നിത്യവും മതിമറന്നു മദിച്ചു പാടൂ!

ചുംബനങ്ങൾ വീണുവീണു തുടുത്ത പൂങ്കവിൾപോലെ
പൊൻപുലരൊളിയിൽപ്പുതുതാമരപോലെ,
ജീവിതവും മുന്തിരിയാൽ വികസിതമായിടട്ടെ
നീ വിഷാദവിവശനായ് വിലപിക്കൊല്ലേ!

പ്രേമവിലാസിനിയുടെ മാറിൽത്തലചായ്ച്ചുകിട-
ന്നോമനസ്വപ്നങ്ങൾകാണും നിൻഹൃദയത്തെ,
തട്ടിയുണർത്തല്ലേ വീണ്ടും തപ്തചിന്താശതങ്ങൾതൻ
ചുട്ടനെടുവീർപ്പുകളിൽ നിഷ്കരുണം നീ!

അവളുടെ പുഞ്ചിരിയിൽ മയങ്ങാത്ത ലോകമേതു-
ണ്ടവളുടെ ഗാനമിഷ്ടപ്പെടാത്തതാരോ!
കാലദേശാതീതമല്ലേ, സാമജമോഹനഗാന-
ലോലുപയാമവളുടെ വിലാസനൃത്തം?

നീയവളോടിണങ്ങിയാൽ നിന്നെയവൾ ദേവനാക്കും
നീ,യഥവാ, പിണങ്ങിയാൽ പിശാചുമാക്കും
സൃഷ്ടിക്കുവാൻ കുശലത കുറച്ചൊന്നുമല്ലവൾക്കീ
വിഷ്ടപത്തിൽ നരകവും നാകവുമൊപ്പം

അവൾ തരും മുന്തിരിയാണെന്തിനേക്കാളും മധുര-
മവശ,നീയതല്പമാസ്വദിക്കാൻ നോക്കൂ.
മണ്ണിൽ മങ്ങിക്കിടക്കും, നിൻ ജീവിതമെടുത്തുയർത്തി
വിണ്ണിലതു നക്ഷത്രങ്ങൾക്കിടയിൽ നിർത്തും!

പോയകാലം വരികില്ല, വന്നിടാനുള്ളതു വന്നു
പോവുകയും ചെയ്യും— നീയോ വഞ്ചിതനാകും!
അതുപാടില്ലെവിടെനിൻ മുന്തിരി,നിൻ മുരളിയെ-
ങ്ങതാ നോക്കൂ, വന്നുപോയീ വസന്തമാസം!

കാത്തു കാത്തിരിക്കുകയാണക്ഷമയായവിടെ,യ-
പ്പൂത്തവല്ലിക്കുടിലിങ്കലോമലാൾ നിന്നെ,
ചുണ്ടൊടു ചുണ്ടുരുമ്മി,യപ്പൂന്തണലിലവളൊന്നി-
ച്ചിണ്ടലറ്റിരുന്നിനി നീ സമുല്ലസിക്കൂ!

കലയും ശാസ്ത്രവും തമ്മിൽ കലഹിച്ചു പന്തയംവെ-
ച്ചലയുവാൻ തുടങ്ങിയിട്ടെത്രനാളായി?
ഇനിയും കണ്ടെത്തിയിട്ടില്ലവ രണ്ടും തിരക്കിയോ-
രനുമാനാതീതമാമൊരനഘസത്യം!

തത്ത്വചിന്താലഹരിയിൽക്കണ്ണുകാണാത്തസംഖ്യംപേർ
മുക്തിയെന്ന ഹസ്തിയെ,ച്ചെന്നുരുമ്മി നോക്കി;
അവരവർ കണ്ടമട്ടിലതിനെ വർണ്ണിച്ചു ചൊല്ലി-
യവരിന്നും ചെയ്‌വൂ വാദപ്രതിവാദങ്ങൾ!

മുന്തിരിയെപ്പറ്റി മാത്ര,മാർക്കുമില്ലൊരെതിർവാദം
മുന്തിരിയെക്കഴിയുകില്ലപലപിക്കാൻ!
മുന്തിരിയെ— ക്കലർപ്പറ്റ മുന്തിരിയെ— ത്തുടുത്ത ചെ-
മ്മുന്തിരിയെ— ച്ചെന്നു നിങ്ങളവലംബിക്കിൻ!

മൂന്ന്

കാലചക്രം മുടങ്ങാതെ കറങ്ങിക്കൊണ്ടിരിക്കുന്നു
നാളുകളോരോന്നായ് മറഞ്ഞകന്നീടുന്നു.

നീയിനിയും മടിയനായിരുന്നാലോ?--വഴിവക്കിൽ
നീളെ നീളേപ്പറക്കട്ടേ നിൻപതാകകൾ!

ഉണരലുദ്യമത്തിലേ,ക്കദ്യമമുദ്ഗതിയിലേ-
ക്കനുക്രമം പടുക്കുന്നു, നടപ്പടികൾ.
ഉറങ്ങലാൽ നിരാശയും, നിരാശയാൽ വിനാശവും
വെറുതേ നീ വലിച്ചിഴച്ചാനയിക്കൊല്ലേ!

പ്രവൃത്തിയിൽ കിടക്കുന്നു വിജയത്തിൻ രഹസ്യങ്ങൾ
പ്രസന്നനായതിനു നീയധീനനാകൂ!
വായുവിങ്കൽ കോട്ടകെട്ടിക്കളയുവാനുള്ളതല്ല
മായികമാണെങ്കിലും നിൻ ജീവിതകാലം!

വർത്തമാനക്കുഴൽവിളി നിൻചെവിയിലലയ്ക്കുമ്പോൾ
വർത്തമാനക്കടലോളമടിച്ചീടുമ്പോൾ,
നീയുറങ്ങിക്കിടന്നാലോ?– വിജയത്തിൻ ദ്വീപിലേക്കു
പോയീടും പായ്ക്കപ്പലതാ നീക്കിടാറായി!

മദിരയെപ്പിരിയാതെ, മനംമങ്ങിക്കരയാതെ
മദഭരിതനായ് മന്നിൽ മരുവും നിന്നെ,
മരിച്ചാലും ഞങ്ങളന്നു മറവി തീണ്ടിടാത്തൊരു
മരതകമലർക്കാവിൽ മറചെയ്തോളാം!

അവസാന നിമേഷവും കഴിവോളം വെടിവതി-
ല്ലവശവാസരം, നിജ മുന്തിരിപ്പാത്രം.
ഒഴുകുകയാണു പാഴിലതിൽപ്പിന്നെപ്പടിഞ്ഞാറു
മുഴുവനു,മയ്യോ, ശോണമദിരാപുരം!

അതും തീർന്നാലിരുട്ടായി, തണുപ്പായീ, മൗനമായീ
ഹതമാകുമൊരു വെറും മരവിപ്പായീ.
പതിവായി പ്രകൃതിയിപ്പരമാർത്ഥം കാണിച്ചിട്ടും
പതിഞ്ഞില്ല മർത്ത്യനതു മനസ്സിലെന്നോ?

പരായുതം സൗരയൂഥം കോർത്തിണക്കുമൊരത്ഭുത-
പരബ്രഹ്മപ്രഭാവത്തെ പകച്ചുനോക്കി
പരിഭ്രാന്തപരവശഹൃദന്തരൻ നരൻ, പാറി-
പ്പറക്കുന്നു പതിരുപോൽ സംശയക്കാറ്റിൽ!

അവസാനമെവിടെച്ചെന്നധഃപതിച്ചീടുമെന്നു-
മവനൊരു ലവലേശമറിഞ്ഞുകൂടാ.
പറക്കുമ്പോൾ പറക്കാനും, പതിക്കുമ്പോൾ പതിക്കാനും
മുറയ്ക്കവൻ സന്നദ്ധനാണെന്നതുമാത്രം!

മണലണുതൊട്ടു, മേലോട്ടർക്കചന്ദ്രാദികളോള-
മിണക്കുന്നുണ്ടൊരുമിച്ചൊരദൃശ്യഹസ്തം.
നീർക്കുമിളയ്ക്കകം നീലവിണ്ണടച്ചുനിറുത്തുന്നു
നീടിയലുമേകമൗനസംഗീതനാളം!

താരകത്തിലരുവിതൻ കളകള,മരുവിയാൽ-
ത്താരകത്തിൻ തനിത്തങ്കത്തെളുതെളക്കം,
പകർന്നു നല്കപ്പെടുന്നു, പരസ്പരമറിയാതെ
പരയാമാമൊന്നിൻ ദിവ്യപ്രേരണമൂലം!

അതിൻ നടക്കാവുതോറും, നക്ഷത്രങ്ങൾ പാടിപ്പറ-
ന്നതിഥികൾക്കാത്മശാന്തി പകർന്നേകുന്നു.
അതിൻ കളിപ്പൊയ്കകളിൽ, പൂനിലാക്കൾ തുളുമ്പിനി-
ന്നതിഥികൾക്കനുഭൂതിയരുളീടുന്നു.

അതിൻ നൃത്തശാലയ്ക്കകം, മാരിവിൽ വന്നണിയിട്ടു
പുതുപരവതാനികൾ വിരിച്ചീടുന്നു
ഹൃദയങ്ങളതിനുള്ളിൽ കടന്നുചെന്നുന്മദത്തിൻ
മൃദുലാശ്ലേഷങ്ങളേറ്റു തളർന്നീടുന്നു!

അതിൽ പൂങ്കാവനങ്ങളിൽ, പുളകങ്ങൾ പൂത്തുപൂത്തു
ചിദാനന്ദപരിമളലഹരി ചേർപ്പൂ.
ത്യാഗത്തിന്റെ കാന്തസൂചിയങ്ങുമാത്രം നോക്കിനില്പൂ
ഭാഗധേയമവിടത്തിൽ പൂമഴപെയ്വൂ!

ആ മഹിതപ്രേമത്തിനൊരാരാധകനാവുമെങ്കിൽ
നീ മനുഷ്യ, മഹിയിങ്കൽ മനുഷ്യനായി.
രണ്ടു മധുരപ്രേമത്തിൻ മുന്തിരി നീ കുടിക്കുകിൽ
ഭൂമിയിൽ നിൻ ജന്മമന്നു സഫലമായി!

വെറുമൊരു നോട്ടത്തേക്കാൾപ്പരമമാമൊരുസിദ്ധി
കരഗതമാണുനിനക്കതിങ്കൽനിന്നും.
ഇരുളല്ല വെളിച്ചമാ,ണിരവല്ല പകലാണു
തരുന്നതു നിനക്കതിൻ ലഹരിയെന്നും!

പ്രേമത്തിന്റെ വേണുഗാനം തുളുമ്പിടുമൊരു നവ-
ശ്രീമയവൃന്ദാവനമായ് നിന്റെ ജീവിതം,
അനുഭവഗോപികകൾക്കനുഭൂതിയേകിയേകി-
യനശ്വരാപദാനങ്ങൾക്കിടയാകട്ടെ!

മായാമുഖപടമിട്ടു മൂടിയോരിപ്രപഞ്ചത്തിൽ
മാനവജീവിതലക്ഷ്യം സ്നേഹിക്കൽ മാത്രം!
സ്നേഹം, സ്നേഹം! ഹാ ജഗത്തിലില്ല വേറൊന്നതിനോളം
മോഹനമായ്! സ്നേഹമേ, നിൻ ഭക്തദാസൻ ഞാൻ!

സ്നേഹിക്കുക, ഭുവനത്തിൽ സ്നേഹിക്കപ്പെടുക, ജീവ-
ദാഹത്തിനമൃതധാരയാണതു രണ്ടും.
സ്നേഹശോക, സ്നേഹബാഷ്പ, സ്നേഹനിരാശകളെല്ലാം
സ്നേഹശൂന്യസുഖത്തേക്കാളതിമധുരം!

അതുലസ്നേഹമേ, ദേവി, നിൻമുഖദർശനത്തിനാ-
ണിതുവരേക്കുഴന്നതും തിരഞ്ഞതും ഞാൻ.
അന്ത്യനിമേഷത്തിലുമെന്നാത്മവിപഞ്ചികയിൽ, നി-
ന്നംഗുലികൾ സഞ്ചരിക്കിൽ ചരിതാർത്ഥൻ ഞാൻ!

എനിക്കു നിൻ ചിന്തപോലും നിർവൃതിയാണിനി നില്പൂ
വനികയിലൊരുനാൾ ഞാൻ വന്നു ചേർന്നാലോ!
കുളിർകോരിയിടുകയാണെനിക്കു നിൻ സുരഭിയാം
കളിപ്പൂങ്കാവനരംഗസ്മൃതികൾപോലും!

അനുപമസുഖങ്ങൾതൻ തരുക്കളിലിത്രനാളെ-
ന്നനുഭവപ്പൈങ്കിളികൾ പറന്നുപാടി.
നിസ്തുലമാം നിൻഹൃദയനീഡകത്തിൽത്തിരിച്ചെത്തി
നിദ്രചെയ്യട്ടിനിയവ ചിറകൊതുക്കി.

ചക്രവാളസീമകൾക്കുമപ്പുറം നിൻസനാതന-
സ്വർഗ്ഗശാന്തി വീണവായിച്ചലഞ്ഞീടട്ടേ!
ഇപ്രപഞ്ചഹൃദയത്തിൽ നിൻ മയൂഖമതല്ലികൾ
സുപ്രഭാതം മുടങ്ങാതെ കൊളുത്തീടട്ടെ.

സ്നേഹമേ, നിൻമദിരയിൽ മുങ്ങിമുങ്ങി,ജ്ജഗത്തൊരു
മോഹനോന്മാദത്തിൽ മൂർച്ഛിച്ചമർന്നീടട്ടേ!
മരണവും ജീവിതവും നിൻ മുരളീരവം നുകർ-
ന്നൊരുപോലൊരുത്സവമായ് ഭവിച്ചീടട്ടെ!...

അങ്ങതാ പൊങ്ങുന്നു വാനി,ലൊരു വെള്ളിക്കിനാവുപോൽ
മംഗളവസന്തകാലകലേശലേഖ
പ്രേമസുസ്മിതം പൊഴിപ്പൂ താരകളെന്നോമലേ, നീ
താമസമെ,ന്തയ്യോ, വേഗം നിറയ്ക്കൂ പാത്രം!

പൂനിലാവു തളിർക്കുന്നു, മുല്ല പൂത്തു പരിമള-
പൂരമിളങ്കാറ്റിലലതുളുമ്പിനില്പൂ.
നാമിനിയീ നികുഞ്ജത്തിൽ വിശ്രമിച്ചു സുഖിക്കുമെ-
ന്നോമലാളേ, വേഗം വീണ്ടും നിറയ്ക്കൂ പാത്രം!

രാക്കിളികൾ മരക്കൊമ്പിൽച്ചിറകടിച്ചിണകൂടി
മേല്ക്കുമേൽപ്പൊഴിപ്പൂ, നേർത്ത കളകളങ്ങൾ
പാവനമാണീ മുഹൂർത്ത,മിതു പാഴിൽക്കളകയോ?
ജീവസർവ്വസ്വമേ, പേർത്തും നിറയ്ക്കൂ പാത്രം!

ചന്ദനശീതളമാമിപ്പൂനിലാവും, പുഴവക്കും,
മന്ദാക്ഷലോലുപയായെന്നരികിൽ നീയും,
പരിമളലഹരിയും പതയുമീമുന്തിരിയും,
പരമോല്ലാസദേ, ഹാ, ഞാൻ നിർവൃതിക്കൊൾവൂ!

അമരവല്ലരിപ്പൂക്കളറുത്തറുത്തലസമാ-
യമലനന്ദനങ്ങളിലലഞ്ഞ നിന്നെ,
അരികിൽച്ചേർത്തണച്ചണച്ചനുരാഗവിവശൻ ഞാ-
നനശ്വരസംഗീതത്തിലലിഞ്ഞിടട്ടേ!

അരുണിമ കളിയാടുമലരെതിർക്കവിൾക്കുമ്പിൽ-
ത്തെരുതെരെച്ചുംബനങ്ങൾ വിതറീടുവാൻ,
അഴകാളുമളകങ്ങൾ മാടിമാടിയൊതുക്കുവാ-
നരികിൽച്ചേർന്നിരുന്നീടുകനുപമേ, നീ!...

ഈ വസന്തം കഴിഞ്ഞാ,ലിപ്പൂക്കളൊക്കെക്കൊഴിഞ്ഞാ,ല-
ന്നീ വിജനവനികയും വിസ്മൃതമാകും!
അന്നു നമ്മളനുശയവിവശരായീടുന്നെന്തി-
നിന്നീ മദിരോത്സവത്തിൽ മുഴുകിയെങ്കിൽ?

മലർക്കെത്തുറന്നുപോയീ പാനശാലാകവാടങ്ങ-
ളലംകൃതമായീ മദിരോത്സവരംഗം
മണിവീണക്കമ്പി വേഗം മുറുക്കൂ, സന്ദേശവും കൊ-
ണ്ടണകയായ് ദ്വാരപാലൻ സമയമായീ!

മുന്തിരിപ്പച്ചിലപ്പടർപ്പിളങ്കാറ്റിലുലഞ്ഞുല-
ഞ്ഞന്തികത്തേക്കതാ മാടിവിളിപ്പൂ നമ്മെ!
മദിരോത്സവം കഴിഞ്ഞാൽ മറക്കല്ലേ, ജഗത്തേ നീ
മറചെയ്യാൻ ഞങ്ങളെയാ മുന്തിരിക്കാട്ടിൽ

– 1947

വസന്തോത്സവം

രംഗം ഒന്ന്

(സ്ഥലം: കാളിന്ദീതീരത്തിൽ രാധയുടെ ചെറുതെങ്കിലും സ്വച്ഛമായ മൺകുടിൽ. മുൻവശത്തുള്ള തിണ്ണയിൽ രാധയും സഖി മാലിനിയും സംസാരിച്ചുകൊണ്ടിരിക്കുന്നു.
സമയം: വസന്തകാലത്തിലെ സുന്ദരമായ ഒരു സന്ധ്യ)

രാധ: എത്തിയെന്നോ സഖീ വൃന്ദാവനത്തില-
ച്ചൈത്രവും പൂക്കളുമൊക്കെയിന്നും?

മാലിനി: മൊട്ടിട്ടു മുല്ലകൾ, പൂത്തു കടമ്പുകൾ
മറ്റു മരങ്ങളും പൂവണിഞ്ഞു
പുഷ്പങ്ങൾ, പുഷ്പങ്ങൾ പുഞ്ചിരിക്കൊള്ളുന്ന
പുഷ്പങ്ങളാണെങ്ങു നോക്കിയാലും,
പച്ചയും മഞ്ഞയും ചോപ്പുമിടകലർ-
ന്നച്ഛിന്നകാന്തിതൻ കന്ദളികൾ
തമ്മിൽത്തഴുകിത്തഴുകിത്തളർന്നുല-
ഞ്ഞെമ്മട്ടുലാവുന്നിതീ വനത്തിൽ!
നിസ്തുലപുഷ്പസമൃദ്ധി നീ നോക്കുകൊ-
ന്നെത്രമനോഹരമീ വസന്തം!

രാധ: അന്നത്തെച്ചൈത്രവുമന്നത്തെപ്പൂക്കളും
തന്നെയാണിന്നുമണഞ്ഞതെന്നോ?
എന്തു, നീ നല്ലപോൽ നോക്കിയോ ചൊല്ലിയ-
തെൻ തോഴി നീയെന്നോടെന്തു ചൊല്ലി?

മാലിനി: അന്നു നീ കാളിന്ദീതീരത്തൊരിക്കലാ-
പ്പൊന്നശോകത്തിന്മേൽ തോളുചാരി,
വാർമുടി മാടിവിടുർത്തുകൊണ്ടേകയായ്
കാർമുകിൽച്ചാർത്തിലാ മിന്നൽപോലെ,
ബാലഗോപാലകദർശനലോലയായ്
ലാലസിക്കുന്നോരാ വേളയിങ്കൽ

വേണുഗാനഭ്രമമേകി; നിന്നെ സ്വയം
നാണിപ്പിച്ചെത്ര മധുരമായി,
ആ മരക്കൊമ്പിലിരുന്നന്നു പാടിയോ-
രോമൽക്കുയിലിനെയോർമ്മയുണ്ടോ?
വൃന്ദാവനത്തിൽ ഞാനേറെനാൾകൂടിയി-
ട്ടിന്നാക്കുയിലിന്റെ പാട്ടു കേട്ടു.

രാധ: ഇക്കളിവാക്കിനാൽ കല്ലേറിഞ്ഞെന്നെ നീ
ദുഃഖിപ്പിച്ചാൽ നിനക്കെന്തു കിട്ടും?
അന്നത്തെപ്പൂങ്കുയിൽതന്നെയാണെത്തിയ-
തിന്നുമെന്നെങ്ങനെ നീയറിഞ്ഞു?

മാലിനി: നീറുന്നു മാനസം, മാറിയിട്ടില്ലൊന്നും
നീമാത്രം, നീമാത്രം മാറിപ്പോയി
മന്ദഹസിപ്പതുണ്ടിന്നും വസന്തത്തിൽ
വൃന്ദാവനത്തിലെക്കുഞ്ജകങ്ങൾ.
അന്നത്തെയാക്കളിതന്നെയാണമ്മട്ടു
വർണ്ണിപ്പതിന്നുമക്കോകിലങ്ങൾ.
വല്ലകി മീട്ടിടുന്നുണ്ടിന്നും കാളിന്ദി
സല്ലീലം കല്ലോലമാലകളാൽ.
അന്തരമേശാതണഞ്ഞിടുന്നുണ്ടിന്നു-
മന്നത്തെച്ചന്ദ്രനും ചന്ദ്രികയും.
പണ്ടത്തെത്തെമണിക്കാറ്റിനുകൂടിയും
കണ്ടിടുന്നില്ലൊരു ഭാവഭേദം.
നീറുന്നു മന്മനം, മാറ്റമില്ലൊന്നിനും
നീമാത്രം, നീമാത്രം മാറിപ്പോയി.

രാധ: അന്നത്തെസ്സൂനങ്ങ,ളന്നത്തെഗ്ഗാനങ്ങ-
ളന്നത്തെ തെന്നലിൻ സ്പന്ദനങ്ങൾ
അന്നത്തെച്ചന്ദ്രികാചർച്ചിതരാത്രിക-
ളന്നത്തെ മന്നിന്റെ മഞ്ജിമകൾ.
എല്ലാം കഴിഞ്ഞു— നശിച്ചു സമസ്തവു-
മില്ലവ വീണ്ടും വരില്ല തോഴീ.

പാടുന്നതുണ്ടാകാമിന്നും കുയിലുകള-
ളാടുന്നതുണ്ടാകാം പൂവല്ലികൾ.
മന്ദസ്മിതംപെയ്തണഞ്ഞിടാം പൂക്കളും
ചന്ദ്രനും സുന്ദരചന്ദ്രികയും.
എങ്കിലുമന്നത്തെയാവില്ലതൊന്നുമേ
ശങ്കവേണ്ടിന്നില്ലതൊന്നുപോലും.

മാലിനി: മായികമോഹങ്ങൾ കെട്ടിപ്പടുത്ത നിൻ
മാലാണ്ടജീവിതമിപ്രകാരം
ത്യക്തവിവിക്തമായ് മാറിടുമെന്നന്നു
ചിത്തത്തിലാരോർത്തിരുന്നു കഷ്ടം!
ചിന്തിച്ചുനോക്കുകീ മന്നിൽ നിൻ ജീവിത-
മെന്തു പരാജയമാണു രാധേ?

രാധ: എന്തുണ്ടതിങ്കൽ പരാജയം?— തോഴി നീ-
യെന്തു ചൊല്ലുന്നിതെൻ ജീവിതത്തിൽ
എല്ലാം വിജയവും സൗഭാഗ്യപൂർത്തിയും
ഫുല്ലപ്രകാശവും മാത്രമല്ലേ?
ആരുണ്ടു ലോകത്തിലെന്നിലുംമീതെയൊ-
രാനന്ദപൂർത്തിയനുഭവിപ്പോർ?
മായികമോഹങ്ങൾ കെട്ടിപ്പടുത്തില്ല
മാലിൽ ഞാനിന്നോളമാണ്ടുമില്ല.
എന്താണു കാരണം പിന്നെ നീയീവിധം
ചിന്തിക്കുവാനും പറയുവാനും?

മാലിനി: കാളിന്ദിതീരത്തെക്കാനനകുഞ്ജങ്ങൾ
കാണുമ്പോളിന്നുമെൻ കൺനിറയും
വൃന്ദാവനത്തിൽ കുയിൽ വന്നുപാടിയാ-
ലന്നിമേഷത്തിലെന്നുള്ളു പൊട്ടും.
സ്വർഗ്ഗം രചിച്ചു ചിരിച്ച നിൻ യൗവന-
സ്വപ്നങ്ങളെല്ലാമിന്നെങ്ങു രാധേ?
പൂവിന്റെ ജീവനായ്ക്കൂടിക്കഴിഞ്ഞൊരാ-
ക്കാർവരിവണ്ടതിന്നെങ്ങു പോയി?

നീരസപ്പെട്ടിടേണ്ടെന്നോടതോർത്തിന്നു
നീറുന്നതില്ലല്ലീ നിൻ ഹൃദയം?

രാധ: ഇല്ലില്ല തോഴി, നീ തെറ്റിദ്ധരിപ്പതാ-
ണില്ലൊരു ശോകവുമെന്മനസ്സിൽ!
നിത്യസ്മൃതിക്കു നിറപറവെയ്ക്കുമാ-
നിസ്തുലനിർവാണരംഗകങ്ങൾ
മാമകപ്രാണനിലൊന്നായവയുടെ
മായാത്ത മുദ്ര വിരിച്ചിരിപ്പൂ!
ഞാനോമനിക്കയാണേകാന്തതയില-
പ്രാണോത്സവാസ്പദരശ്മികളെ.
ഫുല്ലാഭ വർഷിച്ചവയെന്നിൽ നില്പോള-
മല്ലിലെന്നാത്മാവടിയുകില്ല.

മാലിനി: അന്നത്തെയാ വെറും ഗോപാലബാലക-
നിന്നു ലോകേശ്വരൻ, സാർവ്വഭൗമൻ.
ദ്വാരകയിങ്കൽ മണിമയഹർമ്മ്യത്തിൽ
ചാരുവാം രത്നസിംഹാസനത്തിൽ
തങ്കക്കിനാക്കൾ നിനക്കന്നു നല്കിയ
നിൻകളിത്തോഴനിന്നുല്ലസിപ്പൂ.
അന്നു നീ ഗോപിക, വർഷങ്ങളേറെയാ-
യിന്നും വെറുമൊരു ഗോപിക നീ.
നിത്യവും പൈക്കറന്നഷ്ടികഴിച്ചിടും
നിസ്സാരയാണു നീയന്നുമിന്നും.
പോരെങ്കിലിന്നു നിന്നച്ഛനുമില്ല നീ
പാരിങ്കലേകയായ് കഷ്ടമായി!
ഭാഗ്യവതികളാം രുഗ്മിണീദേവിയും
ഭാമയും കൃഷ്ണന്റെ ഭാമിനിമാർ.
ലോകൈകവന്ദ്യരാം രാജ്ഞിമാരിന്നവർ
നീ കഷ്ടമീവിധം ത്യക്തയായി.
വിസ്മയം, കൃഷ്ണന്റെ ജീവനായ് നിന്ന നീ
വിസ്മൃതയായ്ക്കഷ്ടമീവിധത്തിൽ.
വൃന്ദാവനം വിട്ടുപോയതൊട്ടച്യുതൻ
വന്നിട്ടുപോലുമില്ലിങ്ങു വീണ്ടും.

മണ്ണിനാൽ നിർമ്മിച്ച വിഗ്രഹം വെച്ചു നീ-
യിന്നും ഭജിപ്പിതക്കേശവനെ!
വേദനാപൂർണ്ണമായുള്ള നിൻ ജീവിതം
ഹാ, ദയനീയമാണോർക്കിൽ രാധേ!

രാധ: മൃണ്മയവിഗ്രഹമായതിലുണ്ടെന്റെ
ചിന്മയൻ മാമകജീവനാഥൻ.
മേവുന്നതില്ലായിരിക്കാമെൻ ചാരെയ-
ദ്ദേവന്റെ ഭൗതികഗാത്രപിണ്ഡം.
ഇന്നതിന്നർഹരെൻ തോഴി നീ ചൊന്നപോൽ-
ത്തന്നെയദ്ധന്യകളായിരിക്കാം.
ആ വിശുദ്ധാർദ്രമാം മാനസം നേടുവാ-
നാവുകില്ലെന്നാലവർക്കുപോലും!
ഇല്ലതിൽ സ്ഥാനമൊരാൾക്കുമീയേഴയാം
വല്ലവപ്പെണ്ണൊഴിഞ്ഞിന്നുലകിൽ.
എല്ലാമൊതുങ്ങുമതിൻ വിസ്തൃതിയിൽ ഞാൻ
വെള്ളിനക്ഷത്രമായ് മിന്നിനിൽപ്പൂ.
നന്നായറിയാമെനിക്കതു പിന്നെ ഞാൻ
ഖിന്നയായ്ത്തീരുന്നതെന്തിനായി?
പൂപോൽ വിടർന്നൊരപ്പിഞ്ചുമനസ്സിലെ-
പ്പൂതപ്രണയസുഗന്ധപൂരം,
സ്വപ്നങ്ങൾകൊണ്ടു പൊതിഞ്ഞു മദ്‌യൗവനം
സ്വർഗ്ഗീയമാക്കിയ ദിവ്യഭാഗ്യം
വിസ്മരിക്കാവതോ, തോഴി,യതിന്മീതെ
വിത്തമെനിക്കിനിയെന്തുവേണം?
ധന്യരിൽധന്യ ഞാൻ കൈവന്നിട്ടില്ലോർക്കി-
ലന്യർക്കൊരാൾക്കുമിബ്ഭാഗധേയം!
തെറ്റിദ്ധരിക്കായ്ക തോഴി, പരാജയം
പറ്റിയിട്ടില്ലെന്റെ ജീവിതത്തിൽ.

മാലിനി: ഇണ്ടലകന്നു വസന്തമഹോത്സവം
കൊണ്ടാടുമാറായി ഗോപികമാർ.
പൊന്മലർചൂടിയ വൃന്ദാവനികയിൽ
മന്മഥപൂജയ്ക്കു കാലമായി.

എത്രയോ വർഷമായ് നീയതിന്നൊന്നിന്നു-
മെത്താതെ വീട്ടിൽത്തനിച്ചിരിപ്പൂ?
കൈവിട്ടുപോയൊരക്കൃഷ്ണനെദ്ധ്യാനിച്ചു
കൈവളർത്തുന്നു നീ താപഭാരം.
ഉൾക്കുതുകംപൂണ്ടനംഗപൂജാദികൾ-
ക്കിക്കൊല്ലമെങ്കിലും പോകണം നീ.

രാധ: കാമാർച്ചനയും വസന്തോത്സവങ്ങളു-
മോമൽത്തരുണിമാർക്കുള്ളതല്ലേ?
വൃദ്ധയല്ലല്ലി ഞാൻ തോഴി,യെനിക്കിനി
പുഷ്പോത്സവാദിയിലെന്തു കാര്യം?

മാലിനി: മംഗളദർശനേ, ചൊല്ലുന്നതെന്തു നീ
മങ്ങിയിട്ടില്ല നിൻ യൗവനശ്രീ.
നിന്നിലുംമീതെയായ് മറ്റൊരു സുന്ദരി
മന്നിലൊരേടവുമില്ലയിന്നും.
കാമദേവാർച്ചനയ്ക്കെത്തുകിൽ സ്തബ്ധനായ്
കാമദേവൻ നിന്നെ നോക്കിനിൽക്കും.
കൈവന്നിട്ടില്ല മറ്റാർക്കുമദ്ദേവന്റെ
കൈവല്യദമാം വരപ്രസാദം!

രാധ: ചിന്തിതം യാതൊന്നും സാധിക്കാനില്ലെനി-
ക്കെന്തിനിനിയാ വരപ്രസാദം?
മറ്റുള്ളവർക്കാണു ലോക,മെനിക്കെന്റെ
ചെറ്റക്കുടിലിതുമാത്രം പോരും.
ഞാനും നടത്തും വസന്തോത്സവം മമ
പ്രാണേശപാദാബ്ജപൂജകളാൽ.
ആ മുറ്റത്തപ്പൂത്തുനില്ക്കുമിലഞ്ഞിതൻ
ശ്യാമളച്ഛായയിലാത്തമോദം
ആരചിച്ചീടുമൊരായിരം പൂക്കളാ-
ലാരമ്യമാമൊരു മണ്ഡപം ഞാൻ.
പ്രേമപ്രദീപ്തമാമെന്മനംപോലെയ-
ത്തൂമലർമണ്ഡപം ലാലസിക്കും.
തന്മദ്ധ്യഭൂവിൽ ഞാനെന്മനോനാഥന്റെ

മൃണ്മയവിഗ്രഹം വിന്യസിക്കും.
അഞ്ജലിചെയ്യു,മെൻ ചിന്തകൾപോലെഴും
മഞ്ജുസൂനങ്ങൾ ഞാൻ തൃപ്പദത്തിൽ!
ചന്ദ്രികപെയ്യുമ്പോൾ വീർപ്പിട്ടു വീർപ്പിട്ടു
മന്ദസമീരനലഞ്ഞിടുമ്പോൾ
വെള്ളിമേഘങ്ങളും, താരാഗണങ്ങളു-
മുള്ളംകുളിർത്തു ചിരിച്ചിടുമ്പോൾ,
ഏകാന്തരാത്രിയിലേകാന്തശാന്തിയിൽ
ലോകം മുഴുവനലിഞ്ഞിടുമ്പോൾ,
ദണ്ഡനമസ്കൃതിചെയ്തു കിടക്കുമാ-
മണ്ണിലെൻനാഥന്റെ മുന്നിലായ് ഞാൻ:
ഭക്തിവിവശയായസ്തപ്രബോധയാ-
യപ്പൊഴുതേവം ശയിച്ചിടുമ്പോൾ,
ജന്മാന്തരങ്ങൾക്കുമപ്പുറംതൊട്ടെഴും
കർമ്മബന്ധത്തിന്റെ കാഹളം പോൽ;
മൃണ്മയമാ വിഗ്രഹത്തിങ്കൽനിന്നൊരു
നൻമുരളീരവമുത്ഭവിക്കും.
വിദ്യുതശക്തിയാലെന്നപോലായതു
തട്ടിയുണർത്തുമെൻ ചേതനയെ.
ആവേഗപൂർവമുയർന്നെഴുനേറ്റുടൻ
ദേവന്റെ വിഗ്രഹത്തിന്നുചുറ്റും
എന്നെയുംകൂടി മറന്നു ഞാനങ്ങനെ
മന്ദസ്മിതംപെയ്തു നൃത്തമാടും.
ആ വിഗ്രഹത്തിന്റെ കൈകൾ പൊങ്ങും! ക്ഷണ-
മീ വിശ്വകോടികളാകമാനം
ഒന്നിച്ചുചേർന്നൊരു ഗാനമാകും!-ഞങ്ങ-
ളൊന്നിച്ചു കൈകോർത്തു നൃത്തമാടും.
കല്യാണകൃഷ്ണനെൻ നാഥനല്ലാതെനി-
ക്കില്ലർച്ചനയ്ക്കന്യപുഷ്പബാണൻ!

മാലിനി: വ്യാമോഹം, വ്യാമോഹം, സർവ്വവും വ്യാമോഹം
ധീമയക്കീടുമപ്രേമദാഹം.
എന്തിനിനിയുമിസ്വപ്നങ്ങൾ?— നിന്മനം
നൊന്തിടും—രാധേ, നീ പിന്മടങ്ങൂ!

രാധ: മിത്ഥ്യകളാണോർക്കിൽ സർവ്വയാഥാർത്ഥ്യവും
സ്വപ്നങ്ങൾ മാത്രമേ സത്യമുള്ളു.
മൽസുഖസ്വപ്നങ്ങളുള്ളിടത്തോളമൊ-
രുത്സവം മറ്റെനിക്കെന്തുവേണം?
വഞ്ചിതയാകില്ലൊരിക്കലും രാധയ-
ച്ചഞ്ചലഭൗതികഭോഗങ്ങളാൽ.
കാളിന്ദിതീരത്തിൽ കാർമുകിൽവർണ്ണന്റെ
കാലടിപ്പാടുകൾ ചൂടിച്ചൂടി,
നിസ്തുലനിർവൃതി നേടുവാൻ സാധിച്ച-
നിസ്സാരമാമോരോ മൺതരിയും
എന്തു സായൂജ്യമിയന്നതാണോർക്കിൽപ്പി-
ന്നെൻ തോഴിയെൻ കഥയെന്തു ചൊല്ലാൻ?
ആ നന്ദനന്ദനനാകാ മറക്കുവാ-
നാനന്ദസാന്ദ്രമെൻ സാഹചര്യം.
കാളിന്ദിതീരത്തിലാ മരച്ചോട്ടി,ലാ-
നീലശിലാതലമന്നു നിത്യം!
ആരചിച്ചാരചിച്ചാ ദേവനർപ്പിച്ചോ-
രാരാഗദീപ്തമാം സ്വപ്നരംഗം
നിർണ്ണയമേകുവാനാവുകില്ലിന്നത്തെ-
സ്വർണ്ണസിംഹാസനത്തിന്നുപോലും!
അന്നേ ലയിച്ചിട്ടുണ്ടെൻ ജീവരക്തത്തി-
ലെന്നാത്മനാഥന്റെ വേണുഗാനം—
ശുഷ്കിച്ച വല്ലികൾപോലുമടിമുടി
മൊട്ടിട്ടുപോകുമദ്ദിവ്യഗാനം—
വിസ്മയമാമ്മട്ടഖിലത്തിനുമാത്മ-
വിസ്മൃതിയേകുമാ വശ്യഗാനം.
വാരുറ്റഗാനകലാകല്പവല്ലിയിൽ
വാടാതെ മിന്നുമക്കമ്രസൂനം!
മാമകാത്മാവിനെ നർത്തനം ചെയ്യിപ്പൂ
മാദകമാമതിൻ സൗരഭത്താൽ.
ധന്യ ഞാൻ, ധന്യ ഞാൻ എൻ പൂർവ്വപുണ്യത്താൽ
കണ്ണനു ഞാനേവം കൺമണിയായ്!...
പുഷ്ടപ്രസന്നയായന്തി വന്നെത്തി, നീ-
പുഷ്പങ്ങൾ പൂജയ്ക്കൊരുക്കു തോഴി!

ഞാനിതാ വന്നുകഴിഞ്ഞു, യമുനയിൽ
സ്നാനം കഴിഞ്ഞിട്ടരഞൊടിയിൽ!....

(സന്ധ്യാദീപ്തിയിലാറാടിക്കൊണ്ട് രാധ കാളിന്ദിയിലേക്കു പോകുന്നു....)

മാലിനി: (രാധ പോയ വഴിയേ കണ്ണയച്ചുകൊണ്ട്, വ്യാകുലസ്വരത്തിൽ)
വിണ്ണിലും ദുർല്ലഭമാകുമിസ്സൗഭഗം
കണ്ണീരിൽ മുങ്ങുവാനാണു യോഗം!
ആനായവംശത്തിലെത്ര യുവാക്കളു-
ണ്ടാനന്ദമുൾക്കൊണ്ടതാസ്വദിക്കാൻ!
സമ്മതിക്കില്ലവളെന്തൊക്കെച്ചൊന്നാലും
കർമ്മഗതിയാണിതാർ തടുക്കും?
എങ്കിലുമാ മുഖം കാണുമ്പോൾ പൊട്ടുന്നി-
തെൻ കരളയ്യോ, ഞാനെന്തു ചെയ്യും?

രംഗം രണ്ട്

(രാധയുടെ മൺകുടിലിന്റെ അന്തർഭാഗം— ഇടുങ്ങിയതെങ്കിലും ശുചിത്വവും സ്വച്ഛതയുമുള്ള ഒരു പൂജാമുറി— ഭിത്തിയോടടുപ്പിച്ച് മരംകൊണ്ടുണ്ടാക്കിയ ഒരു പീഠത്തിന്മേൽ, പൂത്തുനില്ക്കുന്ന ഒരു കദംബവൃക്ഷത്തിന്റെ ചുവട്ടിൽ, വെളുത്തു കൊഴുത്തു തലയുയർത്തിനില്ക്കുന്ന ഒരു പശുവിന്റെ സമീപം, വലതുകാൽ അല്പം വളച്ച് ഇടതുകാലിന്റെ മുൻവശത്തായി ചേർത്തുപിടിച്ചുകൊണ്ട്, നിർവൃതിയിൽ ലയിച്ചുകൊണ്ടെന്ന പോലെ നിലകൊള്ളുന്ന ശ്രീകൃഷ്ണന്റെ നീലകോമളമായ മൃണ്മയവിഗ്രഹം പ്രതിഷ്ഠിച്ചിരിക്കുന്നു. മാറിൽ വിവിധ വർണ്ണോജ്ജ്വലങ്ങളായ വനമാലകളും അരയിൽ ആകർഷകമായ പീതാംബരവും നല്ലപോലെ തെളിഞ്ഞുകാണുമാറ് ആ വിഗ്രഹത്തിൽ ചായപ്പകിട്ടുകൊണ്ട് സമർത്ഥമാംവിധം പ്രത്യക്ഷപ്പെടുത്തിയിട്ടുണ്ട്. വിഗ്രഹത്തിനുമുമ്പിൽ ഏഴു തിരികൾ മിന്നിത്തിളങ്ങുന്ന മൂന്നു നിലവിളക്കുകൾ അല്പാല്പം അകലത്തായി സമുല്ലസിക്കുന്നു. അവയുടെ മുമ്പിലായി വിവിധ പുഷ്പങ്ങൾ നിറച്ചിട്ടുള്ള തളി

കകളും പൂജാപാത്രങ്ങളും ഉത്തമഫലാദിനിവേദ്യങ്ങളും, സ്വപ്നാത്മകവും ഭക്ത്യുത്തേജകവുമായ ഒരന്തരീക്ഷത്തെ, അകൃത്രിമമായി സൃഷ്ടിച്ചുകൊണ്ട് നേർത്തുനേർത്ത ഒരു സുഗന്ധധൂപം മുറിയിലെങ്ങും വ്യാപിക്കുന്നു. രാധ പുഷ്പാർച്ചനചെയ്തുകൊണ്ട് വിഗ്രഹത്തിനുമുമ്പിൽ വലതുഭാഗത്ത് ഭക്തിപരവശയായി സ്ഥിതിചെയ്യുന്നു.)

രാധ: ജയ ജയ, ജയ ജയ, ഗോപാലാ
ജയ ജയ, ഗളധൃതവനമാലാ
ജയ ജയ, കുണ്ഡലമണ്ഡിത കർണ്ണ
ജയ ജയ, ജലധരവരവർണ്ണ,
ജയ ജയ, മാധവ മധുമഥനാ
ജയ ജയ, പരിണത വിധുവദനാ
ജയ ജയ, ഗോകുലശുഭസദനാ
ജയ ജയ, ഗോപീജനമദനാ
ജയ ജയ, ജയ ജയ, ഭുവനേശാ
ജയ ജയ, മാമകഹൃദയേശാ
ജയ ജയ, കേശവ നരകാരേ
ജയ ജയ, കേവലകൃഷ്ണ ഹരേ.
പാലയ പാലയ പാലയ മാം
പാവനമൂർത്തേ പാലയ മാം.
ജനിമൃതിനാശന പാലയ മാം
ജനശതപൂജിത പാലയ മാം
ജയ ജയ, ജയ ജയ, ഭുവനേശാ
ജയ ജയ, മാമക ഹൃദയേശാ!....

ഇത്തളികയിലുല്ലസിക്കുമീ-
ക്കൊച്ചു ചെമ്പനീർപ്പൂവുകൾ
അത്യനഘമാം മൽപ്രണയത്തിൻ
സ്നിഗ്ദ്ധകോമളമുദ്രകൾ
തത്തിടുന്നുണ്ടവയിലെൻ ചിത്ത-
ശുദ്ധിപോൽ നേർത്ത സൗരഭം.
ഞാനിതഞ്ജലിചെയ്തിടട്ടെയ-
ച്ചേണണിച്ചേവടികളിൽ!

(ആ തളികയിലെ പനിനീർപുഷ്പങ്ങൾ ഓരോന്നായെടുത്ത് ആ പാദങ്ങളിൽ അർച്ചിക്കുന്നു. അനന്തരം മറ്റൊരു തളികയെടുത്തിട്ട്,)

എന്നകക്കാമ്പിൽ തുളുമ്പിടും ഭക്തിതൻ
ചിഹ്നങ്ങളാണിക്കുളിർമുല്ലമൊട്ടുകൾ
ചിന്മയാ, നിന്മെയ് പുണർന്നിടട്ടായതിൻ
വെണ്മയും, ശ്രീയും, വിനീതസുഗന്ധവും
സന്തതം താവകധ്യാനത്തിലത്യന്ത-
സമ്പൂതമാണെന്റെ സംതൃപ്തജീവിതം
അച്ഛമാമായതിൻ ഭക്ത്യങ്കുരങ്ങളി-
ന്നർച്ചിച്ചിടട്ടാശ്ശിരസ്സിലവയെ ഞാൻ!

(ഭക്തിപാരവശ്യത്തോടെ വിഗ്രഹത്തിന്റെ ശിരസ്സിൽ ഒരഭിഷേകമെന്നോണം ആ മുല്ലമൊട്ടുകൾ ചൊരിയുന്നു. മറ്റൊരു തളികയിൽനിന്നു വിവിധ പുഷ്പങ്ങൾ ഇണക്കിക്കൊരുത്തിട്ടുള്ള ആകർഷകമായ ഒരു പുഷ്പമാല്യം എടുത്തിട്ട്)

ഞാനാണിപ്പൂമാല ചേർന്നിട്ടുണ്ടിന്നിതിൽ
സൂനങ്ങളേറെപ്പലതരങ്ങൾ.
ചെമ്പനീർപ്പൂക്കളെൻ പ്രേമവും മുല്ലതൻ
വെൺപൂക്കളെന്നിലെബ്ഭക്തിവായ്പും
ദ്യോതിപ്പിക്കുമ്പൊഴിപ്പത്മമെന്നാശതൻ
പ്രാതിനിദ്ധ്യം വഹിച്ചുല്ലസിപ്പൂ.
തേജോമയങ്ങളെൻ സ്വപ്നങ്ങൾപോലിതിൽ
രാജിപ്പു ചേണുറ്റ രാജമല്ലി.
കങ്കേളിപ്പൂക്കളെൻ ചിത്തം രചിക്കുമ-
സ്സങ്കല്പചിത്രങ്ങളാവഹിപ്പൂ.
മന്ദാരപുഷ്പങ്ങളെൻ ത്യാഗബുദ്ധിതൻ
സന്ദേശവാഹകരാണിതിങ്കൽ!
അല്പം വിവർണ്ണമായ് മുഗ്ദ്ധപ്രശാന്തമാ-
യുല്പലമൊന്നുണ്ടിവയ്ക്കിടയിൽ...
എന്താണതെന്നു പറയുകയില്ല ഞാ-
നെന്തും ഭഗവാനറിയാമല്ലോ!

ഞാനണിയിക്കട്ടെ ഞാനാകും മാലയെൻ
പ്രാണാധിനാഥാ നിൻ മാർത്തടത്തിൽ!
അപ്പൊഴോർക്കും ഭവാൻ നൂനമപ്പണ്ടത്തെ
മുഗ്ദ്ധവൃന്ദാവനരംഗമെല്ലാം!....

(ഒരു തളികയിൽ കർപ്പൂരവും കത്തിച്ച് ആദ്യത്തെ സ്തുതിഗാനം പാടിക്കൊണ്ട് വിഗ്രഹത്തെ ആവഹിച്ചു പ്രദക്ഷിണംവയ്ക്കുകയും അനന്തരം കർപ്പൂരനാളങ്ങളുടെ മീതെ മൂന്നു പ്രാവശ്യം കൈത്തലങ്ങൾ കാണിച്ച് അവയെ മുഖത്തോടു ചേർത്തുപിടിക്കുകയും ചെയ്തിട്ട് വിഗ്രഹത്തിനു മുമ്പിൽ സാഷ്ടാംഗം നമസ്കരിക്കുന്നു.)
(അണിയറയിൽ ഒരു നേരിയ ഓടക്കുഴൽവിളി. അതിനെത്തുടർന്ന്:)

മരിപ്പോളമാ രംഗമൊന്നുപോലും
മറക്കുവാൻ കഴിയുമോ നമുക്കു രാധേ!
മറക്കുവാൻ കഴിയില്ല മറന്നിട്ടില്ല
മറക്കില്ല മാധവനവയിലൊന്നും!

(രാധ പിടഞ്ഞെഴുന്നേറ്റ് അവാച്യമായ ഒരു വികാരവിക്ഷോഭത്തോടെ ചുറ്റും നോക്കുന്നു. തോഴി പ്രവേശിച്ച് സ്തബ്ധയായി നിലകൊള്ളുന്നു.)

എങ്ങുപോയെങ്ങുപോയ് തോഴീ— നാഥൻ
ഇങ്ങിതാ ഞാനേകയായി.
മഞ്ജുപീതാംബരധാരീ— മുഗ്ദ്ധ
വൃന്ദാവനാന്തവിഹാരി.
ഗോപികാവസ്ത്രാപഹാരി— സർവ്വ-
ഗോപാലകൻ കൈടഭാരി
സത്യസ്വരൂപകൻ ശൗരി— നിത്യ-
സച്ചിന്മയൻ മധുവൈരി.
വേണുഗോപാലൻ മുകുന്ദൻ— മമ
പ്രാണേശ്വരൻ സദാനന്ദൻ.
എങ്ങുപോയെങ്ങുപോയ് തോഴീ— നാഥൻ
ഇങ്ങിതാ ഞാനേകയായി.

(തേങ്ങിത്തേങ്ങിക്കരയുന്നു.)

മാലിനി: അഴലിയന്നശ്രുപൊഴിപ്പതെന്താ-
ണയി രാധേ, ഹാ നിനക്കെന്തു പറ്റി?
പറയുകെന്തിന്നിപ്പരിഭ്രമങ്ങൾ
പഴുതേ നീ പിച്ചു പുലമ്പിയാലോ!

രാധ: അല്ലല്ല തോഴി ഞാൻ കേട്ടു--ഞാന-
പ്പുല്ലാങ്കുഴൽവിളി കേട്ടു.
ജീവനതു കേട്ടുണർന്നു– പക്ഷേ,
ദേഹം തളർന്നു കിടന്നു.
ആ വേണുഗാനം വഴിഞ്ഞു– അതി-
ലീ വിശ്വമൊട്ടുക്കലിഞ്ഞു.
വീർപ്പിട്ടുഗോളങ്ങൾ വന്നു– അതിൽ
നീർപ്പോളപോൽത്തത്തിനിന്നു.
ജന്മാന്തരങ്ങൾ ഞാൻകണ്ടു– അതി-
ലെന്മനം നിർവൃതിക്കൊണ്ടു.
എന്നിലെൻ നാഥൻ കനിഞ്ഞു– മോദാ
ലെന്നരികത്തിന്നണഞ്ഞു.
എന്നാത്മരാഗാഭ ചിന്നും–ദിവ്യ-
വൃന്ദാവനരംഗമൊന്നും
വിസ്മരിക്കില്ലെന്നലിഞ്ഞു– നാഥൻ
സസ്മിതം വന്നു പറഞ്ഞു.
സ്വർഗ്ഗമതെങ്ങോട്ടു പോയി– അയ്യോ!
സ്വപ്നസമാനമതായി!
എങ്ങെന്റെ നായകൻ തോഴീ–കഷ്ട-
മെന്നെത്തനിച്ചിട്ടു പോയി!

മാലിനി: ഉന്മാദം! ഉന്മാദം! പ്രേമാഗ്നി കത്തിടു-
മുന്മാദമാണിതിന്നെന്തു ചൊല്ലാൻ!...

രംഗം മൂന്ന്

(ദ്വാരകയിൽ ശ്രീകൃഷ്ണന്റെ രാജധാനിയിൽ അന്തഃപുരോപാന്ത ത്തിലുള്ള അഭിരാമമായ ഒരാരാമമണ്ഡലം. വസന്തകാലം. നിബി ഡമായി നില്ക്കുന്ന വൃക്ഷങ്ങളും വല്ലികളും അടിമുടി പൂവണി

ഞ്ഞിട്ടുണ്ട്. ചന്ദ്രികാചർച്ചിതമായ രാത്രി. നിലാവും നിഴലും ഇടകലർന്ന്, വായുവിൽ ആവേശജനകമായ പരിമളം തുളുമ്പി, പ്രശാന്തസുന്ദരവും വികാരോദ്ദീപകവുമായ ഒരന്തരീക്ഷം– അങ്ങകലെ കാണുന്ന വനാച്ഛാദിതമായ ശൈലപംക്തിക്കിടയിൽക്കൂടി വെള്ളിമേഘങ്ങൾ അലിഞ്ഞുനടക്കുന്ന നീലനിർമ്മലമായ ആകാശം നക്ഷത്രദീപ്തമായി, നയനമനോഹരമായി, പ്രത്യക്ഷപ്പെടുന്നു.

ആരാമമദ്ധ്യത്തിലുള്ള ലീലാസരസ്സിൽ കളഹംസങ്ങൾ മദനപാരവശ്യത്തോടെ ക്രീഡിച്ചുകൊണ്ട് വിഹരിക്കുന്നു. അതിന്റെ തടത്തിൽകുറുമൊഴി മുല്ലകൾ പടർന്നുപിടിച്ചു പൂവുതിർന്നു പാവാട വിരിച്ചിട്ടുള്ള ഒരു ശിലാതളിമം. ശ്രീകൃഷ്ണൻ അതിന്മേൽ കൊടുംകൈകുത്തി കൈത്തലത്താൽ ശിരസ്സും താങ്ങിക്കൊണ്ട് ഒരുവശം വെച്ച് ചരിഞ്ഞുകിടക്കുന്നു. സുസ്മേരവദനനാണെങ്കിലും, എന്തുകൊണ്ടാണാവോ അദ്ദേഹം തെല്ലൊരു ചിന്താമഗ്നനായിട്ടാണു പ്രത്യക്ഷപ്പെടുന്നത്. അരികിലായി, പച്ചത്തളിരൊത്ത മൃദുലമോഹനമായ ഒരു പട്ടുദാവണിയണിഞ്ഞ്, സർവ്വാഭരണവിഭൂഷിതഗാത്രിയായി, പുഷ്പാലംകൃതവേണിയായി, മദാലസയായ രുഗ്മിണി, അദ്ദേഹത്തിന്റെ കൈവിരലുകളെ മെല്ലെ മെല്ലെ തിരുപ്പിടിച്ചുകൊണ്ട് സ്വപ്നാത്മകമായ ഒരന്തരീക്ഷത്തിലെന്നതുപോലെ അങ്ങനെ ലീലാലോലുപയായി സ്ഥിതിചെയ്യുന്നു.)

ശ്രീകൃഷ്ണൻ: കണ്മണി, കമ്രമാമീ വസന്തോത്സവം
വർണ്ണിച്ചു നീയൊരു പാട്ടുപാടൂ.
പുഷ്പസമൃദ്ധിയിതെൻചുറ്റും കാണുമ്പോൾ
പുഷ്പിച്ചുപോകുന്നിതെന്മനസ്സും.
ഒന്നു നീ പാടൂ, ഞാൻ കേൾക്കട്ടെ തെല്ലിട-
യെന്നിൽനിന്നും ഞാനകന്നിടട്ടെ!...

രുഗ്മിണി: വേണുഗോപാലനന്യസംഗീതം
വേണമെന്നോ സുഖിക്കുവാൻ?
മുക്തഗർഭമാം സാഗരത്തിനോ
മുത്തുമാലയിൽ വിഭ്രമം?...

ശ്രീകൃഷ്ണൻ: പാടിസ്സുഖിക്കലുമന്യർ മധുരമായ്
പാടുന്ന കേട്ടു സുഖിക്കലും വേറെയാം!

രുഗ്മിണി: ഇന്നാ മൊഴികളിൽ വ്യംഗ്യമായ്സിദ്ധിപ്പ-
തന്യരിലൊന്നാണന്നല്ലി ഞാനും?
എന്തിനു പിന്നെ ഞാൻ പാടണം, പാടുവാൻ
സ്വന്തം പ്രിയപ്പെട്ടോർ വേറെയില്ലേ?

ശ്രീകൃഷ്ണൻ: പാഴിൽ പരിഭവമെന്തിന്നു രുഗ്മിണീ
പാടുകിന്നെൻ പ്രാണസർവ്വസ്വമല്ലി നീ?
ഭൂവിലെൻ ജീവനും ജീവനായ് നില്ക്കുമെൻ
ദേവി നിൻപ്രേമം തികച്ചുമറിവു ഞാൻ!
നിന്മനസ്സാകുമാ വെൺതാമരപ്പൂവിൽ-
നിന്നുത്ഭവിക്കും നിരഘപരിമളം,
പ്രജ്ഞയെപ്പാടേ ലഹരിപിടിപ്പിച്ചൊ-
രജ്ഞാതനിർവൃതി നിത്യമേകുന്നു മേ!
ആശ്രയിക്കട്ടെ ചെന്നാത്മഹർഷത്തെ ഞാ-
നാത്തഹർഷം പ്രിയേ, പാടിടുകൊന്നു നീ!

രുഗ്മിണി: (മധുരസ്വരത്തിൽ പാടുന്നു)

പല്ലവി
കളലളിതം കവനമയം
കളിമലർവനമിതു കമനീയം!

അനുപല്ലവി
അനുപമസുഷമകളണിയിട്ടിട്ടലർചൂടി
മനവും ഹാ, നയനവും കവരുന്നീ മലർവാടി!

ചരണങ്ങൾ
മദകളമഞ്ജുമരാളവിനോദ-
വിഹാരതരംഗിതകുഞ്ജിനികൾ
മദഭരിതാസിതമധുകരനികര-
നിഷേവിതമടുമലർമഞ്ജരികൾ!
(കളലളിതം....)

2

ചന്ദനശീതളസുലളിതചന്ദ്രിക-
ചിന്നിയ ശിശിരനിശീഥിനികൾ
ചഞ്ചലരജതവലാഹകലാപക-
വലയിതതാരവരൂഥിനികൾ!

(കളലളിതം...)

3

മന്ദമദാകുലമലയവനാനില-
മർമ്മരതരളിതതരുനിരകൾ
മംഗളമയമധുമാസമഹോത്സവ-
മരുളുന്നുലകിനു നിർവൃതികൾ!....

(കളലളിതം....)

(ഗാനത്തിൽ മുഴുകിയിരിക്കുന്നെങ്കിലും ശ്രീകൃഷ്ണന്റെ ഹൃദയം മറ്റെ വിടെയോ ചുറ്റിപ്പറക്കുന്നതുപോലെ കാണപ്പെടുന്നു.)

ശ്രീകൃഷ്ണൻ: മംഗളാപാംഗി, നിൻ ഗാനത്തിലൂടുയർ-
ന്നെങ്ങോ പറക്കുന്നിതെൻ ഹൃദന്തം!

രുഗ്മിണി: പ്രേമാനുഭൂതികൾ കാഴ്ചവെയ്ക്കും
ഭാമതൻ പാർശ്വത്തിലായിരിക്കും!

ശ്രീകൃഷ്ണൻ: എന്തിനാണീ മുള്ളുവാക്കുകൾ പിന്നെയും?
ചിന്തിച്ചുപോലുമില്ലക്കഥ ഞാൻ
കണ്ണഞ്ചുമിച്ചൈത്രകാന്തി നീയങ്ങനെ
വർണ്ണിച്ചുവർണ്ണിച്ചു പാടിയപ്പോൾ,
നിസ്തുലമെങ്കിലും മർത്ത്യവിനിർമ്മിത-
കൃത്രിമമാകുമിത്തോപ്പിൽനിന്നും
കുന്നും മലകളും, കാടും പുഴകളു-
മൊന്നിച്ചനാരാതമുല്ലസിക്കും,
ആ വിദൂരസ്ഥമാമെൻ ജന്മഭൂവിലേ-
ക്കാവേശപൂർവ്വം പറന്നു ചിത്തം!
ഈ വസന്തത്തിലിന്നാ വനഭൂമിതൻ
ലാവണ്യപൂർത്തിയെന്തായിരിക്കും!

എത്ര കൊതിപ്പൂ ഞാ,നെത്ര കൊതിപ്പൂ ഞാ-
നദ്ദിക്കിൽ വീണ്ടും പറന്നുചെല്ലാൻ!

രുഗ്മിണി: കാലിമേച്ചഷ്ടികഴിച്ചുകൂട്ടും
കാടന്മാർ വാഴ്വതാണപ്രദേശം
വിദ്യയില്ലാത്മസംസ്കാരമില്ല
വിത്തവിഖ്യാതികളൊന്നുമില്ല.
ഇന്നും പരിഷ്കാരരശ്മിയൊന്നും
ചെന്നുചേരാത്തതാണപ്രദേശം!
എന്തുണ്ടവിടെസ്സുഖാസ്പദമാ-
യെന്തുണ്ടവിടെസ്സമാസ്വദിക്കാൻ?
ഇമ്പം വളർക്കുമാറത്രമാത്രം
സമ്പൽസമൃദ്ധമാണീ നഗരം!
അങ്ങയോ ലോകൈകചക്രവർത്തി
മംഗലസൗഭാഗ്യശൃംഗവർത്തി!
വിശ്വാഭിനന്ദനാലംബമൂർത്തി
വിസ്മയാർഹം ഭവൽപുണ്യപൂർത്തി!
രാജൽപ്രതാപസമൃദ്ധി വന്നീ
രാജഹർമ്മ്യത്തിൽ ത്രിസിച്ചുനില്ക്കേ,
ആ വെറും കാട്ടുംപുറത്തു ചെന്നെൻ
ജീവേശ്വരനിനിയെന്തു വേണം?

ശ്രീകൃഷ്ണൻ: കാടനാ,ണെങ്കിലീ ഞാനു,മെന്നോമനേ
കാലികൾ മേച്ചു നടന്നവൻ ഞാൻ!
പാരിങ്കൽപ്പൈക്കറന്നഷ്ടികഴിക്കുമ-
പ്പാവങ്ങളൊത്തു വളർന്നവൻ ഞാൻ!
അമ്മട്ടിൽപ്പൈക്കറക്കാരിയൊരമ്മത-
ന്നമ്മിഞ്ഞപ്പാലാണെൻ ജീവരക്തം!
ഇന്നലെക്കിട്ടിയതാണെനിക്കിക്കാണും
സ്വർണ്ണസിംഹാസനധാടിയെല്ലാം!
വന്നവഴിക്കവ പോകട്ടെ പോണെങ്കിൽ
പൊന്നിൻപൊലിമയിതാർക്കു വേണം!
ഒന്നോർത്താലിന്നത്തെച്ചെങ്കോലിനെക്കാളു-
മന്നത്തെക്കാലിക്കോലാണു ഭേദം!

ഈ ലസൽസൗധത്തിലില്ലെനിക്കങ്ങുള്ളോ-
രോലക്കുടിലിലാണെന്റെ നാകം.
കാടന്മാർ, കണ്മണി, കാലിമേച്ചീടുമ-
ക്കാടന്മാ,രെന്നാത്മസോദരന്മാർ.
ഉണ്ടവർക്കാവെറും കാടന്മാർക്കോമനേ,
ചെണ്ടുപോൽ ചേണുറ്റ ശുദ്ധചിത്തം.
സംഗീതസംഫുല്ലമാകുമൊരാത്മാവു-
ണ്ടങ്ങെഴും തിര്യക്കുകൾക്കുപോലും,
കഷ്ടമാണിങ്ങോ, സജീവങ്ങളിങ്ങെഴും
സൃഷ്ടികൾകൂടിയും കൃത്രിമങ്ങൾ.
നിർവ്വികാരങ്ങൾ, നിശ്ശേഷ്ടങ്ങൾ, മൂകങ്ങൾ
സർവ്വവും, സർവ്വവും പാഴ്ജ്ജഡങ്ങൾ
എല്ലാം നിഴലുകൾ, പൊള്ളകൾ, പോതുകൾ
ഇല്ലിവയ്ക്കൊന്നിനും സ്പന്ദനങ്ങൾ.
ഉത്തുംഗരമ്യമണിമയഹർമ്മ്യങ്ങ-
ളുദ്യാനവീഥിക,ളുത്സവങ്ങൾ
ഉജ്ജ്വലവിദ്യുല്ലതാംഗികളൊത്തെഴു-
ന്നുത്തേജകങ്ങളാം നർത്തനങ്ങൾ
യന്ത്രസംജാതസങ്കീർണ്ണസംഗീതങ്ങൾ
സന്തതം മേളിക്കും സങ്കേതങ്ങൾ
ചാമീകരോജ്ജ്വലമാതപത്രം തഴ
ചാമരം, ചാരുവാമാലവട്ടം
കൊട്ടും കുഴൽവിളി കോലാഹലങ്ങളും
പൊട്ടും വെടികൾ, കുരവകളും
ആനക,ളശ്വങ്ങൾ, തേരുക,ളാളുക-
ളാംഡംബരങ്ങളകമ്പടികൾ
എന്തെല്ലാമുണ്ടെനിക്കെന്താണൊന്നില്ലാത്ത-
തെന്തിതിൻമീതേ മറ്റെന്തുവേണം?
പൊള്ളകൾ, പൊള്ളകൾ, സർവ്വവും പൊള്ളകൾ
പൊള്ളുകയാണെനിക്കുള്ളു, ദേവീ!
കാലമൊന്നൂതിയാലൊക്കെത്തകരുമീ-
ലോലനീർപ്പോളകളെത്രനേരം
പൊത്തിപ്പിടിച്ചു സുഖിക്കും?— പറക്കുമി-
സ്സ്വപ്നങ്ങൾകൊണ്ടു പിന്നെന്തു കാര്യം?

പൊന്നിൻതളികയിൽ പാലും പഴങ്ങളു-
മന്യാമൃതോപമഭോജ്യങ്ങളും
ക്ഷുൽപിപാസാദിയെച്ചുംബിച്ചുറക്കുവാൻ
സസ്പൃഹമന്വഹം കാത്തുനില്പൂ.
എന്നാലും സ്വാദിവയ്ക്കൊന്നുമൊരല്പവു-
മെൻ നാവിനേകുന്നില്ലെന്തു ചെയ്യും?
ചിത്രം വരയ്ക്കുന്നു ചിത്തമപ്പണ്ടത്തെ
മുത്താഴരംഗങ്ങളൊക്കെയിന്നും
പച്ചമൈതാനങ്ങൾ കൈവിട്ടു മെയ്തളർ-
ന്നുച്ചവെയ്ലേറ്റു വലഞ്ഞ പൈക്കൾ
കാളിന്ദിതീരത്തെക്കുന്നിൻചെരുവില-
ക്കാനനച്ഛായയിൽ വിശ്രമിക്കേ;
ചുറ്റിലും, പൊക്കത്തിൽപ്പൊക്കത്തിൽപ്പൂങ്കുല
മുറ്റിത്തെത്തെന്നലിലാടിയാടി
ഞെട്ടറ്റുതിരുമപ്പൂക്കളാൽ പൂഴിയിൽ
പട്ടുപാവാട വിരിച്ചൊരുക്കി
ഭംഗിയിലങ്ങിങ്ങണിയിട്ടണിയിട്ടു
തിങ്ങും മരങ്ങൾതൻ ഛായകളിൽ
ആനന്ദമത്തരായേട്ടനും ഞാനുമ-
ത്താനായപ്പിള്ളേരുമൊത്തുകൂടി,
പൊട്ടിച്ചിരിച്ചും കളിച്ചും പരസ്പരം
കെട്ടിപ്പിടിച്ചും വലിച്ചഴച്ചും
കെട്ടഴിച്ചപ്പൊതിച്ചോറിൽനിന്നോരോന്നു
തട്ടിപ്പറിച്ചും വഴക്കടിച്ചും,
വട്ടമിട്ടങ്ങനെ മണ്ണിൽച്ചടഞ്ഞിരു-
ന്നഷ്ടികഴിച്ചും വെടിപറഞ്ഞും
അങ്ങന്നു മേളിച്ചൊരാ നർമ്മരംഗങ്ങ-
ളെങ്ങനെയെങ്ങനെ വിസ്മരിക്കും?
ഇല്ല വരില്ല വരില്ലിനി വീണ്ടുമ-
സ്സ്വർല്ലോകഹർഷാർദ്രരംഗമൊന്നും.
കട്ടത്തയിരും വറുത്തൊരുപ്പേരിയും
കൂട്ടിക്കുഴച്ചമ്മ തന്നയയ്ക്കും
അപ്പൊതിച്ചോറിന്റെ മാധുര്യമോർക്കുമ്പോ-
ളിപ്പോഴുമൂറുന്നെൻ വായിൽ വെള്ളം.

അന്നൊരു നെല്ലിക്ക മോഹിച്ചു വെയ്‌ലിൽ ഞാൻ
കുന്നും മലകളുമെത്ര കേറി!
ഉണ്ണിവിരിയാത്ത മാങ്ങയ്ക്കുകൂടിയും
മണ്ണിലന്നെത്ര കിടന്നുരുണ്ടു!
അന്നീ മരച്ചോട്ടിൽ വീണൊരു കായിനാ-
യെത്ര നടത്തി ഞാൻ മുഷ്ടിയുദ്ധം!
സ്വാദില്ലമൃതിനുപോലുമിക്കാട്ടിലെ
മോതിരക്കണ്ണിപ്പഴത്തിനോളം!
പോയല്ലോ വീണ്ടും വരാത്തപോൽ, കൈവിട്ടു
പോയല്ലോ, കഷ്ടമപ്പുണ്യകാലം!
അക്കാലമർപ്പിച്ചൊരാനന്ദമോർത്താലി-
ച്ചക്രവർത്തീപദമെത്ര തുച്ഛം!

രുഗ്മിണി: പൊയ്പോയ കാലത്തെപ്പറ്റിയോർത്താൽ
ദുഃഖിക്കാൻ മാത്രമേ മാർഗ്ഗമുള്ളൂ.
പിന്നോട്ടു പായുന്ന കണ്ണിണയിൽ
കണ്ണീരൊരിക്കലും തോരുകില്ല
അങ്ങയെപ്പോലുള്ള ദിവ്യർപോലു-
മിങ്ങനെ നിഷ്ഫലം സന്തപിച്ചാൽ
സർവ്വസൗഭാഗ്യസമന്വിതന്മാർ
നിർവ്വേദഗർത്തത്തിലാപതിച്ചാൽ
ഹന്ത സാധാരണർതൻ കഥ പി-
ന്നെന്തായിരിക്കുമതോർത്തുനോക്കൂ.
മായാമയൻ ഭവാൻപോലുമേവം
മായാവശഗനായ് മാഴ്കുകെന്നോ!

ശ്രീകൃഷ്ണൻ: നാകമെപ്പോഴും പ്രഭാമയം, പാതാള-
ലോകത്തിലെപ്പൊഴുമന്ധകാരം.
ഭൂവിതിലെന്നാലിരുട്ടും വെളിച്ചവും
താവുന്നിതൊന്നുപോൽ മാറിമാറി.
സ്വർഗ്ഗത്തിലില്ലാ നരകം, നരകത്തിൽ
സ്വർഗ്ഗവും;— ഭൂമിയിലുണ്ടു രണ്ടും!
ആകയാൽ രണ്ടിനേക്കാളുമുൽക്കൃഷ്ടവു-
മാകർഷകവുമാണിപ്രപഞ്ചം.

മർത്ത്യനായ് മന്നിലണഞ്ഞ ഞാനെങ്ങനെ
മർത്ത്യനിൽനിന്നുമകന്നുനില്ക്കും?
ഇഷ്ടപ്പെടുന്നില്ലതിനു ഞാൻ— മർത്ത്യനോ-
ടിഷ്ടമുണ്ടിന്നെനിക്കത്രമാത്രം.
ഇമ്മന്നിലെന്നാഗമാസ്പദമെന്നിലു-
ള്ളമ്മർത്ത്യസ്നേഹമൊന്നാണു പാർത്താൽ!
ആശാനിരാശകൾ, അശ്രുക്കളാമന്ദ-
ഹാസങ്ങൾ, ഹർഷങ്ങൾ, വേദനകൾ,
സങ്കല്പ,സ്വപ്ന,സ്മൃതി,മനോരാജ്യങ്ങൾ
സങ്കീർണ്ണഭാവങ്ങൾ ഭാവനകൾ
മാനവനെന്തെല്ലാമുണ്ടവയൊക്കെയും
മായയാലെന്നിലും ചേർന്നിരിപ്പൂ.
മാമകലീലയാണൊക്കെ,യാ ലീലയിൽ
മായയിൽ ഞാനും മറഞ്ഞിരിപ്പൂ!

രുഗ്മണി: ഞാനുമോർക്കാറുണ്ടിടയ്ക്കിടയ്ക്കെ-
ന്നാ നല്ലകാലങ്ങളങ്ങയേപ്പോൽ.
അപ്പൊഴെല്ലാമെൻ മനസ്സു നോവു-
മശ്രുനിറയുമെൻ കണ്ണുകളിൽ.
അച്ഛനും ജ്യേഷ്ഠനുമൊന്നുപോലെ-
ന്നച്ഛാനുരാഗമെതിർത്തുനില്ക്കേ,
ചേദിപഭീതിയിൽ സന്തതമെൻ
ചേതന വാടി ഞാൻ നാൾകഴിക്കേ;
അക്കാട്ടുതീയിൻനടുവിലുമെ-
ന്തുൾക്കുളിരാർന്നു ഞാൻ നിന്നിരുന്നു!
ആരാമകുഞ്ജങ്ങൾ സാക്ഷിനിന്നോ-
രാ രഹസ്സ്വപ്നസമാഗമങ്ങൾ
അന്നർമ്മരംഗങ്ങളിന്നവയി-
ലൊന്നെങ്കിലും ഭവാനോർമ്മയുണ്ടോ?
ഇബ്ഭക്തദാസിതൻ പൂജയെല്ലാ-
മെത്രവേഗം ഭവാൻ വിസമരിച്ചു!

ശ്രീകൃഷ്ണൻ: ഇല്ല മറന്നിട്ടില്ലോമനേ, രാഗസം-
ഫുല്ലരംഗങ്ങളതൊന്നുമേ ഞാൻ!

ഒന്നു ചോദിച്ചിടട്ടെങ്കിലും ഞാൻ, നിന-
ക്കെന്നോടു നീരസം തോന്നരുതേ!
കാലിച്ചെറുക്കനാം കൃഷ്ണൻ, മഹാഭൂമി-
പാലനാം കൃഷ്ണ,നീ രണ്ടുപേരിൽ
ആരായിരുന്നു നിൻ കാമുകൻ?— നീ കാണ്മ-
താരെയാണെപ്പൊഴും നിന്മനസ്സിൽ?

രുഗ്മിണി: കണ്ടിട്ടില്ലല്ലോ കാലിമേയ്ക്കുമ-
ക്കൊണ്ടൽവർണ്ണനെക്കണ്ണിൽ ഞാൻ.
നന്മപൂർണ്ണമിച്ചോദ്യത്തിന്നു പി-
ന്നെമ്മട്ടോതും ഞാനുത്തരം?
എങ്കിലുമൊന്നു തീർച്ചയാണോർക്കി-
ലെന്റെ ജീവാധിനായകൻ
മന്നവർകുലമൗലിമാലയായ്
മന്നിലെന്നന്നുമീവിധം
താഴ്മതട്ടിടാതുല്ലസിപ്പതു
കാണ്മതാണെനിക്കുത്സവം!
(പെട്ടെന്ന് ഒരിരുട്ടും മൂടലും മിന്നലും ഇടിയും)

രുഗ്മിണി: എന്തു കാരണമിത്രപെട്ടെന്നൊ-
രന്ധകാരം പരക്കുവാൻ?
എങ്ങുപോയ് നിലാ,വെന്തു കാറ്റാണി-
തെങ്ങു വിണ്ണിലെത്താരകൾ?
വന്നുകൂടുന്നു കാർമുകിൽ വാനിൽ
മിന്നിടുന്നോരോ കൊള്ളിമീൻ!
ഒറ്റമാത്രയിൽ മാറ്റമീവിധം
പറ്റുവാനെന്തു കാരണം?
ഭീതി തോന്നുന്നെനിക്കകത്തേക്കു
നാഥ, പോകാം നമുക്കിനി.

(രുഗ്മിണി ശ്രീകൃഷ്ണന്റെ തോളിൽ കൈയിടുന്നു. അദ്ദേഹത്തിന്റെ ശരീരം തണുത്തു നിർജ്ജീവമായി കാണപ്പെടുന്നു. ഒരു ചലന വുമില്ല. രുഗ്മിണി ഇതികർത്തവ്യതാമൂഢയായി, ഭയപരവശയായി നിലകൊള്ളുന്നു. ഉറക്കെക്കരയാൻ ഉദ്യമിച്ചിട്ടും ശബ്ദം പുറ ത്തേക്കു വരുന്നില്ല.... ഒരു നിമിഷത്തിനുശേഷം ഒരു അത്ഭുത

ശക്തിയാലെന്നപോലെ കാർമേഘങ്ങളും കൊടുങ്കാറ്റും കൊള്ളിമീനും എല്ലാം അപ്രത്യക്ഷപ്പെടുന്നു. വീണ്ടും പൂനിലാവിൽ കുളിച്ച ആകർഷ ണീയമായ അന്തരീക്ഷം! ഒരു സമാധിയിൽനിന്നെന്നപോലെ കൃഷ്ണൻ ഉണരുന്നു. ആ കണ്ണുകൾ വീണ്ടും പ്രകാശപൂർണ്ണമാകുന്നു.)

ശ്രീകൃഷ്ണൻ: (രുഗ്മിണിയെ മാറോടു ചേർത്തുകൊണ്ട്)

കാലിച്ചെറുക്കനെ പ്രാണനും പ്രാണനായ്
കാണുമോരേഴപ്പെണ്ണിന്റെ ജീവൻ
ലോകത്തിലിന്നോളം മറ്റാർക്കും കിട്ടാത്ത
രാഗവും ഭക്തിയും ചേർന്നിണങ്ങി
ആയിരം നാഴികയ്ക്കപ്പുറം നിന്നുകൊ-
ണ്ടാവേശപൂർവ്വം വിളിച്ചിതെന്നെ.
മിന്നൽവേഗത്തിൽ ഞാനങ്ങോട്ടരക്ഷണം
നിന്നെ വിട്ടോമനേ പോയിരുന്നു.
ആ വിളി— ഭീതമാമാവിളിയമ്മട്ടി-
ലാവിർഭവിക്കുന്ന വേളയിങ്കൽ
അങ്ങു ഞാനെത്തായ്കിലാനിമേഷത്തിലീ-
യണ്ഡകടാഹം തെറിച്ചുപോകും!—
ഞാനുമീ നീയുമെന്നല്ലീ പ്രപഞ്ചത്തിൽ
കാണും സമസ്തചരാചരവും
ചിന്നിത്തെറിച്ചുപോമാവിളിയെങ്ങാനു-
മന്തരീക്ഷത്തിലലിഞ്ഞുപോയാൽ!
എന്നിലലച്ച പ്രതിപ്രയാണത്തിലൂ-
ടെന്നെയതങ്ങോട്ടു കൊണ്ടുപോയി...
തന്നെയാണിങ്ങു നീ നില്പതെന്നോർക്കയാൽ
നിന്നില്ലവിടെ ഞാനേറെനേരം!

രുഗ്മിണി: പറയൂ, പറയൂ, ലോകത്തി-
പ്പരിണതസുകൃതിനിയേതൊരുവൾ?
പ്രിയതമമാരേക്കാളേറെ-
പ്രിയവതി സതിയിവളേതൊരുവൾ?

ശ്രീകൃഷ്ണൻ: സുന്ദരീരത്നമാം രാധ—ദിവ്യ
വൃന്ദാവനത്തിലെ രാധ.

ചിന്തനാതീതയാം രാധ—എനി-
ക്കെന്തിലും മീതെയാം രാധ.
മുക്തിപ്രദായിനി രാധ—സാക്ഷാൽ-
ശക്തിസ്വരൂപിണി രാധ.
രാസവിനോദിനി രാധ—മുഗ്ദ്ധ-
ഹാസവിലാസിനി രാധ.
വിശ്വൈകമോഹിനി രാധ—രാഗ-
വിദ്യുൽപ്രകാശിനി രാധ.
ജ്യോതിഷ്മതി സതി രാധ—നിത്യ-
ഭൂതിദശ്രീമതി രാധ.
ജ്ഞാനൈകദീപിക രാധ—വേണു-
ഗാനസാന്ദ്രാത്മിക രാധ.
വൃന്ദാവനത്തിലെ രാധ—പുണ്യ-
വൃന്ദാവനത്തിലെ രാധ.

(രുഗ്മിണിയുടെ മുഖം വിളറുന്നു. ശ്രീകൃഷ്ണന്റെ പാർശ്വത്തിൽ കോപാകുലയായി ഒരക്ഷരംപോലും ശബ്ദിക്കാനാകാതെ നിശ്ചേഷ്ടയായി നിലകൊള്ളുന്നു.)

വരിക പോയിടാം മണിയറയിലേ-
ക്കരുതേവമെന്നിൽ പരിഭവം.
പരിതപിക്കായ്കെൻ പ്രിയതമേ, വരൂ
പറയാമിക്കഥ മുഴുവൻ ഞാൻ?

(രുഗ്മിണി ഒന്നും മിണ്ടുന്നില്ല. ശ്രീകൃഷ്ണൻ അനുകമ്പയോടും സ്നേഹാർദ്രതയോടുംകൂടി രുഗ്മിണിയുടെ കരം ഗ്രഹിച്ചുകൊണ്ട് അരമനയിലേക്കു പോകുന്നു.)

രംഗം നാല്

(അന്തഃപുരത്തിന്റെ മറ്റൊരു ഭാഗം. സത്യഭാമയുടെ മണിമേടയിലെ ദീപപ്രഭാപരിപൂരിതമായ ഒരു മുറി. ഭാമ ഒരു പര്യങ്കത്തിൽ, പൂമെത്തയിൽ, ചിന്താവിഷ്ടയായി, കൈത്തലത്താൽ ശിരസ്സും താങ്ങിക്കൊണ്ടിരിക്കുന്നു. നേത്രങ്ങൾ ജലാർദ്രങ്ങളാണ്. രണ്ടു തോഴിമാർ പരിചര്യാലോലരായി, വെൺചാമരം വീശിക്കൊണ്ട് ഇരുപാർശ്വങ്ങളിലും നില്ക്കുന്നു.

ശ്രീകൃഷ്ണൻ പ്രവേശിക്കുന്നു. ചേടിമാർ തൽക്ഷണം മുറിവിട്ടിറങ്ങിപ്പോകുന്നു. ശ്രീകൃഷ്ണൻ സത്യഭാമയുടെ സമീപം ചെന്നിരുന്ന് പ്രേമപൂർവ്വം തോളിൽ കൈവെച്ചുകൊണ്ട്)

ശ്രീകൃഷ്ണൻ: ഉൽപ്പലോജ്ജ്വലങ്ങളീ നീലക്കൺമുനകളി-
ലിപ്പൊഴും തോർന്നിട്ടില്ല കണ്ണുനീരെന്നോ ഭാമേ?
എന്തിനായനാരതം കുണ്ഠിതം വൃഥാ, നിന്നോ-
ടെന്തപരാധംചെയ്തൂ ഹന്ത ഞാൻ മനോനാഥേ!
കോപത്താലിരട്ടിച്ച ശോണിമ നൃത്തംചെയ്യും
കോമളാനനമിതൊന്നുയർത്തൂ കാണട്ടേ ഞാൻ.

ഭാമ: കരളെരിയും കഥയാരറിയും
കരയുന്നതെന്തിനെന്നാണു ചോദ്യം.
ഒരുതെറ്റും ചെയ്വോരല്ലാരുമാരും
ഒരുനേരം തോരില്ലിക്കണ്ണുനീരും.
ചിരികൾ വിടരുന്ന ദിക്കിൽ മാത്രം
സ്ഥിരവാസം കൈക്കൊള്ളുമങ്ങയെ ഞാൻ
കരുതുന്നതില്ലല്ലോ തെല്ലുപോലും
കരയലിൻ ചാരെത്തടുത്തു നിർത്താൻ
സരസത താവി ത്രസിച്ചുനില്ക്കും
സമയം പാഴാവുകിൽ കഷ്ടമല്ലേ?
അനുഭൂതി മറ്റെങ്ങോ കാത്തുനില്പു-
ണ്ടവിടേക്കു വേഗം തിരിച്ചുചെല്ലൂ.

ശ്രീകൃഷ്ണൻ: അരുതേവം ഭാമേ പരിഭവം, നീയെ-
ന്നകളങ്കസ്നേഹമറിവീലേ?
സതി നിന്നെക്കാളും സരസതയാളും
സഖിയെനിക്കാരീയുലകത്തിൽ?
വെറുതെ മറ്റൊന്നും കരുതല്ലേ, നീയെൻ
പരമാനന്ദത്തിന്നുറവല്ലേ?
വരികരികിലാ മിഴിതുടയ്ക്കുകി-
പ്പരിഭവമിനി മതിയാക്കൂ!

(ഭാമയോടു ചേർന്നിരുന്ന് കണ്ണുനീർ തുടച്ച് ആശ്വസിപ്പിക്കുന്നു)

ഒന്നങ്ങു നോക്കുകത്തൂവെള്ളിമേഘങ്ങ-
ളൊന്നിച്ചു കൈകോർത്തു ചന്ദ്രന്റെ ചുറ്റുമായ്

മോടിയിലോരോ മദാലസനൃത്തങ്ങ-
ളാടുന്നു, നിന്നു ചിരിക്കുന്നു താരകൾ.

ഭാമ: അതുപോലൊരു രംഗമൊന്നാസ്വദിച്ചീടുവാൻ
കൊതി തോന്നുന്നുണ്ടാകുമുള്ളിലിപ്പോൾ!

ശ്രീകൃഷ്ണൻ: അക്കാഴ്ച കാണുമ്പൊഴിപ്പൊഴും കഷ്ടമെ-
ന്നുൾക്കാമ്പു നീറിദ്രവിക്കയാണോമനേ!
അത്ഭുതോദ്ദീപ്തമസ്വപ്നലോകം വെടി-
ഞ്ഞെത്രകാതം വഴി പിന്നിട്ടു പോന്നു ഞാൻ!
ചന്ദനത്തെന്മണിത്തെന്നൽ തലോടുന്ന
ചന്ദ്രികചാർത്തുമിച്ചൈത്രരജനികൾ
നീലനിഴലുകൾ വൃന്ദാവനന്തന്നിൽ
നീളേ നിവർത്തി വിരിച്ചുല്ലസിക്കവേ;
വെള്ളിച്ചിലങ്കകൾ ചാർത്തി യമുനയിൽ
ചെല്ലത്തിരകൾ മദിച്ചു പുളയ്ക്കവേ;
മത്തടിച്ചാർത്തു മരാളമിഥുനങ്ങൾ
മത്സരിച്ചങ്ങതിൽ നീന്തിക്കളിക്കവേ;
നർത്തനലോലരായ് ഞാനും സഖികളു-
മൊത്തുകൂടീടുമാ രംഗമോർക്കുന്നു ഞാൻ!

തെന്നലിലല്പമിളകുമിലകളി-
ലൊന്നോടുലാവുമാ നീഹാരധാരയിൽ
പൂനിലാക്കാലു വീണോരോ മരത്തിലും
കാണാമൊരായിരം വെള്ളിയലുക്കുകൾ.
മുറ്റിത്തഴയ്ക്കും നിഴലുകൾ പൂത്തപോൽ
മുറ്റിപ്പറന്നിടും മിന്നാമിനുങ്ങുകൾ.
മാറാതെ നിർത്തിടും മെയ്യിൽ പുളകങ്ങൾ
മാദകമാമൊരു മാലതീസൗരഭം.
പൊക്കത്തിൽ വൃക്ഷപ്പടർപ്പിൻപഴുതിലൂ-
ടുൾക്കുതുകംപൂണ്ടു വെണ്മുകിൽച്ചാർത്തുകൾ,
തിക്കിത്തിരക്കിനിന്നെത്തിനോക്കും, ചില-
തൊക്കായ്കയാൽ മുഖം വീർപ്പിച്ചൊഴിഞ്ഞുപോം!

അല്പം വലങ്കാൽ മടക്കിയിടങ്കാലി-
ലർപ്പിച്ചു തെല്ലൻ ശിരസ്സുചാഞ്ഞങ്ങനെ
നിന്നു ഞാനൂതുമോടക്കുഴൽ, ചുറ്റിലും
നിന്നാടുമുജ്ജ്വലസ്വർണ്ണവർണ്ണാംഗികൾ.
താളവും മേളവുമൊത്തിണങ്ങിക്കൊഴു-
പ്പാളുമാ രാസകലോത്സവവേളയിൽ
ചുറ്റുകൾ താനേയഴിഞ്ഞു തരുക്കളെ-
വിട്ടൂർന്നിറങ്ങി വന്നോരോ ലതികകൾ
ഓർക്കാതെ പെട്ടെന്നു മൊട്ടിട്ടു മുന്നിൽ നി-
ന്നാത്ത കൗതൂഹലമാട്ടും ശിരസ്സുകൾ.
പിന്നെച്ചലിക്കില്ലിലക,ളനങ്ങാതെ
നിന്നിടും തെന്ന,ലടങ്ങിടും വീചികൾ
നിദ്രയിൽനിന്നുണർന്നേറ്റു ഞൊടിക്കുള്ളി-
ലുദ്രസം പീലി വിടുർത്തി പ്രസന്നരായ്
താളത്തിനൊപ്പിച്ചു ചോടുവെച്ചാടിടും
താഴ്മരക്കൊമ്പിൽനിന്നോരോ മയിലുകൾ.
നില്ക്കും കരയ്ക്കെത്തി വെള്ളക്കഴുത്തുകൾ
പൊക്കിപ്പിടിച്ചക്കളഹംസരാശികൾ.
എല്ലാം മറന്നെന്റെ വേണുഗാനത്തിന്റെ
കല്ലോലിനിയിലലിഞ്ഞലിഞ്ഞങ്ങനെ
ഞാനൊഴുകിപ്പോമൊരോർമ്മയുണ്ടാവുകി-
ല്ലാനന്ദമാത്രനെനിക്കപ്പൊഴോമനേ!
ആ രംഗ,മാ രംഗമിന്നുമോർക്കുമ്പൊഴും
കോരിത്തരിച്ചുപോകുന്നു മന്മാനസം...
എല്ലാം കഴിഞ്ഞു, തെറിച്ചുപോയെൻ കൊച്ചു-
പുല്ലാങ്കുഴലിന്നു ചെങ്കോൽ പിടിപ്പു ഞാൻ
കൃത്യബാഹുല്യംകലാസക്തിതൻ കണ്ണു-
പൊത്തുന്നു, യന്ത്രമായ്ത്തീരുന്നു ഹന്ത ഞാൻ...
ചൈത്രം വരുമ്പോൾ പറക്കുകയാണെന്റെ
ചിത്തമാ വൃന്ദാവനത്തിലേക്കിപ്പൊഴും....

ഭാമ: ഇടയപ്പെണ്ണുങ്ങളവരേക്കാണാഞ്ഞി-
ട്ടിടനെഞ്ഞങ്ങേയ്ക്കിന്നുടയുന്നോ?

വിവിധ കൗമാരചപലകേളികൾ
വിവശതയങ്ങേയ്ക്കരുളുന്നോ?
പരിഭവിക്കല്ലേ പറയുമ്പോൾ, ലജ്ജാ-
കരമാണോർക്കിലക്കഥയെല്ലാം!
നിഖിലലോകൈകപതിയാകും ഭവാൻ
നിലമറന്നേവം പറയല്ലേ!

ശ്രീകൃഷ്ണൻ: നിലകൾ, കഷ്ടം നിലകളതൊക്കെയും
നിഴലുകൾതൻ കഥകളാണോമനേ!
ഇതുവരേക്കെത്ര സിംഹാസനങ്ങൾതൻ
ഗതിവിഗതികൾ കണ്ടുമൽക്കണ്ണുകൾ
അതിനു തക്കതാം കൈയൂക്കൊടേല്ക്കുകി-
ലചലമല്ല ഹിമാലയംകൂടിയും
....
....
സമതയിലാണു സൗഖ്യവും ശാന്തിയും
സഹജഭാവമാണാത്മോത്സവാസ്പദം.
ഉയരൽ താഴ്ചയ്ക്കു താങ്ങിനല്ലെങ്കിലെ-
ന്തുയരലാണതിന്നർത്ഥമെന്തൂഴിയിൽ?
വലിയവർക്കു ഞാൻ വൈരിയാണെപ്പൊഴു-
മെളിയവർക്കുള്ളതാണെന്റെ ജീവിതം.
മണിമയോത്തുംഗഹർമ്മ്യശതാവൃത-
മഹിതമാണിന്നീദ്വാരകയെങ്കിലും
ഇടയർ വാഴുന്നൊരോലമേഞ്ഞുള്ളൊര-
ക്കുടിലുകൾ ചൂടിനില്ക്കുന്ന ഗോകുലം
അകലെനിന്നെന്നെ മാടിവിളിക്കയാ-
ണകമലിഞ്ഞുപോമാർദ്രസ്മിതങ്ങളാൽ.
സുഖമിതാണെന്നു മൂളിക്കുവാൻ സദാ
നഗരമീർഷ്യയിൽ ശാഠ്യംപിടിക്കവേ,
അമരസംതൃപ്തി നല്കിലും ഞാൻ വെറു-
മഗതിയെന്നൊഴിയുന്നു നാട്ടിൻപുറം
അവിടമൊക്കെ വിട്ടിങ്ങോട്ടു പോന്നതൊ
ട്ടരമനതൻ തടവാളിയായി ഞാൻ!

അരുതെനിക്കു മറക്കാനൊരിക്കലു-
മറിയുകെൻ ജീവനാണു വൃന്ദാവനം!

ഭാമ: ഭംഗിവാക്കോതും യഥേച്ഛമായെന്നല്ലാ-
തങ്ങേയ്ക്കു ഞങ്ങളിൽ സ്നേഹമില്ല.
ഞങ്ങളോ— തെറ്റിപ്പോയല്ലല്ലാ ഞാൻ മാത്ര-
മങ്ങേയ്ക്കെന്നോടൊട്ടും സ്നേഹമില്ല.
ദേഹവും ജീവനുമങ്ങയ്ക്കായർപ്പിച്ചു
സ്നേഹത്തിൻ ദാസിയായ് ഞാനിരിക്കേ
എന്നെ തൃണപ്രായം തട്ടിമാറ്റി ത്രസി-
ച്ചെങ്ങോ കുതിപ്പു തവാന്തരംഗം.
എന്നല്ലൊരായിരം ഭാഗ്യങ്ങളൊത്തൊരു-
കന്യാമണിയായി ഞാൻ ജനിച്ചു.
ഭാഗ്യാനുഭൂതികൾ തൻ മലർമെത്തയി-
ലത്തലറിയാതെ ഞാൻ സുഖിച്ചു.
ഓജസ്സും തേജസ്സും മൂർത്തിമത്താമൊരു
രാജാധിരാജനെ ഞാൻ വരിച്ചു
പിന്നെയോ?—കണ്ണുനീർ, കണ്ണുനീരല്ലാതെ-
യൊന്നെനിക്കെന്തുണ്ടിന്നെന്റെയായി?
ആരറിഞ്ഞീടുവാൻ നിശ്ശബ്ദദുഃഖമി-
താരോടു ചൊല്ലി ഞാനാശ്വസിക്കും?

ശ്രീകൃഷ്ണൻ: കഷ്ട,മെന്തിനിക്കണ്ണുനീരേവം
വിട്ടൊഴിയുകൊന്നീ ദുഃഖഭാവം.
എന്നെ നീ വൃഥാ തെറ്റിദ്ധരിപ്പൂ
പിന്നെ ഞാൻ നിന്നോടൊത്തുകഴിപ്പൂ.
ഉൽക്കടപ്രേമസാന്ദ്രമാണെന്നാ-
ലുദ്ധതമാണു നിന്മനമിന്നും.
അഭ്യസൂയയാണാശങ്കകൾക്കു-
ള്ളുത്ഭവസ്ഥാനമെന്നു നീയോർക്കൂ.
നിന്നവലിനിന്നേകനിദാനം
നിന്നിലാളുന്ന സ്വാർത്ഥതമാത്രം.

വിശ്വഗോളസഹസ്രസങ്ങളോളം
വിസ്തൃതം മമ രാഗാർദ്രചിത്തം.
മൊട്ടുസൂചിതൻ തുമ്പത്തുനിർത്തി-
ക്കെട്ടുവാനുള്ള നിന്നതിമോഹം
പട്ടുനൂലിഴ പോകുന്നു പക്ഷേ,
പൊട്ടുകയാണതാർക്കതിൽ കുറ്റം?
ഉദ്യമം വ്യർത്ഥമാകെ നിൻ ഹൃത്തി-
ലുജ്ജ്വലിക്കുന്നു മേല്ക്കുമേൽ കോപം.
ആയതിൻ പുകയാണു നിൻ ശോകം.
നീയതാകെക്കെടുത്തുക വേഗം.
ദേഹചിന്ത വെറും വെറും മോഹം
സ്നേഹലക്ഷ്യമോ പാവനത്യാഗം.
ഒന്നു നോക്കുകെൻ നേരെ നീ ഭാമേ,
നിന്നോടൊന്നു ഞാൻ ചോദിച്ചിടട്ടെ.
കൊന്നിടാതെ മനസ്സാക്ഷിതന്നെ-
ച്ചൊന്നിടേണമെന്നോടു നീ സത്യം.
എന്നെ വേട്ടതിൽ സന്തോഷമിന്നും
നിന്നകക്കാമ്പിലൂറുന്നതില്ലേ?

ഭാമ: അവിടുന്നെൻ പ്രാണേശനായതോർത്താ-
ലതിരറ്റതാണെന്റെ പൂർവപുണ്യം.

ശ്രീകൃഷ്ണൻ: അന്നു നീയുന്നതകൗതുകംപൂ-
ണ്ടെന്നെ വേട്ടീടുവാനെന്തു ബന്ധം?

ഭാമ: അവിടത്തെ വേൾക്കാൻ കൊതിച്ചിടാത്ത
യുവതിയേതുണ്ടിജ്ജഗത്രയത്തിൽ?
സകലസൗഭാഗ്യസുഖസമേതൻ
സരസിജാസ്ത്രോപമൻ സാർവ്വഭൗമൻ
ഭുവനാന്തവിക്രമൻ ധർമ്മശീലൻ
വിവിധ വിജ്ഞാനവിഹാരലോലൻ
സരസൻ, ദയാമയൻ, സ്നേഹസാന്ദ്രൻ
സവിലാസൻ, കമ്രകലാരസികൻ

അവികലപുണ്യമിയന്നിടാതാർ—
ക്കവിടത്തെപ്പത്നീപദം ലഭിക്കും?

ശ്രീകൃഷ്ണൻ: വല്ലഭനായെന്നെ വേട്ടതിലല്പവു-
മില്ല നിനക്കു നിരാശയെങ്കിൽ
എന്തിനു പിന്നെയിത്താപവുമീർഷ്യയും
ചിന്താഭരവും പരിഭവവും?

ഭാമ: ....
....

(അപൂർണ്ണം)

വേതാളകേളി

(ഒരു നാടകീയസ്വഗതഗീതം)

—സത്യമെന്നച്ഛനാ,ണാക്കൊടുംപാപിതൻ
രക്തം കുടിക്കാതടങ്ങില്ല ഞാനിനി!
പന്ത്രണ്ടുവത്സരം! ഹാ, യുഗം പോലുള്ള
പന്ത്രണ്ടു നീങ്ങാത്ത നീണ്ട സംവത്സരം,
ഉന്തിയുരുട്ടിക്കഴിച്ചേനൊരുവിധം
നൊന്തുനൊന്താക്കൽത്തുറുങ്കിനകത്തു ഞാൻ.
ഇങ്ങിതാ വീണ്ടും കിടപ്പു പണ്ടത്തെയാ-
ക്കർമ്മപ്രപഞ്ചം, വികാരകോദ്ദീപകം.
എന്നെ നോക്കിക്കൊണ്ടിതന്നേകസാകൂത-
മന്ദസ്മിതംതൂകി നില്ക്കയാണെന്തിനോ!
ഞാനിതിനേക്കാളധഃപതിക്കാഞ്ഞതി-
ലാണതിനിപ്പോളസുഖം മുഴുവനും.
എന്തിതെൻമുന്നിൽ, വെയിലും വെളിച്ചവും
ചിന്തി,ച്ചിരിക്കും ദിനപ്രഭതന്നെയോ?
സന്തോഷപൂർവ്വം ശ്വസിപ്പിതോ വീണ്ടു,മ-
പ്പണ്ടത്തെയോമൽസ്വതന്ത്രവായുക്കൾ, ഞാൻ?
അന്നു ഞാൻ ദർശിച്ച സൂരാഭതന്നെയാ-
ണിന്നു,മതേ, നിഴലിപ്പതീ വീഥിയിൽ.
കാരാലയത്തിൽക്കടന്നുവന്നെത്തിയ
സൂരാഭപോലുമിരുട്ടായിരുന്നു മേ!
ഇത്രയുംകാല,മക്കാരാഗൃഹത്തിലെ
മൃത്യുലോകത്തിൽത്തനിച്ചു കഴിച്ച ഞാൻ.
ഇന്നിതാ വീണ്ടും തിരിച്ചുവരുന്നു നിൻ
മുന്നിലേ,ക്കെന്നിഷ്ടമർത്ത്യപ്രപഞ്ചമേ!

—എങ്കിലും—അയ്യോ, ഭയാനകം, ഭാവിതൻ
ചെങ്കനൽചിന്തുന്നൊരാത്തുറുകണ്ണുകൾ!
എന്താണിനിയത്തെ ജാതകം?—ഒന്നുകിൽ
പന്ത്രണ്ടുവത്സരം വീണ്ടും!— അല്ലെങ്കിലോ,

ഓർക്കുമ്പൊഴേക്കും കിടുകിടുത്തീടു,മാ-
ത്തൂക്കുമരം!— അതേ, രണ്ടി,ലേതെങ്കിലും!
എന്നാലുമെന്താ,ക്കുടിലചിത്തത്തിലെ-
ച്ചെന്നിണം കാണാതടങ്ങില്ല ഞാനിനി!

—സംഭവംകൊണ്ടു നിറഞ്ഞ ഭൂതത്തിന്റെ
സംഭാവനയാം ശിഥിലസ്മരണകൾ,
മത്തുപിടിപ്പിക്കയാണിതാ വീണ്ടു,മെൻ
കത്തിപ്പടർന്നു പുകയും മനസ്സിനെ!
മൽപ്രതീകാരമേ, കൽത്തുറുങ്കിൽ,ജ്ജീവ-
രക്തത്തിനാൽ മുലപ്പാൽ നിനക്കേകി ഞാൻ,
ലാളിച്ചു ലാളിച്ചു പോറ്റി ഞാൻ മൽപ്രാണ-
നാളത്തിൽ നിന്ന,യെന്നേകാഭിലാഷമേ!
ജീവനെപ്പണ്ടേ കളഞ്ഞേനെ ഞാ,നതി
ലേവമൊട്ടിപ്പിടിക്കാതിരുന്നെങ്കിൽ, നീ!
നിന്നെയാദ്ദുഷ്ടന്റെ ചെന്നിണച്ചോലയി-
ലൊന്നു നീന്തിക്കാനനുവദിക്കേണമേ!
ആയതിനാവശ്യമാം കരുത്തൊക്കെയു-
മായത്തമാകാനനുഗ്രഹിക്കേണമേ!
പിന്നെ, മണ്ണായി മറഞ്ഞുകൊള്ളട്ടെ,യീ-
മന്നിൽനിന്നെൻജഡം, മായാമലീമസം!
മൽപ്രതികാരം, മധുരം മദകരം,
മൽപ്രാണലക്ഷ്യം രുധിരാങ്കിതാസുരം!

—ആ രാത്രി!—അയ്യോ, ഭയങ്കരം!—ലോകത്തി-
ലാ രാത്രി,യല്ലെങ്കി,ലെന്തിനണഞ്ഞുവോ?
എന്നെപ്പിശാചാക്കി മാറ്റുവാൻ ജീവിതം
കണ്ണീരിൽ മുക്കാൻ, സമസ്തവും മായ്ക്കുവാൻ
അന്നത്തെയാക്കൊടുംകൂരിരുൾ വീണതൊ-
ട്ടിന്നോളമെത്തീല രശ്മിയൊന്നെങ്കിലും.
എല്ലാം തിമിരം, പ്രതികാരഭീകരം
എല്ലാം രുധിരാഭിഷിക്തം, ഭയങ്കരം.
അന്നത്തെയാപ്പരമാർത്ഥം, പിശാചിനോ-
ടെന്നെ ബന്ധിച്ചൊരാ രക്തപാനോത്സവം!—

ഹാ, നടുങ്ങുന്നു ഞാനിപ്പൊഴു തീക്കൊള്ളി-
യാണെൻമനസ്സിൽ--നീയൊരു വേതാളമേ?

—നീ കലാകാരനോ?—നിഷ്ഠൂര, നിർദ്ദയം
നീയല്ലി മാറ്റിക്കുറിച്ചതെൻ ജാതകം?
കേവലം ധൂമം പിടിപ്പിച്ചു നീയെന്റെ
ജീവിതസ്വപ്നാനുഭൂതികൾ സർവ്വവും!
അന്നോളമാർജ്ജിച്ച സൗഭാഗ്യസിദ്ധിക-
ളൊന്നോടെ വേരു പിഴുതുകളഞ്ഞു നീ.
മൊട്ടിട്ടുവന്നൊരെൻ പ്രേമത്തിനെ,സ്വയം
കട്ടെടുത്തയ്യോ, ചുടലയിൽ നട്ടു നീ.

അത്ഭുതം, നീയോ കലാകാര,നെൻജീവ-
രക്തം കുടിച്ചോരറുകൊലയല്ലി, നീ?
വിട്ടയയ്ക്കില്ല വെറുതെ ഞാൻ നിന്നെ,യെൻ
നഷ്ടഭാഗ്യത്തിന്റെ കേതുനക്ഷത്രമേ!
നീ വമിച്ചീടും പുകകൊണ്ടു, മേലി,ലി-
ബ്ഭൂവിന്റെ ശാന്തികൾ മൂടാതിരിക്കണം.
പൊങ്ങിത്തുടങ്ങുന്നു ചക്രവാളത്തിൽനി-
ന്നങ്ങതാ, നിന്റെ മരണമണിയൊലി.
നിഷ്ഠൂരകീടമേ, നിന്നെക്കിടത്തുവാൻ
പട്ടടകൂട്ടിത്തുടങ്ങിയഷ്ടാശകൾ.
അന്ധകാരത്താൽ വിരിച്ചുതുടങ്ങുന്നി-
തന്തി, നിന്നന്ത്യമാ മാനനാച്ഛാദനം.
ഇന്നു വിടരുന്ന പാതിരാപ്പൂക്കൾ, നിൻ
ദുർമ്മരണത്തിൻ ചരിത്രം കുറിച്ചിടും.
ഇന്നു രാപ്പക്ഷികൾ പാടും പ്രപഞ്ചത്തിൽ
നിന്നന്ത്യഗദ്ഗദംകൊണ്ടുള്ള പാട്ടുകൾ.
കല്പാന്തവഹ്നിയായെത്തുകയായി ഞാ-
നല്പനേരംകൂടി ജീവിച്ചുകൊൾക നീ!

—ഞാനനുരൂപനല്ലെങ്കിലും, നിന്നെ,യെൻ
പ്രാണനെപ്പോലെ ഞാൻ സ്നേഹിച്ചു, മല്ലികേ!

അല്ല, കലാകാരനല്ല ഞാ,നെങ്കിലു-
മില്ലായിരുന്നില്ലെനിക്കും മനസ്സുമം.
വർണ്ണപ്പകിട്ടതിനില്ലെങ്കിലു,മതിൽ-
ത്തിങ്ങിത്തുളുമ്പിയിരുന്നു രാഗാമൃതം.
നിന്നനുഭൂതിക്കതിലവസാനത്തെ-
ബിന്ദുവുംകൂടിസ്സമർപ്പണംചെയ്യുവാൻ,
സന്നദ്ധനായിരുന്നിട്ടു,മപരന്റെ
മന്ദസ്മിതത്തിനായെന്നെ വഞ്ചിച്ചു നീ.
വിശ്വമോഹിനി, നീ, കഷ്ട,മെങ്ങനെ
വിശ്വാസഘാതകിയായീ പൊടുന്നനെ?
ചെമ്പനീർപ്പൂപോലിരുന്ന നിൻ യൗവന-
സമ്പത്തു രണ്ടായ്പ്പകുത്തു നീ,യെന്തിനോ!
എന്നിട്ടു,മെന്നിൽനിന്നാ രഹസ്യം മറ-
ച്ചെന്നെ വഞ്ചിച്ചങ്ങൊളിച്ചു സുഖിച്ചു നീ.
പങ്കിട്ടധികമവനുപഹാരമായ്
ശങ്കാവിഹീനം കൊടുത്തു നിൻ യൗവനം.
ദേഹമെനിക്കു നീയേകി,യവനു നിൻ
ദേഹവും സ്നേഹവുമൊന്നിച്ചു നല്കി നീ!
അക്കലാസ്വാദനലോലുപത്വത്തിൽ, നിൻ
നിഷ്കളങ്കത്വമറുത്തു ഹോമിച്ചു നീ.
കത്തുന്ന മാംസദാഹത്തിനാൽ പേപിടി-
ച്ചുപ്പുവെള്ളം മുക്കി മുക്കിക്കുടിച്ചു നീ
പ്രത്യൂഷദീപ്തിപോൽ ശുദ്ധമാം ദാമ്പത്യ-
സത്യദീപത്തിനെ സ്നേഹലോപത്തിനാൽ,
കഷ്ടം, പടുതിരികത്തിച്ചി,രുട്ടത്തു
പുക്കു, വേശ്യാസുഖോന്മാദം നുകർന്നു നീ.
ശുദ്ധരിൽ ശുദ്ധനാമെന്മനസ്സാണു നീ
നിർദ്ദയം ഹോമിച്ചതുഗ്രകാമാഗ്നിയിൽ!
ആ മഹാപാപം ഭുജിച്ചുതീരാനിനി-
ബ്ഭൂമിയിൽ നീയെത്ര ജന്മം ജനിക്കണം!
ഉത്തമസ്ത്രീകളിൽ, മന്നി,ലൊന്നാമത്തെ-
രത്നമായ് ഞാനോർത്ത നീപോലുമോമനേ,
അസ്ഥിരചിത്തയോ, വഞ്ചകിയോ?—മനം
കത്തുന്നു, കൊന്നു ഞാൻ നിന്നെയെൻ മല്ലികേ!

—എന്തെ,ന്തബലയോ നാരി?—യീലോകത്തി-
ലെന്തിരുമ്പുണ്ടവളേക്കാളുറച്ചതായ്?
അയ്യോ, വിഷം, വിഷം, പൊള്ളു,മടുക്കുവാൻ
വയ്യ!—നീ തെറ്റിദ്ധരിക്കുന്നു ലോകമേ!
അക്കാവ്യജന്തുവിനുള്ളിൽക്കിടപ്പതു
നക്രമാ,ണെന്നിട്ടു,മോമനിക്കുന്നു നീ.
നിന്നേകനിർവൃതിയായതിനെസ്സദാ
വർണ്ണിച്ചു വർണ്ണിച്ചു പാട്ടുപാടുന്നു നീ.
ആ വിഷവൃക്ഷം തളിർത്തുകാണാൻ നിന്റെ
ജീവരക്തംപോലുമർപ്പിച്ചിടുന്നു നീ.
ഹോമിച്ചെരിപ്പു, നിന്നാത്മാവു നീ,യതിൻ
പ്രേമത്തി,നെന്നാൽ പരിത്യക്തനാണു നീ.
ആകമ്രമാകുമക്കൺമുനക്കോണിനായ്
ലോകസിംഹാസനംപോലും ത്യജിപ്പു നീ!
'ഹവ്വ'തൻ രക്താണുവൊന്നു നശിക്കില്ല
ദുർവ്വാരമാണതിൻ സ്വാധീനവൈഭവം!
എന്തു ഭോഷത്വം!— ഒഴിഞ്ഞിരുന്നൊന്നു നീ
ചിന്തിച്ചുനോക്കുകെൻ പുരുഷലോകമേ!

കണ്ണുചിമ്മിത്തുറന്നീടുന്നതിൻമുൻപു
നമ്മിലെ നമ്മെ ഗ്രഹിക്കുന്നു നാരിമാർ.
എന്നാ,ലവരെപ്പഠിക്കുവാൻ—വേണ്ട പോ-
ട്ടൊന്നു വീക്ഷിക്കാ,നൊരംശമറിയുവാൻ;
ഹൃദ്യമായ്ത്തോന്നുമാച്ചിത്തകാവ്യത്തിലു-
ള്ളാദ്യത്തെ വാക്കിന്റെയർത്ഥം പഠിക്കുവാൻ;
യത്നിച്ചുകൊള്ളൂ പരശ്ശതം വത്സരം
ഭഗ്നാശരായി മടങ്ങുകേയുള്ളു നാം!
കാണില്ലവരിലവരെ നാം നമ്മളെ-
കാണിക്കവെച്ചു, തപസ്സുചെയ്തീടിലും.
വർണ്ണപ്പകർച്ചയ്ക്കു വൈദഗ്ദ്ധ്യമോന്തിനാ-
ണെന്നാലതിന്റെ കഴിവിനു കൂടിയും.
ഉണ്ടൊരാരറുതിയുമറ്റവു,മായവ
കണ്ടിടാ നാരിതൻ വർണ്ണപ്പകർച്ചയിൽ!

മാത്രയ്ക്കുമാത്രയ്ക്കൊരായിരം വർണ്ണങ്ങൾ
ചാർത്താനവൾക്കുണ്ടൊരത്ഭുതവൈഭവം.
ഒട്ടൊട്ടിഴകളഴിയുമ്പൊ,ളത്രമേൽ-
ക്കെട്ടുപിണയും കൊടുംകുടുക്കാണവൾ.
അത്ഭുതചോദ്യചിഹ്നം രണ്ടുമൊത്തുചേർ-
ന്നപ്രാപ്യതതൻ മൃഗതൃഷ്ണയാണവൾ.
സൃഷ്ടികർത്താവി,നബദ്ധത്തി,ലോർക്കാതെ
പറ്റിയിട്ടുള്ളേകവിഡ്ഢിത്തമാണവൾ—
അങ്കുശമില്ലാത്ത ചാപല്യമേ, മന്നി-
ലംഗനയെന്നു വിളിക്കുന്നു നിന്നെ ഞാൻ!

—നാരികൾ, നാരികൾ!—വിശ്വവിപത്തിന്റെ
നാരായ വേരുകൾ, നാരകീയാഗ്നികൾ!
ശാന്തവനഹ്രദംപോലുള്ളതാണവ-
രേന്തുമബലാഹൃദയം, ത്രപാമയം
വിണ്ണും, വളർമഴവില്ലും, മരതക-
ക്കുന്നു,മിഴഞ്ഞിഴഞ്ഞേറും മുകിൽകളും,
എല്ലാം, പ്രതിഫലിപ്പിക്കു,മാകർഷക-
സ്വർലോകശാന്തി വഹിച്ചാ ജലതലം!
എന്നാ,ലതിലേക്കിറങ്ങിത്തുടങ്ങിയാ-
ലൊന്ന,ല്ലൊരായിരം, കാണാം വിപത്തുകൾ!
ഉള്ളിൽ,ക്കറങ്ങും ചുഴികൾ, പലേ 'കിനാ-
വള്ളി'കൾ, നാനാകയങ്ങ,ളിമ്മാതിരി,
എത്ര വിപത്സങ്കങ്ങളൊളിച്ചൊളി-
ച്ചെപ്പൊഴും നില്പീലതിന്നന്തരങ്ങളിൽ!
പാവങ്ങ,ളയ്യോ, പൂമാന്മാർ—വെറും മര-
പ്പാവകൾ, കൗടില്യമൂർത്തികൾ നാരികൾ!
മോഹിപ്പതുണ്ടു മനശ്ശാന്തിയെങ്കിലാ
മോഹിനിമാരിൽനിന്നോടിയൊളിക്കുവിൻ!
വേണെങ്കിൽ, നിങ്ങൾതൻ സ്നേഹം പകരുവിൻ
ശ്വാനമാർജ്ജാരാദിഗേഹജന്തുക്കളിൽ.
സഞ്ചരിക്കാം സ്വൈരമായി നിങ്ങൾ,ക്കവ
വഞ്ചിക്കയില്ലൊരുകാലവും നിങ്ങളെ.
എന്നല്ലവയ്ക്കും ഹൃദയമൊന്നുന്നുണ്ടു

തന്നിൽ പ്രിയമുള്ളവരെ പ്രിയപ്പെടാൻ.
വിശ്വസിച്ചീടാം വ്യകത്തിനെ,പ്പാടില്ല
വിഭ്രമമേകുമി സ്ത്രീയാം മൃഗത്തിനെ!
സർപ്പത്തിനേക്കാൾ വിഷമയം, നിർദ്ദയം
ദർപ്പസമ്പൂർണ്ണ,മടുക്കായ്ക നാരിയെ!

—മല്ലികേ, നിന്നെയിബ്ഭൂമിക്കു ഭൂഷയാം
സ്വർലോകകന്യകയായിക്കരുതി ഞാൻ.
അന്നെതിരേ നിൻ തനിനിറം കാണുവാൻ
സംഗതിയായ നിമിഷംവരേക്കൂ, ഞാൻ,
അല്പവും ശങ്കിച്ചിരുന്നില്ല, നീ, കാള-
സർപ്പമാണെന്ന പരമാർത്ഥ,മോമലേ!
അന്നത്തെ രാവിന്റെ കൂരിരുൾ, ഗൂഢമായ്
നിന്നെ നീയായിട്ടു കാണിച്ചുതന്നു മേ.
ഒട്ടും മനഃപൂർവ്വമല്ല, വിധിവശാൽ
പെട്ടതാണെൻ കണ്ണിലാ നിഷിദ്ധോത്സവം.
മിന്നൽക്കൊടിയിൽ, പ്രപഞ്ചം മുഴുവനും
വെണ്ണീറടിക്കുന്ന തീയന്നു കണ്ടു ഞാൻ!
പൂതനയാണാപ്പുളകമിളക്കുന്ന
പൂനിലാക്കാലിലെന്നോർത്തിരുന്നില്ല ഞാൻ.
പെട്ടെന്നുയർന്ന വികാരപ്പിശാചിന്റെ
മുഷ്ടിയിൽച്ചീറ്റിപ്പുളഞ്ഞു ഗർജ്ജിച്ചഹോ,
മൽക്കുഠാരത്തെ, ഞാൻ, നിർദ്ദയം നിൻജീവ-
രക്തത്തിനാൽ, സ്വയം, ചാർത്തിച്ചു കുങ്കുമം!
പത്രം മുറിഞ്ഞ പതംഗിയെപ്പോലെ, നീ
രക്തത്തിൽ മുങ്ങിപ്പിടയ്ക്കുമാക്കാഴ്ചയിൽ.
വീർപ്പുയർന്നീലെൻ മനസ്സി,ലത്രയ്ക്കുമേൽ-
ത്തീപ്പൊരിപാറിജ്ജ്വലിച്ചിതെൻ കണ്ണുകൾ!
അന്നു, ഭാഗ്യത്താൽ, വഴുതിയെൻ കൈയിൽനി-
ന്നന്നരകീടൻ, തവ ഗൂഢകാമുകൻ!
ഒത്തീലെനിക്ക,ന്നവന്റെയും ചെഞ്ചുടു-
രക്തതി,ലെൻ തപ്തരോഷം നനയ്ക്കുവാൻ!
പിറ്റേന്നു കൈയിൽ വിലങ്ങുമായ്പ്പോന്നു ഞാ-
നൊറ്റയ്ക്കു, കാരാഗൃഹത്തിനതിഥിയായ്!

ചങ്ങലക്കെട്ടാൽത്തഴമ്പു വീണെങ്കിലു-
മിന്നുമശക്തമല്ലീ നീണ്ട പാണികൾ.
ഇന്നും കഴിയും, കുഠാരമൊന്നാ മാറി-
ലുന്നംപിഴയ്ക്കാതവയ്ക്കെടുത്താഴ്ത്തുവാൻ!

—എങ്ങു നീ,യെങ്ങു നീ, നിൻനിണച്ചോലയിൽ
മുങ്ങുവാൻ വൈകീയെനി,ക്കെങ്ങു പോയി നീ?
മൽസുഖം, മൽസമാധാന,മെൻ ജീവിതം,
മൽസ്വപ്ന,മാശ,യെന്നേകഭാഗ്യാങ്കുരം,
അയ്യോ, സകലം—സമസ്തവും—ഓർക്കുവാൻ
വയ്യെനി,ക്കൊന്നോടൊടുക്കിയോനല്ലി, നീ?
മജ്ജീവരക്തം കുടിച്ചു മദാന്ധനായ്
നൃത്തം നടത്തിയ വേതാളമല്ലി, നീ?
കണ്ണിനുമുൻപിൽക്കുരുത്തു തളിർത്തൊരം-
ക്കണ്മണിക്കാഞ്ചനക്കല്പകത്തയ്യിനെ
നട്ടു,നന,ച്ചോമനിച്ചു, പുഷ്പിപ്പിച്ചു
സസ്പൃഹം കാത്തൊരപ്പാരിജാതത്തിനെ—
വെണ്ണീറടിച്ചി,ട്ടൊഴിഞ്ഞൊളിഞ്ഞങ്ങനെ
മന്ദഹസിച്ചോരിടിമിന്നലല്ലി, നീ?
സദ്രശ്മി പെയ്തൊരാ വെള്ളിനക്ഷത്രത്തെ-
യെത്തിഗ്രസിച്ചോരു രാഹുവല്ലല്ലി, നീ?
നീയെന്തു സാഹസക്കാരൻ!—അയ്യോ, ചുടു-
തീയിലെൻ ചിത്തം ദഹിപ്പൂ!— മൂർച്ഛിപ്പു ഞാൻ!
ഇന്നു, നിൻരക്തം തളിച്ചു കെടുത്തണ-
മെന്നിലുള്ളഗ്നിസ്ഫുലിംഗമസമ്മേളനം!

—ആ രഹസ്യോന്മദം!—നീയും, കൊടുംചതി-
ക്കാരനാം നിൻദുല്കലാപ്രേമസിദ്ധിയും!
നിങ്ങളെപ്പോലുള്ള ദുഷ്കലാകാരരാ-
ണിങ്ങെഴും സന്മാർഗ്ഗബോധം മുടിച്ചവർ!
കൃത്രിമംപോൽ സദാചാരം!— മൃഗത്തിലും
കഷ്ടമാണീ വെറും കാമക്കഴുകുകൾ!
അത്രമേൽ സ്വാർത്ഥികൾ നിങ്ങൾ, നിങ്ങൾക്കില്ല
മറ്റുള്ളവരെക്കുറിച്ചൊരു ചിന്തയും.

പ്രേമം പുകഴ്ത്തും, പ്രസംഗിക്കു,മെന്നിട്ടു
കാമത്തഴപ്പിൽത്തമസ്സിലുഴന്നിടും.
ഹന്ത,യമ്മട്ടെഴും നിങ്ങൾതൻ സൃഷ്ടികൾ-
ക്കെന്തർത്ഥമുണ്ട്?—വെറും വെറും കൈതവം!
സ്വപ്നവിഹാരികൾ നിങ്ങൾ കാണുമ്പോലെ
പുഷ്പം പൊതിഞ്ഞതല്ലീ ലോകജീവിതം.
ദാമ്പത്യമാക്കന്യകാത്വത്തിനെപ്പോലെ
പൂമ്പാറ്റയല്ലാ, പുറകേ കുതിക്കുവാൻ!
ഉണ്ടതിനല്പം ഘന,മാത്മശുദ്ധിതൻ
ചെണ്ടണിയിച്ചതെടുത്തു പൂജിക്കണം.
സാന്മാർഗ്ഗികത്വം വിഴുങ്ങിത്തടിക്കുന്ന
കാമപ്രലാപം കലയല്ലൊരിക്കലും.

കൃത്രിമം ഗാർഹികബന്ധമെന്നൂക്കോടെ-
യട്ടഹസിക്കുന്ന നിങ്ങ,ളത്യുഗ്രമായ്,
വാളിളക്കും, തല കൊയ്തിടും, നിങ്ങൾത-
ന്നാലയാന്തത്തിലേക്കക്ഷിപായിക്കുകിൽ!
ഹാ, വിഷജന്തുക്കൾ, നിങ്ങൾ, കലോത്സുകർ,
തേവിടിശ്ശിത്തെരുവാക്കുന്നു പാരിനെ!
സമ്മതിക്കില്ല ഞാനിന്നിമേൽ നിന്നെയി-
ദുർമ്മാർഗ്ഗമീവിധം വീണ്ടും തുടരുവാൻ.
പ്രാണദണ്ഡം സഹിക്കാതെ നീയെൻ മുന്നിൽ
വീണു കൈകാലിട്ടടിച്ചു പിടയ്ക്കണം.
സ്വന്തഹൃദ്രക്തത്തിൽ മുങ്ങിക്കുളിച്ചു നീ
നൊന്തുനൊന്തല്പാല്പമായി മരിക്കണം.
ആ മരണം നോക്കിനോക്കിനിന്നങ്ങനെ
കോൾമയിർക്കൊണ്ടെനിക്കാശ്വസിച്ചീടണം.
മൽപ്രതീകാരാഗ്നിയാവിധം നിൻജീവ-
രക്തവർഷംകൊണ്ടു കെട്ടടങ്ങീടണം.

—പാതിരേ, വേഗം വരൂ വരൂ, കൂരിരുൾ-
പ്പാറ പിളർന്നു നീ,യാകാരഭീകരേ!
നിഹ്നുതനീരദവ്രാതാസിതാംബരേ
ചന്ദ്രലേഖോദ്യൽസിതോഗ്രദംഷ്ട്രാങ്കുരേ!

താരാസ്ഥിമാലാനിബദ്ധകളേബരേ
പോരു നീ പാതിരേ, യാകാരഭീകരേ!
ഈ മഹാഘോരവ്രതാന്ത്യരംഗത്തിനെ-
ന്നോമൽപ്രപഞ്ചമേ, നീ സാക്ഷിനില്ക്കണേ!
എത്ര നിസ്സാരം കൊലപാതകം— മിനി-
യിത്തരം മറ്റൊന്നിലുൾപ്പെടുകില്ല ഞാൻ.
ഇന്നോടെ പൂർണ്ണവിരാമമിട്ടീടുവ-
നെന്നേക്കുമാ,യിപ്രചോദനത്തിന്നു ഞാൻ!
രക്തം, വിഷമയരക്തം, തിളയ്ക്കുന്ന
രക്തം!— വരുന്നു, വരുന്നു, വരുന്നു ഞാൻ!

31–1–1935

രമണൻ

സ്മാരകമുദ്ര

ശ്രീമാൻ ഇടപ്പള്ളി രാഘവൻപിള്ള!
ഒരു ഗദ്ഗദസ്വരത്തിലല്ലാതെ 'കൈരളി'ക്ക് ഒരിക്കലും
ഉച്ചരിക്കുവാൻ സാധിക്കാത്ത ഒന്നാണ് ആ നാമധേയം.
അസഹനീയമായ അസ്വതന്ത്രതയുടെയും
നീറിപ്പിടിക്കുന്ന നിരാശതയുടെയും നടുവിൽപ്പെട്ട്,
ഞെങ്ങിഞെരിഞ്ഞു വിങ്ങിവിങ്ങിക്കരയുന്ന ആത്മാഭിമാനത്തിന്റെ
ഒരു പര്യായമായിരുന്നു അത്!
ആയിരത്തി ഒരുനൂറ്റിപ്പതിനൊന്നാമാണ്ട് മിഥുനമാസം
ഇരുപത്തിയൊന്നാം തീയതി ശനിയാഴ്ച രാത്രി കേവലം
ആകസ്മികമായി ആ 'മണിനാദം' ദയനീയമാംവിധം
അവസാനിച്ചു.
അന്ധമായ സമുദായം—നിഷ്ഠുരമായ സമുദായം—
അദ്ദേഹത്തിന്റെ ചിതാഭസ്മത്തെപ്പോലും ഇതാ, ഇപ്പോഴും
അലട്ടിക്കൊണ്ടിരിക്കുന്നു.
പക്ഷേ, ആ പ്രണയഗായകന്റെ ആത്മാവ് ഏതു
ഭൗതികാക്രമങ്ങൾക്കും അതീതമായ നിത്യശാന്തിയെ
പ്രാപിച്ചുകഴിഞ്ഞു.
ആ ഓമനച്ചങ്ങാതിയുടെ പാവനസ്മരണയ്ക്കായി,
അദ്ദേഹത്തിന്റെ ശവകുടീരത്തിനു മുമ്പിൽ ഈ
സൗഹൃദോപഹാരം ഞാനിതാ കണ്ണീരോടുകൂടി
സമർപ്പിച്ചുകൊള്ളുന്നു.

ഇടപ്പള്ളി,
1936 ഒക്ടോബർ

ചങ്ങമ്പുഴ കൃഷ്ണപിള്ള

"അങ്കുശമില്ലാത്ത ചാപല്യമേ, മന്നി-
ലംഗനയെന്നു വിളിക്കുന്നു നിന്നെ ഞാൻ."

".....Ah, thou didst not comprehend
the dead wept thus, thou woman frail and weak..."

- Charles Baudelaire

To,

A.P.B. Nayar, Esq.,M.A.
(Assistant Military Accountant General,New Delhi)

This book is dedicated with every sentiment of
respect admiration,love and gratitude

ഉന്നത സൗഭാഗ്യത്തിൻ ശൃംഗത്തിൽ കനിവിന്റെ
പൊന്നോടക്കുഴലുമായ് വർത്തിക്കും മഹാത്മാവേ!

താവകോജ്ജ്വലപാദപങ്കജങ്ങളിൽ, സ്നേഹം
താവുമീ വിനീതോപഹാരം ഞാൻ സമർപ്പിപ്പൂ.

അവിടുന്നീ ഗ്രാമീണകാവ്യകന്യയെ മോദാ-
ലനുഭാവോദ്ദീപ്തമാം കൺകളാശ്ലേഷിക്കെ,

ചാരിതാർത്ഥ്യാവേശത്താലവൾതൻ പിതൃചിത്തം
ദൂരെയാകിലും മേന്മേൽ തുടിപ്പൂ ജാതോല്ലാസം!

അങ്ങതൻ കാരുണ്യത്തിൻ കല്ലോലങ്ങളിൽത്തത്തി-
ത്തങ്ങി ഞാൻ മതിമറന്നൊഴുകിപ്പോയീടുമ്പോൾ,

നന്മതൻ നികേതമാമവിടേയ്ക്കർപ്പിക്കുന്നി-
തെന്മനമാത്മാർത്ഥമായിന്നിദമാശീർവ്വാദം:

അവിരാമോൽക്കർഷത്തിൻ
തൂമലർക്കളിത്തോപ്പി-
ലവിടന്നാത്തോല്ലാസം
വിഹരിക്കാവൂ മേന്മേൽ!

ഇടപ്പള്ളി
1944 ഫെബ്രുവരി

ചങ്ങമ്പുഴ

"-Distant from her adorer's view,
One in a thousand may be true:
The pen which writes, as if it knew
A woman's promise splits in two

While in another's warm embrace,
No witness to thy own disgrace.
Faithless,she wastes no thought on thee
Wrapp'd in her own felicity.

Woman's desire is more intense
Than man's-more exquisite her sense,
But never blinded by her flame,
Gain and Fruition are her aim,

A woman's love is selfish all
Possessions wealth secure her fall
How many false and cruel prove,
And not one faithful in her love!

A contradiction is her life;
Without all peace, within all strife;
A dangerous friend, a fatal foe
Prime breeder of a world of woe.

When we are joyous she is said
When deep in sorrow, she is glad,
Such is the life a woman leads,
And in her sorcery still succeeds."

-NIZAMI

കഥാപാത്രങ്ങൾ

രമണൻ, മദനൻ : ചങ്ങാതിമാരായ രണ്ടാട്ടിടയന്മാർ
ചന്ദ്രിക : ഒരു പ്രഭുകുമാരി
ഭാനുമതി : ചന്ദ്രികയുടെ സഖി
ഗായകസംഘം
മറ്റു ചില ഇടയന്മാർ

✵

കുന്നുകളും കാടുകളും പൂഞ്ചോലകളും നിറഞ്ഞ മനോഹരമായ ഒരു ഗ്രാമപ്രദേശം.

ഒന്നാം ഭാഗം

ഉപക്രമരംഗം
(ഗായകസംഘം)

ഒന്നാമത്തെ ഗായകൻ

മലരണിക്കാടുകൾ തിങ്ങിവിങ്ങി,
മരതകകാന്തിയിൽ മുങ്ങിമുങ്ങി,
കരളും മിഴിയും കവർന്നുമിന്നി
കറയറ്റൊരാലസൽ ഗ്രാമഭംഗി
പുളകംപോൽ കുന്നിൻ പുറത്തുവീണ
പുതുമൂടൽമഞ്ഞല പുല്കി നീക്കി,
പുലരൊളി മാമലശ്രേണികൾതൻ-
പുറകിലായ് വന്നുനിന്നെത്തിനോക്കി.

എവിടെത്തിരിഞ്ഞൊന്നു നോക്കിയാലെ-
ന്തവിടെല്ലാം പൂത്ത മരങ്ങൾമാത്രം;
ഒരു കൊച്ചു കാറ്റെങ്ങാൻ വന്നുപോയാൽ
തുരുതുരെപ്പൂമഴയായി പിന്നെ!

രണ്ടാമത്തെ ഗായകൻ

തളിരും മലരും തരുപ്പടർപ്പും
തണലും തണുവണിപ്പുല്പരപ്പും
കളകളം പെയ്തുപെയ്തങ്ങുമിങ്ങു-
മിളകിപ്പറക്കുന്ന പക്ഷികളും
പരിമൃദുകല്ലോലവീണമീട്ടി-
പ്പതറിപ്പതഞ്ഞുപോം ചോലകളും
ഒരു നല്ല ചിത്രം വരച്ചപോലെ
വരിവരി നില്ക്കുന്ന കുന്നുകളും
പരശതസസ്യവിതാനിതമാം
പല പല താഴ്വരത്തോപ്പുകളും
പവിഴക്കതിർക്കുലച്ചാർത്തണിഞ്ഞ
പരിചെഴും നെൽപ്പാടവീഥികളും
ഇടയന്റെ പാട്ടിലലിഞ്ഞൊഴുകും
തടിനിയും താമരപ്പൊയ്കകളും-

ഇവയെല്ലാ,മാ വെറും ഗ്രാമരംഗം
ഭുവനൈകസ്വർഗ്ഗമായ്ത്തീർത്തിരുന്നു!

മൂന്നാമത്തെ ഗായകൻ

അവികലശാന്തിതൻ പൊന്തിരക-
ളവിടെത്തുളുമ്പിത്തുളുമ്പി നിന്നു;
അഴകുമാരോഗ്യവും സ്വസ്ഥതയു-
മവിടത്തിൽ മൊട്ടിട്ടു നിന്നിരുന്നു!
അവിടമൊരൈശ്വര്യദേവതത-
ന്നനഘദേവാലയമായിരുന്നു;
മതി മമ വർണ്ണനം- നിങ്ങളൊന്നാ
മലനാടു കണ്ടാൽക്കൊതിച്ചുപോകും!

* * *

അവിടേക്കു നോക്കുകത്താഴ്വരയി-
ലരുവിക്കരയിലെപ്പുൽത്തടത്തിൽ
ഒരു മരച്ചോട്ടിൽ രണ്ടാട്ടിടയ-
രൊരുമിച്ചിരുന്നതാ, സല്ലപിപ്പൂ!
നിശിതമദ്ധ്യാഹ്നമാക്കാനനത്തിൻ-
നിറുകയിൽത്തീമഴ പെയ്തു നില്ക്കേ!
അവിടത്തെച്ഛായാതലങ്ങൾ, കാൺകെ-
ന്തനുപമശീതളകോമളങ്ങൾ!

പരിമൃദുചന്ദനപല്ലവങ്ങൾ!
പരിചിൽ പുണർന്നു വരുന്ന തെന്നൽ
അവരെത്തഴുകിയുറക്കിടുംമു-
മ്പ,വിടെ നമുക്കൊന്നു ചെന്നുപറ്റാം!
അവരുടെയോമൽസ്വകാര്യമെന്തെ-
ന്നറിയുവാൻ നിങ്ങൾക്കും മോഹമില്ലേ?
വരു വരു, വേഗം നടക്കു, നമ്മൾ-
ക്കൊരുമിച്ചങ്ങെത്തിടാം കൂട്ടുകാരേ!

രംഗം ഒന്ന്

[രമണൻ ഒരു മരച്ചോട്ടിൽ കിടക്കുന്നു. അവനോടു തൊട്ട് മദനൻ

കൊടുകൈയും കുത്തി ഇരിക്കുന്നു. രമണന് ഇരുപത്തിയേഴു വയസ്സു പ്രായം. മദനന് ഇരുപത്തിമൂന്നു വയസ്സു പ്രായം. രണ്ടു പേരും ഇടയന്മാരുടെ സാധാരണവേഷത്തിൽ. നീണ്ടു കൃശമായ ശരീരം. ശാന്തസുന്ദരമായ മുഖം. സമയം മദ്ധ്യാഹ്നം.)

മദനൻ

രമണ, നീയെന്നിൽനിന്നാ രഹസ്യ-
മിനിയും മറച്ചുപിടിക്കയാണോ?
ഇരുമെയ്യാണെങ്കിലും നമ്മളൊറ്റ-
ക്കരളല്ലേ, നീയെന്റെ ജീവനല്ലേ?
ഒരു തുള്ളി രക്തത്തിൻ രേഖ പോലും
കുറെ നാളായ് നിന്മുഖത്തില്ലയല്ലോ!
കരളുന്നതുണ്ടൊരു ചിന്ത നിന്റെ
കരളിനെ നിത്യ,മെനിക്കറിയാം.
പറയൂ, തുറന്ന,തതിന്നുവേണ്ടി-
പ്പണയപ്പെടുത്താമെൻ ജീവനും ഞാൻ!
വദനം യഥാർത്ഥത്തിൽ മാനവന്റെ
ഹൃദയത്തിൻ കണ്ണാടിതന്നെയെങ്കിൽ,
ലവലേശം സംശയമില്ല, ചിന്താ-
വിവശമാണിന്നു നിന്നന്തരംഗം!
അതിനുള്ള കാരണ,മെന്തുതാനാ,-
ട്ടഖിലം തുറന്നെന്നോടോതണം നീ.
ബലമെൻ മനസ്സിലില്ലല്പവും നിൻ
വിളറിയൊരീ മുഖം നോക്കി നില്ക്കാൻ
കനിവെന്നിലുണ്ടെങ്കിലാ രഹസ്യ-
മിനിയും മറച്ചു നീ വെയ്ക്കരുതേ!
മുഖമൊന്നുയർത്തു, നിൻസങ്കടങ്ങ-
ളഖിലവുമെന്നെ മനസ്സിലാക്കൂ!
(തളിർമരക്കൊമ്പത്തു രണ്ടു മഞ്ഞ-
ക്കിളികൾ ചിലച്ചു പറന്നുപോയി;
കുറെ വെള്ളിപ്പൂക്കളക്കൂട്ടുകാർതൻ-
നിറുകയിൽ ഞെട്ടറ്റടർന്നുവീണു;
അരുവിയിൽ വെള്ളം കുടിച്ചുപോകാ-

നൊരു കൊച്ചു മാൻപേട വന്നുചേർന്നു;
ഒരു കൊച്ചുമീനിനെ കൊക്കിലാക്കി-
യൊരു നീലപ്പൊന്മാൻ പകച്ചുപൊങ്ങി.)

രമണൻ

മമ മനം നീറുന്നു-കഷ്ട,മെന്റെ
മദന, നീയിങ്ങനെ ചൊല്ലരുതേ!
പറയൂ, പരസ്പരം നാമറിയാ-
തൊരു രഹസ്യംപോലും നമ്മിലുണ്ടോ?
പരിഭവിക്കായ്കെന്നോടിപ്രകാരം;
പറയാം ഞാനെല്ലാം, നീ കേട്ടുകൊള്ളൂ:

ശരദഭ്രവീഥിയിലുല്ലസിക്കു-
മൊരു വെള്ളിനക്ഷത്ര,മെന്തുകൊണ്ടോ
അനുരക്തയായിപോൽപൂഴിമണ്ണി-
ലമരും വെറുമൊരു പുല്ക്കൊടിയിൽ;
ഉയരണം പുല്ക്കൊടിയൊന്നുകിലാ
വിയദങ്കകത്തിലേക്ക,ല്ലെന്നാകിൽ
സുരപഥം വിട്ടസ്സുരമ്യതാരം
വരണമിത്താഴത്തെപ്പൂഴിമണ്ണിൽ!
ഇതു രണ്ടും സാധ്യവുമല്ല—പിന്നാ-
പ്പുതുനിഴലാട്ടംകൊണ്ടെന്തു കാര്യം?
അനുചിതവ്യാമോഹംമാത്രമാകു-
മതു ലോകമെമ്മട്ടനുവദിക്കും?
പറയട്ടെ, ഞാനാണപ്പുല്ക്കൊടി,യാ
നിരവദ്യനക്ഷത്രം 'ചന്ദ്രിക'യും.

കനകശൈലാഗ്രത്തിലാവിലാസം
കതിർവീശി നില്പോരമൂല്യഭാഗ്യം!-
ഒരു പൊന്മുകിലുമായൊത്തുചേർന്നു
പരിലസിക്കേണ്ടും മയൂഖകേന്ദ്രം!-
അതു വന്നിപ്പുൽത്തുമ്പിലൂർന്നുവീണാ-
ലതു മഹാസാഹസമായിരിക്കും,

നിരസിച്ചുനോക്കി പലപ്പൊഴുമാ
നിരഘാനുരാഗസമർപ്പണം ഞാൻ;
ഫലമില്ല,പ്പൊൻകതിർ മാറുകില്ല;
കലഹിക്കാൻ ശക്തി വരുന്നുമില്ല.

(ഒരു നെടുവീർപ്പിൻ തിരകളിലാ സ്വരസുധ പെട്ടെന്നലിഞ്ഞു പോയി.)

മദനൻ

മഹിയിൽ നീയക്കാമ്യമായൊരോമ-
ന്മഹിമതൻ മുന്നിൽ നമസ്കരിക്കൂ!
അവളെന്തു ദേവത, ദിവ്യയാമൊ-
രവതാരചാരുത, രാഗപൂത!
അവളുടെ രാഗത്തിന്നർഹനാവാൻ
കഴിവതുതന്നെന്തു ഭാഗധേയം!
നിരഘമായുള്ളൊരിപ്രേമദാനം
നിരസിച്ചിടുന്നതൊരുഗ്രപാപം!
അതിനെ നീയെന്നെന്നുമാദരിക്കൂ!
അതിനെ നീ സസ്പൃഹം സ്വീകരിക്കൂ!

രമണൻ

ശരിതന്നെ—പക്ഷേ, മദന, നീയെൻ
പരമാർത്ഥവസ്തുതയോർത്തുനോക്കൂ;
അവനിയിൽ ഞാനാരൊരാട്ടിടയൻ
അവഗണിതൈകാന്തജീവിതാപ്തൻ!
പുഴകളും കാടും മലയുമായി-
ക്കഴിയും വെറുമൊരധഃപതിതൻ!
അവളോ—വിശാലഭാഗ്യാതിരേക-
പ്പവിഴപ്പൂങ്കാവിലെ രത്നവല്ലി!
കനകവസന്തത്തോടൊത്തുകൂടി-
ക്കതിരിട്ടുനില്ക്കേണ്ടും കല്പവല്ലി!
അവളെയാശിക്കുവാൻപോലുമിന്നൊ-
രവകാശമില്ലെനിക്കെന്തുകൊണ്ടും.
ഇതുവിധം നിർബ്ബാധമീവനത്തി-
ലിടയനായ്ത്തന്നെ ഞാൻ വാണിടട്ടെ,

ചപലവ്യാമോഹങ്ങളാനയിക്കും
ചതിയിൽപ്പെടാൻ ഞാനൊരുക്കമില്ല.

മദനൻ

രമണ, നിൻ ചിന്തകൾക്കർത്ഥമില്ല;
ഭ്രമവും പ്രണയവുമേകമല്ല;
പണവും പ്രതാപവുമറ്റിടത്തും
പ്രണയം മുളച്ചുകൂടായ്കയില്ല.
സമുദായനീതികളല്ലതിന്റെ
വിമലസാമ്രാജ്യത്തിൻ മാനദണ്ഡം
അതിലിശ്ശരീരം ശരീരമല്ല;
ഹൃദയം ഹൃദയത്തെയാണ് കാണ്മൂ!
അറിവൂ ഞാൻ: ചന്ദ്രിക നിഷ്കളങ്ക,
പരിശുദ്ധസ്നേഹത്തിൻ സ്വർഗ്ഗഗംഗ.
കഴിയുമവൾക്ക, തിലുല്ലസിക്കും
കനകസോപാനത്തെ കൈവെടിയാൻ;
ഇടയന്റെ ചിത്തവിശുദ്ധിവിങ്ങും
കുടിലിലെപ്പൊൻവിളക്കായി മാറാൻ!
അതുമിനിസ്സാദ്ധ്യമല്ലെങ്കിൽ വേണ്ടാ,
ക്ഷിതിയിലവൾക്കിതു സാദ്ധ്യമല്ലേ-
ഇടയനെപ്പാഴ്ക്കുടിലിങ്കൽനിന്നും
മടുമലർമേടയിലേക്കുയർത്താൻ?
അവളിലുണ്ടത്രയ്ക്കനഘമാകു-
മനുരാഗമോലും ഹൃദയമേകം;
അതിനെ നീയെന്നെന്നുമാദരിക്കൂ!
അതിനെ നീ കൈകൂപ്പി സ്വീകരിക്കൂ!

രമണൻ

അറിവതില്ലിപ്രേമനാടകത്തിൻ
പരിണാമമെമ്മട്ടിലായിരിക്കും.
ഇനി ഞാൻ പറയട്ടെ, തോഴ, ഞാനാ
പ്രണയത്തിടമ്പിലലിഞ്ഞുപോയി.
ശരിയാണതെന്നാലുമിക്കഥയി-
ദ്ധരയൊരുനാളുമറിഞ്ഞുകൂടാ!

അറിയിക്കാതാവോളം കാത്തുനോക്കു-
മവളേയുംകൂടി ഞാനീ രഹസ്യം;
ഒരുനാളും കാണിക്കയില്ല ഞാനാ-
ക്കിരണത്തെയെന്റെ യഥാർത്ഥവർണ്ണം.
കഴിവോളമീ മായാമണ്ഡലംവി-
ട്ടൊഴിയുവാൻ മാത്രമേ നോക്കീടൂ ഞാൻ!

മദനൻ

സഹകരിക്കട്ടെ സഹജ നിന്നെ-
സ്സകലസൗഭാഗ്യവും മേല്ക്കുമേലേ!
ഒരു പുഷ്പകല്യാണമണ്ഡപത്തി-
ലൊരുദിനം നിങ്ങളെ രണ്ടുപേരെ
ഒരുമിച്ചു കണ്ടു കൃതാർത്ഥനാകും
പരിചിലീയോമനക്കൊച്ചനുജൻ!
ദ്രുതമാ മുഹൂർത്തം പറന്നണയാൻ
സതതം ഞാൻ പ്രാർത്ഥിച്ചുകൊണ്ടിരിക്കും!

(രമണനും മദനനും എഴുന്നേറ്റു വനത്തിന്റെ മറ്റൊരു ഭാഗത്തേക്കു പോകുന്നു)

ഗായകസംഘം

അരുണൻ പടിഞ്ഞാറെക്കൊച്ചു കുന്നിൻ-
ചെരുവിലല്പാല്പമായ്ത്താണിരുന്നു.
പതിവുപോലാലയിലേക്കു പോകാൻ
പുഴവക്കത്താടുകൾ വന്നുചേർന്നു.
മദനനും തോഴനും തോളുരുമ്മി
മരതകക്കുന്നുകൾ വിട്ടിറങ്ങി;
അഴകുകണ്ടാനന്ദമാളിയാളി,
വഴിനീളെപ്പാട്ടുകൾ മൂളിമൂളി,
ഇടവഴിത്താരയിൽക്കൂടിയാ ര-
ണ്ടിടയത്തിരകളൊലിച്ചുപോയി!

മറ്റൊരു ഗായകസംഘം

അരികത്തരികത്താ ലോലഗാന-
മൊരു സുഖസ്വപ്നംപോലാഗമിക്കേ,

വഴിവക്കിലുള്ളൊരക്കോമളമാ-
മെഴുനിലപ്പൂമണിമാളികയിൽ,
അതിനെയും കാത്തൊരു നിർവൃതിതൻ-
ഹൃദയമിരുന്നു മിടിച്ചിരുന്നു.
വിഭവപ്രഭാവമേ, നിൻ പരുത്ത
വിരിമാറിലിമ്മട്ടൊരോമലത്തം
എളിമയെപ്പുല്കുവാൻ കാത്തിരിപ്പൂ-
വെളിപാടുകൊള്ളുകയില്ലയോ നീ?
സമയമായ്; വേഗം നീ കെട്ടഴിക്കൂ,
സമുദായമേ നിന്റെ നീതിശാസ്ത്രം!
തിരതല്ലിയാർക്കും സ്ഥിതിസമുദ്രം
വെറുമൊരെറുമ്പുചാലാകയെന്നോ!
നിയമാനുസാരം നിൻ കൃത്യമെല്ലാം
സ്വയമൊന്നു വേഗം നീ ചെയ്തുതീർക്കൂ!

രംഗം രണ്ട്

(ചന്ദ്രികയുടെ മനോഹരഹർമ്മ്യത്തിനോടു തൊട്ടുള്ള ഉദ്യാനം. സമയം സന്ധ്യ. രമണനും ചന്ദ്രികയും പുൽത്തകിടിയിൽ ഇരിക്കുന്നു. ആദിത്യൻ അസ്തമിച്ചുകഴിഞ്ഞു. നേരിയ നിലാവു പരന്നുതുടങ്ങുന്നു. ഹൃദയാകർഷകമായ പ്രകൃതി. അവരുടെ ചുറ്റും പല പല പൂവല്ലികൾ പൂത്തു നില്ക്കുന്നു. സുഖകരമായ ഒരിളംകാറ്റ് ഇടയ്ക്കിടെ വീശിക്കൊണ്ടിരിക്കുന്നു. വികാരോദ്ദീപകമായ പുഷ്പസൗരഭ്യം അവിടെയാകമാനം പ്രസരിക്കുന്നു.)

രമണൻ

എങ്കിലും, ചന്ദ്രികേ, നമ്മൾ കാണും
സങ്കല്പലോകമല്ലീയുലകം;
സംഗീതസാന്ദ്രമാം മാനസങ്ങ-
ളിങ്ങോട്ടു നോക്കിയാൽ ഞെട്ടുമേതും.
ഘോരസമുദായഗൃദ്ധ്രനേത്രം
കൂരിരുട്ടത്തും തുറിച്ചുനില്പൂ!
ചിന്തുമച്ചെന്തീപ്പൊരികൾ തട്ടി
ഹന്ത, പൊള്ളുന്നിതെൻ ചിന്തയെല്ലാം!

ചന്ദ്രിക

അന്യോന്യം നമ്മുടെ മാനസങ്ങ-
ളൊന്നിച്ചുചേർന്നു ലയിച്ചുപോയി.
പൊട്ടിച്ചെടുക്കില്ലിനിയതു ഞാ-
നെത്രയീ ലോകം പുലമ്പിയാലും.
കുറ്റംപറയുവാനിത്രമാത്രം
മറ്റുള്ളവർക്കിതിലെന്തു കാര്യം?

രമണൻ

എങ്കിലും, ചന്ദ്രികേ ലോകമല്ലേ?
പങ്കിലമാനസർ കാണുകില്ലേ?
ഹന്ത, നാം രണ്ടുപേർ തമ്മിലുള്ളോ-
രന്തരമൊന്നു നീയോർത്തുനോക്കൂ!
സ്വപ്നത്തിൽപ്പോലും ഞാൻ നിൻ പ്രണയ-
സ്വർഗ്ഗസംപ്രാപ്തിക്കിന്നർഹനാണോ?

ചന്ദ്രിക

എന്തു നിരർത്ഥമാം ചോദ്യമാണി-
തെ,ന്തിനിന്നീ വെറും ശങ്കയെല്ലാം?
മന്നിതിൽ ഞാനൊരു വിത്തനാഥ-
നന്ദിനിയായിപ്പിറന്നുപോയി.
കഷ്ട,മതുകൊണ്ടെൻ മാനസവും
ദുഷ്ടമാകേണമെന്നില്ലയല്ലോ!
മാഹാത്മ്യധാമമാമൊന്നിനെ ഞാൻ
സ്നേഹിക്കാൻ പാടില്ലെന്നില്ലയല്ലോ!
ഈടാർന്ന രാഗാപദാനഗാനം
പാടരുതെന്നൊന്നുമില്ലയല്ലോ!

രമണൻ

തുച്ഛനാമെന്നെ നീ സ്വീകരിച്ചാ-
ലച്ഛനുമമ്മയ്ക്കുമെന്തുതോന്നും?

ചന്ദ്രിക

കൊച്ചുമകളുടെ രാഗവായ്പി-
ലച്ഛനുമമ്മയ്ക്കുമെന്തുതോന്നാൻ?

രമണൻ

ഓരോ നിമിഷവും ലോകമെയ്യും
കൂരമ്പഖിലം ഞാനേറ്റുകൊള്ളാം;
എന്നെപ്പഴിക്കുന്ന കൂട്ടുകാരോ-
ടെന്നും ഞാൻ നേരിട്ടെതിർത്തു നില്ക്കാം;
എന്തിനീ, നശ്വരജീവിതത്തി-
ലെന്തുവേണെങ്കിലും ഞാൻ സഹിക്കാം!
നിൻതാതമാതാക്കൾക്കിണ്ടലേകാ-
നെന്താകിലും ഞാനൊരുക്കമില്ല!
നിന്നെയവരെല്ലാമത്രമാത്രം
പൊന്നുപോൽ കാത്തു വളർത്തിടുന്നു.
ആ മഹാവാത്സല്യമൂർത്തികൾത-
ന്നാശയും ശാന്തിയുമല്ലയോ നീ?
അങ്ങനെയുള്ള നീയിപ്രകാരം
കണ്ണുമടച്ചെന്നെ സ്വീകരിച്ചാൽ
ഇന്നതെന്തക്രമമായിരിക്കും,
ഒന്നു നീ ഗാഢമായോർത്തുനോക്കൂ!
ഹന്ത, നിൻ കൃത്യമവർക്കതെന്തൊ-
രന്തരംഗാഘാതമായിരിക്കും?
നേരിട്ടിടാനൊരു തുച്ഛമാകും
നേരമ്പോക്കാണോ വിവാഹകാര്യം?
എന്തെല്ലാമുണ്ടതിൽ ഗാഢമായി-
ച്ചിന്തിക്കാൻ, ചിന്തിച്ചു ചർച്ചചെയ്യാൻ?
ഒട്ടുമേ സംസ്കാരശിക്ഷണങ്ങൾ
തൊട്ടുതെറിക്കാത്തൊരാട്ടിടയൻ
ഉത്തമസംസ്കൃതയായ നിന്നെ-
ത്തത്ത്വോപദേശങ്ങളെന്തുചെയ്യാൻ?
പ്രേമമായ്ത്തെറ്റിദ്ധരിച്ചതാമീ
വ്യാമോഹമൊന്നു മറക്കുമോ നീ?

ചന്ദ്രിക

നോക്കുകെ,ന്തുജ്ജ്വലവാഗ്വിലാസം!
കേൾക്കേണ്ടെനിക്കീ പ്രസംഗമൊന്നും.
പ്രേമമല്ലെന്നാകിൽ വേണ്ട,- പോട്ടെ,
വ്യാമോഹമാകട്ടെ മിഥ്യയാട്ടെ
മാച്ചാലും മായാത്തമട്ടിലേതോ
മാർദ്ദവമുള്ളതാണീ വികാരം!
ഇഷ്ടംപോലിന്നിതിനെന്തു പേരു-
മിട്ടോളൂ പാടില്ലെന്നാർപറഞ്ഞു?
എന്തുപേരിട്ടാലു,മെത്രമാത്രം
നിന്ദ്യമാണിന്നിതെന്നോതിയാലും,
എന്നുമിതിനെ ഞാനോമനിക്കു-
മെന്നന്തരാത്മാവിനുള്ളറയിൽ
ആരെല്ലാമെന്തെല്ലാമോതിയാലും,
നേരിട്ടു കുറ്റപ്പെടുത്തിയാലും,
മോഹിച്ചുപോയൊരാ മൗക്തികത്തെ
സ്നേഹിക്കാൻമാത്രമെനിക്കറിയാം
അസ്നേഹലക്ഷ്യത്തിനായിനിയെ-
ന്തത്ഭുതത്യാഗവും ചെയ്യുവൻ ഞാൻ!

രമണൻ

നിൻമനഃസ്ഥൈര്യാപശങ്കമൂല-
മിമ്മട്ടെതിർത്തു ഞാൻ ചൊന്നതല്ല.
കൊച്ചുകുഞ്ഞാണു നീ, നിന്റെ കണ്ണിൽ
വിശ്വം മുഴുവൻ വെളുത്തുകാണും;
വാസ്തവത്തിങ്കൽ കരിനിഴലും
സ്വാർത്ഥാന്ധകാരവുമാണിതെല്ലാം!

ചന്ദ്രിക

നമ്മുടെ ചുറ്റുമായുള്ള ലോക-
മെമ്മട്ടായാൽ നമുക്കെന്തു ചേതം?
നിർമ്മലസ്നേഹാർദ്രചിത്തരാകും
നമ്മളെ,ന്തായാലും നമ്മളല്ലേ?

രമണൻ

എല്ലാം സഹിക്കാം;—വിഷമയമാ-
മെല്ലാറ്റിനെക്കാൾ ഭയങ്കരമായ്,
ഉഗ്രഫണവുമായ് ചീറ്റിനില്പൂ
ദുഷ്ടസമുദായ കാളസർപ്പം!
ഒന്നതിൽ ദംശനമേറ്റുപോയാൽ-
പ്പിന്നെ,മരിച്ചവരായി നമ്മൾ!

ചന്ദ്രിക

നിന്ദ്യസമുദായനീതിയെല്ലാം
കണ്ണുമടച്ചു നാം സമ്മതിച്ചാൽ
ചിന്തിക്കുവാനുള്ള ശക്തിയെന്നൊ-
ന്നെന്തിന്നു, ഹാ! നാം കരസ്ഥമാക്കി?
പ്രേമാമൃതത്താലനശ്വരാത്മ-
ക്ഷേമസമ്പന്നരാകുന്ന നമ്മൾ
ഒട്ടും ഭയപ്പെടാനില്ല, വന്നി-
ട്ടക്കാളസർപ്പം കടിക്കുകിലും!

രമണൻ

ഒക്കെശ്ശരിതന്നെ;—യെങ്കിലും നി-
ന്നച്ഛനുമമ്മയും—ഓർത്തുനോക്കൂ;
പാകതയില്ലാത്ത നമ്മളെക്കാൾ
ലോകപരിചയം നേടി നേടി,
നന്മയും തിന്മയും വേർതിരിക്കാൻ
നമ്മളെക്കാളും മനസ്സിലാക്കി,
എന്തുചെയ്യാനുമഗാധമായി-
ച്ചിന്തിച്ചു ചിന്തിച്ചു മൂർച്ചകൂട്ടി,
ഉല്ലസിക്കുന്ന ഗുരുക്കളാണാ
വെള്ളിത്തലമുടിയുള്ള കൂട്ടർ!
അമ്മഹാത്മാക്കൾക്കഹിതമായി
നമ്മളൊരിക്കലും ചെയ്തുകൂടാ.

ചന്ദ്രിക

സമ്മതിക്കുന്നു ഞാനാത്തമോദം
സൗമ്യമായുള്ളൊരീ യുക്തിവാദം;
എന്നാൽത്തുറന്നുപറഞ്ഞിടാം ഞാ-
നൊ,ന്നിനെയെങ്കിലുമാശ്വസിക്കൂ.

(രമണന് ഒരു പനിനീർപ്പൂ സമ്മാനിച്ചിട്ട്)

അച്ഛനുമമ്മയുമല്പവുമെ
ന്നിച്ഛയ്ക്കെതിർത്തു പറകയില്ല;
സമ്മതിക്കുന്നു ഞാനൊന്നിലെങ്കിൽ
സമ്മതമാണതവർക്കുമപ്പോൾ,
അത്രയ്ക്കു വാത്സല്യമാണവർക്കീ
പുത്രിയിലെന്തിനു ശങ്ക പിന്നെ?

രമണൻ

എന്തെല്ലാമായാലും നീയിതിന്മേൽ
ചിന്തിച്ചുവേണമുറച്ചുനില്ക്കാൻ.
ലോകം പനീരലർത്തോട്ടമല്ല-
പോകുന്നു, പോകുന്നു, ചന്ദ്രികേ, ഞാൻ!
ഏകാന്തതയിലൊഴിഞ്ഞിരുന്നീ
രാഗത്തെപ്പേർത്തും നീയോർത്തുനോക്കൂ!
തീക്കനലാണിതെന്നാൽ, മറവി-
ക്കാട്ടാറിലേക്കിതെറിയണം നീ;

അല്ല, പനീരലരാണിതെങ്കിൽ,
കല്യാണകല്ലോലരേഖപോലെ,
നിന്നന്തരാത്മാവിൽ ഗൂഢമായ് നീ-
യെന്നുമണിഞ്ഞു സുഖിച്ചുകൊള്ളൂ!
എങ്കിലും, ഹാ, നിനക്കോർമ്മവേണം:
സങ്കല്പലോകമല്ലീയുലകം!

രംഗം മൂന്ന്

(ചന്ദ്രികയുടെ മനോഹരഹർമ്മ്യത്തിന്റെ രണ്ടാമത്തെ നിലയി

ലുള്ള ഒരു മണിയറ. ചന്ദ്രിക പുഷ്പശയ്യാലംകൃതമായ ഒരു സോഫയിൽ കിടക്കുന്നു. അവളോടു ചേർന്നു സോഫയിൽത്തന്നെ ഭാനുമതിയും ഇരിക്കുന്നു. നിരയോടു ചേർന്ന് അനവധി നിലക്കണ്ണാടികൾ. മുറിയുടെ നടുവിലായി പ്രകാശപൂരിതമായ ഒരു വിളക്കു തൂക്കിയിട്ടിരിക്കുന്നു. അതിനു ചുവട്ടിൽ ഒരു വട്ടമേശയും ചുറ്റും കസേരകളും. സമയം രാത്രി പത്തരമണി. ഭാനുമതി ചന്ദ്രികയെ വീശിക്കൊണ്ടിരിക്കുന്നു. ഒടുവിൽ ഒരു ദീർഘനിശ്വാസത്തോടെ ഒരു വശത്തേക്കു ചരിഞ്ഞ്, ഇടതുകൈമുട്ട് ഉപധാനത്തിൽ കുത്തി, ശിരസ്സു താങ്ങിക്കൊണ്ട് ഭാനുമതിയോടു പറയുന്നു.)

ചന്ദ്രിക

കണ്ടിട്ടില്ല ഞാനീവിധം മലർ-
ച്ചെണ്ടുപോലൊരു മാനസം,
എന്തൊരത്ഭുതപ്രേമസൗഭഗം!
എന്തൊരാദർശസൗരഭം!
ആ നിധി നേടാനാകയാൽ, സഖി,
ഞാനൊരു ഭാഗ്യശാലിനി!
സിദ്ധിയാണവൻ ശുദ്ധിയാണവൻ
സത്യസന്ധതയാണവൻ!
വിത്തമെന്തിനു, വിദ്യയെന്തിനാ
വിദ്യുതാംഗനു വേറിനി?
ആടുമേയ്ക്കലും കാടകങ്ങളിൽ-
പ്പാടിയാടി നടക്കലും
ഒറ്റ ഞെട്ടിൽ വിടർന്നു സൗരഭം
മുറ്റിടും രണ്ടു പൂക്കൾപോൽ,
പ്രാണസോദരനായിടുമൊരു
ഗാനലോലനാം തോഴനും
വിശ്രമിക്കാൻ തണലെഴുമോരോ
പച്ചക്കുന്നും വനങ്ങളും
നിത്യശാന്തിയും തൃപ്തിയും രാഗ-
സക്തിയും മനശ്ശുദ്ധിയും-
ചിന്തതൻ നിഴൽപ്പാടു വീഴാത്തൊ-
രെന്തു മോഹനജീവിതം!

ഭാനുമതി

അസ്വതന്ത്രതയേശിടാത്തൊരെ-
ന്തത്യനഘമാം ജീവിതം!

ചന്ദ്രിക

സ്വർഗ്ഗശാന്തി തുളുമ്പിടും ലസൽ-
സ്വപ്നസാന്ദ്രമാം ജീവിതം!

ഭാനുമതി

കാട്ടുപൂങ്കുളിർച്ചോലയെപ്പോലെ
പാട്ടുപാടുന്ന ജീവിതം!

ചന്ദ്രിക

വെണ്ണിലാവിലും വെണ്മ താവിടും
പുണ്യപൂർണ്ണമാം ജീവിതം!
ഒട്ടധികം കൊതിപ്പൂ ഞാനതി-
ലൊട്ടിയൊട്ടിപ്പിടിക്കുവാൻ.

ഭാനുമതി

അത്ഭുതമാ,ണാ വേഴ്ചമൂലമൊ-
രപ്സരസ്സായിത്തീർന്നു നീ!

ചന്ദ്രിക

മാമകാശാമയൂഖചുംബിത-
രോമഹർഷകമണ്ഡലം.
കർമ്മഭീരുതകാരണ,മൊരു
കന്മതിലാൽ മറയ്ക്കുവാൻ
എത്രമാത്രം ശ്രമിച്ചുനോക്കിയാ
നിസ്തുലാമലമാനസൻ!
മാമകാർദ്രനയോക്തിയാലൊരു
മാനസാന്തരമേകി ഞാൻ;
മാറിമാറിയണഞ്ഞ രശ്മിയെ
മാറോടു ചേർത്തണച്ചു ഞാൻ!

ഭാനുമതി

അത്രമാത്രം വിജയമായി നിൻ
സ്തുത്യരാഗാത്മകോദ്യമം!

ചന്ദ്രിക

(എഴുന്നേറ്റിരുന്നിട്ട്)

പൊട്ടുകില്ലിനി ഞങ്ങളിലുള്ളോ-
രിപ്രണയത്തിൻ ശൃംഖല-
നിർവൃതിതന്നപാരതയുടെ
നിർമ്മലസ്വപ്നമേഖല-
കാലദേശങ്ങൾക്കപ്പുറം പൂത്തു
ലാലസിക്കുന്ന പൂങ്കുല-
ദുഃഖജീവിതം ഗാനശീകര-
മഗ്നമാക്കുന്ന പൊന്നല!
ഇല്ലിനി,സ്സഖി, കൈവെടിയുക-
യില്ലതു ഞാനൊരിക്കലും.

ഭാനുമതി

ആ മുരളീധരന്റെയുജ്ജ്വല-
പ്രേമവൃന്ദാവനികയിൽ
സ്വപ്നവും കാത്തിരുന്നിടുമൊരു
കൊച്ചുരാധയായ്ത്തീർന്നു നീ!

ചന്ദ്രിക

ഞങ്ങളാദ്യമായ്ക്കണ്ടുമുട്ടിയ
മംഗളാനന്ദവാസരം
ഒറ്റവത്സരമായിടാറാവു-
മൊട്ടുനാൾകൂടിപ്പോവുകിൽ!

ഭാനുമതി

അന്നതിൻ ദിവ്യവാർഷികോത്സവം
ഭംഗിയായിക്കഴിക്കണം!

ചന്ദ്രിക
(ധ്യാനാത്മകതയോടെ)

ഭംഗിയായ്—അതേ ഭംഗിയായ്—അതി-
ഭംഗിയായിക്കഴിക്കണം!

ഭാനുമതി

മംഗളത്തിനു മാറ്റുകൂട്ടണം!
മന്ദതയൊക്കെ മാറണം!

ചന്ദ്രിക

മുഗ്ദ്ധരാഗമെൻ ജീവനേകിയ
മുത്തുമാലയുമായി ഞാൻ,
അന്നു, മൽപ്രേമദൈവതത്തിനെ-
ച്ചെന്നുകൂപ്പി വണങ്ങിടും!

ഭാനുമതി

തന്നിടും നിനക്കെ,ങ്കിൽ നൂനമാ-
ദ്ധന്യനന്നൊരനുഗ്രഹം!

ചന്ദ്രിക

ഉൾപ്പുളകാംഗിയാകയാണു ഞാ-
നപ്രതീക്ഷയിൽപ്പോലുമേ!

ഭാനുമതി

അപ്രതീക്ഷയും ശക്തമാണിന്നൊ-
രത്ഭുതോന്മാദമേകുവാൻ!

ചന്ദ്രിക

ഇന്നതിനൊരു മാറ്റുകൂട്ടുവാൻ
വന്നുചേർന്നു വസന്തവും!

ഭാനുമതി

മന്ദമാരുതൻ വീശിടുന്നിതാ
ചമ്പകത്തിൻ പരിമളം!

ചന്ദ്രിക

ചേലിലെന്നിൽ ത്രസിപ്പൂ, സങ്കല്പ-
ലോലസായുജ്യവീചികൾ.

ഭാനുമതി

പ്രാണഹർഷവിശാലസാമ്രാജ്യ-
റാണിതന്നെ നീ ചന്ദ്രികേ!

ചന്ദ്രിക

(എഴുന്നേറ്റിരുന്നു ഭാനുമതിയുടെ കൈക്കു പിടിച്ചുകൊണ്ട്)

എന്നെയുംകൂടി വിസ്മരിച്ചിതാ
വിണ്ണിലേക്കുയരുന്നു ഞാൻ!

ഭാനുമതി

വിസ്മയനീയംതന്നെയാണാത്മ-
വിസ്മൃതിതൻ കിനാവുകൾ.

ചന്ദ്രിക

(മതിമറന്നു ഭാനുമതിയുടെ കൈകോർത്തു നൃത്തംചെയ്തുകൊണ്ട്)

എങ്ങെ,വിടെ നീ മാമകപ്രേമ-
രംഗസംഗീതസാരമേ-
എങ്ങു, ഹാ! മന്മനം കവർന്ന നീ-
യെങ്ങു ഗന്ധർവ്വരത്നമേ?
ദേഹമല്ലമജ്ജീവനുംകൂടി,
ദേവ, നിൻ തൃപ്പദങ്ങളിൽ
ഉൾപ്പുളകമാർന്നർപ്പണം ചെയ്‌വൂ
സസ്പൃഹം ഭക്തദാസി ഞാൻ!

(അണിയറയിൽ)

മണി പതിനൊന്നു കഴിഞ്ഞുവല്ലോ;
മകളേ നിനക്കിന്നുറക്കമില്ലേ?

ചന്ദ്രിക

ഞാനുറങ്ങുവാൻപോകയാണമ്മേ,
ഭാനൂ, ദീപമണച്ചേക്കൂ!

രംഗം നാല്

(വനം. ഒരു മരച്ചുവട്ടിൽ രമണനും മദനനും ഇരിക്കുന്നു. ഇടതുഭാഗത്തായി കളകളാരവത്തോടെ പുളഞ്ഞൊഴുകുന്ന ഒരു കൊച്ചരുവി. ചുറ്റുപാടും പുഷ്പനിബിഡങ്ങളായ വല്ലിപ്പടർപ്പുകൾ. അരുവിക്കരയിൽ ആടുകൾ പുല്ലുമേഞ്ഞുകൊണ്ടു സ്വച്ഛന്ദം വിഹരിക്കുന്നു. സമയം മദ്ധ്യാഹ്നത്തോടടുത്തിട്ടുണ്ട്. രമണന്റെ മുഖം അവ്യക്തമായ എന്തോ ഒരാശങ്കയെ ദ്യോതിപ്പിക്കുന്നതെങ്കിലും പ്രസന്നവും സുസ്മേരസുന്ദരവുമായി കാണപ്പെടുന്നു.)

രമണൻ

ആനന്ദത്തിന്റെ വെളിച്ചത്തിലിങ്ങനെ
ഞാനെന്നുമെന്നും കഴിഞ്ഞുവെങ്കിൽ!
സങ്കല്പലോകത്തിലെങ്കിലുമിങ്ങനെ
സംഗീതമായിട്ടലഞ്ഞുവെങ്കിൽ!
എന്നോടു ചൊല്ലൂ, മദന, നീ;—യിസ്സ്വർഗ്ഗ-
മെന്നെന്നുമെൻ മുന്നിൽ നില്പതാണോ?
വഞ്ചിതനാവുകയില്ലേ ഞാനിന്നിതിൻ-
പുഞ്ചിരി നോക്കി മദിച്ചു നിന്നാൽ?

മദനൻ

(ദൃഢസ്വരത്തിൽ)

എന്തിനു പേർത്തുമിസ്സംശയ,മാനന്ദ-
ചിന്തകൾകൊണ്ടു നീയാശ്വസിക്കൂ!
അപ്രേമതാരകമേതിരുളിങ്കലും
സുപ്രഭമാക്കും നിൻ ജീവിതാങ്കം!

രമണൻ

(വികസിച്ച മുഖത്തോടുകൂടി)

നിത്യവുമന്തിയിൽക്കണ്ടിടാറുണ്ടു ഞാ-
നൊറ്റയ്ക്കാ പ്രേമസ്വരൂപിണിയെ.

എൻ മുരളീരവം കേൾക്കുമ്പോഴേക്കുമ-
പ്പൊൻമുഖപ്പൂവിൽച്ചുവപ്പു വീശും!
അക്കവിൾത്തട്ടിലൊരായിരം മാരിവിൽ
തിക്കിത്തിരക്കിവന്നെത്തിനോക്കും!
അത്തളിർച്ചുണ്ടിൽനിന്നോമനപ്പുഞ്ചിരി-
പ്പിച്ചകപ്പൂക്കളടർന്നുവീഴും!
മന്ദാക്ഷലോലമാമാ മധുരസ്വര-
ബിന്ദുക്കളോരോന്നും മന്ദമന്ദം
എന്നന്തരാത്മാവിൽ വീണലിയുമ്പോഴേ-
ക്കെന്നെ ഞാൻ തീരെ മറന്നുപോകും!
എന്തൊരു മായാവിലാസമാണോർക്കില-
തെന്തൊരു വിഭ്രമരംഗമാവോ!

മദനൻ

അല്ലിയലാത്ത രണ്ടുജ്ജ്വലരശ്മിക-
ളുല്ലസൽപ്രേമത്തിൻമേഖലയിൽ
അന്യോന്യം കാണുന്ന രംഗങ്ങളൊക്കെയു-
മിങ്ങനെയുള്ളവയായിരിക്കും!

രമണൻ

അന്യോന്യദർശനമമ്മട്ടു ഞങ്ങൾക്കൊ-
രന്യൂനനിർവൃതിയേകിയിട്ടും,
നിർണ്ണയ,മംഗുലീസ്പർശനമെങ്കിലു-
മിന്നോളമുണ്ടായിട്ടില്ല തമ്മിൽ-
പങ്കിലമാക്കുകില്ലാ രാഗരശ്മി ഞാൻ
സങ്കല്പരംഗത്തിൽവെച്ചുപോലും!

മദനൻ

നിൻമനോനൈർമ്മല്യം ഞാനറിയാത്തത;-
ല്ലെന്നുമതിനെ ഞാനാദരിപ്പൂ!
ആദർശവീണയിൽപ്പാട്ടുപാടുന്ന ര-
ണ്ടാനന്ദതന്ത്രികളാണു നിങ്ങൾ!
എത്താതിരിക്കുമോ, നിങ്ങൾതൻ ചാരത്തു
നിത്യാനുഭൂതിതന്നംഗുലികൾ?

രമണൻ

മാമകജീവിതാകാശത്തിലുണ്ടു, ര-
ണ്ടോമനത്താരങ്ങൾ നിർമ്മലങ്ങൾ:
ഒന്നു നീ, മറ്റതക്കണ്മണി- നിങ്ങളോ-
ടൊന്നിച്ചിതുപോൽക്കഴിയുമെങ്കിൽ
മൃത്യുവിന്നപ്പുറത്തുണ്ടെന്നു കേൾക്കുമാ
സ്വർഗ്ഗവുംകൂടി ത്യജിക്കുവൻ ഞാൻ!
നിങ്ങളെക്കണ്ടെന്റെ കണ്ണടഞ്ഞീടുകിൽ
മന്നിലെൻ ജന്മം സഫലമായി!

(കാടിന്റെ മറ്റൊരു ഭാഗത്തുകൂടി കൂട്ടുകാരായ മറ്റു ചില ഇടയന്മാർ പ്രവേശിക്കുന്നു. രമണന്റെ സംഭാഷണം പെട്ടെന്നു നിലയ്ക്കുന്നു. അവർ എല്ലാവരും ഒത്തൊരുമിച്ച് വനത്തിന്റെ വേറൊരു ഭാഗത്തേക്ക് അത്യുത്സാഹത്തോടെ ആർത്തുവിളിച്ചുകൊണ്ട് മറയുന്നു.)

(അണിയറയിൽ)

ഗായകസംഘം

ഏകാന്തകാമുക, നിന്റെ രഹസ്യങ്ങൾ
ലോകം മുഴുവനറിഞ്ഞുപോയി
കുറ്റപ്പെടുത്തലിൻ കൂരമ്പേല്ക്കാൻ പട-
ച്ചട്ട നീ വേഗം തിരഞ്ഞുകൊള്ളൂ!
തങ്കക്കിനാവേ, നീ താലോലിക്കുന്നൊര-
സ്സങ്കല്പലോകമല്ലീ പ്രപഞ്ചം!

രംഗം അഞ്ച്

(സമയം പ്രഭാതം. ഗ്രാമത്തിന്റെ പൂർവ്വഭാഗത്തുള്ള കുന്നുകൾ ഉദയസൂര്യന്റെ ചെങ്കതിരുകൾ തട്ടി മിന്നിത്തിളങ്ങുന്നു. നേരിയ ഒരു മൂടൽമഞ്ഞ്. ചന്ദ്രികയുടെ മനോഹരഹർമ്മ്യത്തിന്റെ മുൻവശത്തുള്ള നടപ്പാതയിലൂടെ രമണൻ ആടുകളെയും തെളിച്ചുകൊണ്ടു വരുന്നു. ചന്ദ്രിക ഉദ്യാനത്തിൽ പൂ പറിച്ചുകൊണ്ടു നില്ക്കുന്നു. രമണനെ കണ്ടമാത്രയിൽ അവളുടെ മുഖം മന്ദാക്ഷമധുരമായ ഒരു മന്ദഹാസത്താൽ വികസിക്കുന്നു. അവൾ ഉദ്യാനത്തിനു ചുറ്റും കെട്ടിയിട്ടുള്ള അരമതിലിന്റെ സമീപത്തേക്ക് ഓടിച്ചെന്ന്, ഒരു പനിനീർപുഷ്പം രമണനു സമ്മാനിക്കുന്നു.)

ചന്ദ്രിക

എന്താണിന്നീവിധമേകനാവാൻ?
എങ്ങുപോയെ,ങ്ങുപോയ്ക്കൂട്ടുകാരൻ?

രമണൻ

ഇന്നവൻ മറ്റേതോ ജോലിമൂലം
വന്നില്ല; ഞാനിങ്ങു പോന്നു വേഗം.

ചന്ദ്രിക

കാനനച്ഛായയിലാടുമേയ്ക്കാൻ
ഞാനും വരട്ടെയോ നിന്റെകൂടെ?
ആ വനവീഥികളീ വസന്ത-
ശ്രീവിലാസത്തിൽത്തെളിഞ്ഞിരിക്കും;
ഇപ്പോളവിടത്തെ മാമരങ്ങൾ
പുഷ്പങ്ങൾകൊണ്ടു നിറഞ്ഞിരിക്കും;
അങ്ങിപ്പോളോമൽക്കുയിലിണകൾ
സംഗീതംപെയ്യുകയായിരിക്കും;
പുഷ്പനികുഞ്ജങ്ങളാകമാനം
തല്പതലങ്ങൾ വിരിച്ചിരിക്കും;
കൊച്ചുപൂഞ്ചോലകൾ വെൺനുരയാൽ-
പ്പൊട്ടിച്ചിരിക്കുകയായിരിക്കും;
ഇന്നാവനത്തിലെക്കാഴ്ച കാണാ-
നെന്നെയുംകൂടൊന്നു കൊണ്ടുപോകൂ!

രമണൻ

ആരണ്യച്ചാർത്തിലേക്കെന്റെകൂടെ-
പ്പോരേണ്ട, പോരേണ്ട ചന്ദ്രികേ, നീ;
നിൻകഴൽപ്പൂമ്പൊടി പൂശിനിൽക്കാൻ,
ശങ്കയി,ല്ലാ വനമർഹമല്ല!
എന്നെപ്പോൽ തുച്ഛരാമാട്ടിടയർ
ചെന്നിടാനുള്ളതാണപ്രദേശം.
വെണ്ണക്കുളിർക്കൽവിരിപ്പുകളാൽ
കണ്ണാടിയിട്ട നിലത്തു നീളെ,
ചെമ്പനിനീരലർ ചിന്നിച്ചിന്നി-
സ്സഞ്ചരിക്കുന്ന നിൻ ചേവടികൾ

കല്ലിലും മുള്ളിലും വിന്യസിക്കാ-
നില്ല, ഞാൻ സമ്മതമേകുകില്ല!
ഈ മണിമേടയിൽ വിശ്വഭാഗ്യ-
സീമ വന്നോളംതുളുമ്പിനില്ക്കേ,
ആഡംബരങ്ങൾ നിനക്കു നിത്യ-
മാനന്ദമഞ്ചമലങ്കരിക്കേ,
നിർവൃതിപ്പൂക്കൾ നിനക്കു ചുറ്റും
ഭവ്യപരിമളം വീശിനില്ക്കേ,
ആസ്വാദനങ്ങൾ നിൻ വാതിലിങ്ക-
ലാശ്രയിച്ചെപ്പൊഴും കാവൽനിൽക്കേ,
പോരുന്നതെന്തിനു, ചന്ദ്രികേ, നീ
പാറകൾ ചൂഴുമക്കാനനത്തിൽ?

ചന്ദ്രിക

ഈ മണിമേടയിലെൻവിപുല-
പ്രേമസമുദ്രമൊതുങ്ങുകില്ല;
ഇക്കിളിക്കൂട്ടിലെൻ ഭാവനതൻ-
സ്വർഗ്ഗസാമ്രാജ്യമടങ്ങുകില്ല;
നമ്മൾക്കാ വിശ്വപ്രകൃതിമാതിൻ
രമ്യവിശാലമാം മാറിടത്തിൽ,
ഒന്നിച്ചിരുന്നു കുറച്ചുനേരം
നർമ്മസല്ലാപങ്ങൾ നിർവ്വഹിക്കാം!

രമണൻ

പാടില്ല, പാടില്ല, നമ്മെ നമ്മൾ
പാടേ മറന്നൊന്നും ചെയ്തുകൂടാ!

ചന്ദ്രിക

ആലോലവല്ലികളെത്രയിന്നാ
നീലമലകളിൽ പൂത്തുകാണും!

രമണൻ

ഇക്കളിത്തോപ്പിൽ നീ കണ്ടിടാത്തോ-
രൊറ്റപ്പൂപോലുമില്ലാ വനത്തിൽ.

ചന്ദ്രിക

അങ്ങിപ്പോൾപ്പാടിപ്പറന്നീടുന്ന-
തെന്തെല്ലാം പക്ഷികളായിരിക്കും!

രമണൻ

ഇപ്പുഷ്പവാടിയിലെത്തിടാത്തൊ-
രൊറ്റക്കിളിയുമില്ലാ വനത്തിൽ.

ചന്ദ്രിക

എന്നെ വർണ്ണിച്ചൊരു പാട്ടുപാടാ-
നൊന്നാ മുരളിയെസ്സമ്മതിക്കൂ!

രമണൻ

നിന്നെക്കുറിച്ചുള്ള ഗാനമല്ലാ-
തിന്നീ മുരളിയിലൊന്നുമില്ല.

ചന്ദ്രിക

എന്നാലിന്നാ നല്ല പാട്ടു കേൾക്കാൻ
നിന്നോടുകൂടി വരുന്നു ഞാനും!

രമണൻ

എന്നുമതെന്നിലിരിപ്പതല്ലേ?
എന്നുവേണെങ്കിലും കേൾക്കരുതേ!

ചന്ദ്രിക

എന്നാലതിന്നീ വിളംബമെന്തി;-
നെന്നെയുംകൂടിന്നു കൊണ്ടുപോകൂ!

രമണൻ

നിന്നെയൊരിക്കൽ ഞാൻ കൊണ്ടുപോകാ,-
മിന്നുവേണ്ടിന്നുവേണ്ടോമലാളേ!

ചന്ദ്രിക

എന്തപേക്ഷിക്കിലു,മപ്പൊഴെല്ലാ-
മെന്തിനെന്നോടിത്തടസ്സമെല്ലാം?

രമണൻ

കുറ്റങ്ങളൊക്കെ ഞാനേറ്റുകൊള്ളാം;
തെറ്റിദ്ധരിക്കരുതെങ്കിലും നീ.
നിന്നിലുപരിയായില്ലയൊന്നും
മന്നിലെനിക്കെന്റെ ജീവിതത്തിൽ!

ചന്ദ്രിക

നമ്മളിൽ പ്രേമം കിളർന്നതിൽപ്പി-
ന്നിന്നൊരു വർഷം തികച്ചുമായി,
അത്രയ്ക്കനഘമാണീ ദിവസം!
തുഷ്ടി മൊട്ടിട്ടതാണീ ദിവസം!
ഇന്നെന്നപേക്ഷയെക്കൈവെടിയാ-
തൊന്നെന്നെക്കൂടങ്ങു കൊണ്ടുപോകൂ!

രമണൻ

ഇന്നു മുഴുവൻ ഞാനേകനായ-
ക്കുന്നിൻചെരുവിലിരുന്നു പാടും;
ഉച്ചയ്ക്കു പച്ചമരത്തണലിൽ
സ്വപ്നവും കണ്ടു കിടന്നുറങ്ങും;
ഇന്നു ഞാൻ കാണും കിനാക്കളെല്ലാം
പൊന്നിൽക്കുളിച്ചുള്ളതായിരിക്കും;
നിർബ്ബാധം ഞാനിന്നാ നിർവൃതിയിൽ-
പ്പറ്റിപ്പിടിക്കുവാൻ സമ്മതിക്കൂ!
ഏകനായ്ത്തന്നിന്നാക്കാട്ടിലേക്കു
പോകട്ടേ, പോകട്ടേ, ചന്ദ്രികേ, ഞാൻ!

ചന്ദ്രിക

ജീവേശ, നിൻവഴിത്താരകളിൽ-
പ്പൂവിരിക്കട്ടെ തരുനിരകൾ
ഉച്ചത്തണലിലെ നിന്നുറക്കം
സ്വപ്നങ്ങൾകൊണ്ടു മിനുങ്ങിടട്ടെ.
ഇന്നു നിൻ ചിന്തകളാകമാനം
സംഗീതസാന്ദ്രങ്ങളായിടട്ടെ!
ഭാവനാലോലനായേകനായ് നീ
പോവുക, പോവുക, ജീവനാഥ!

(രമണൻ പോകുന്നു. ദൃഷ്ടിപഥത്തിൽനിന്നു മറയുന്നതുവരെ ചന്ദ്രിക അവനെത്തന്നെ നോക്കിക്കൊണ്ടു നില്ക്കുന്നു. അകലെ പച്ചപ്പടർപ്പുകൾക്കിടയിൽ, ആ സുകുമാരരൂപം അപ്രത്യക്ഷമായ തോടുകൂടി അവളുടെ കണ്ണുകളിൽനിന്നു രണ്ടു കണ്ണീർക്കണങ്ങൾ അടർന്നു നിലംപതിക്കുന്നു.)

(അണിയറയിൽ)

"ചന്ദ്രികേ!..... ചന്ദ്രികേ!....."

രണ്ടാം ഭാഗം

ഉപക്രമരംഗം
(ഗായകസംഘം)

ഒന്നാമത്തെ ഗായകൻ

ഒരു നവസുരഭിലഭാവനയെ
ഓമനിച്ചോമനിച്ചാട്ടിടയൻ
അനുപമസുലളിതവനതലത്തി-
ലാനന്ദലോലനായാഗമിപ്പൂ!

രണ്ടാമത്തെ ഗായകൻ

അവനുടെ വരവിലത്തരുനിരയി-
ലാലോലമർമ്മരമങ്കുരിപ്പൂ!

മൂന്നാമത്തെ ഗായകൻ

അവനുടെ കുളിർനീലശിലാതലത്തി-
ലാരണ്യവല്ലികൾ പൂപൊഴിപ്പൂ!

ഒന്നാമത്തെ ഗായകൻ

ഒരുമിച്ചു നിവസിച്ചോരജങ്ങളെല്ലാം
ഓരോ വഴിയായതാ പിരിഞ്ഞു!

(അണിയറയിൽ മധുരമായ ഒരു ഓടക്കുഴൽവിളി)

രണ്ടാമത്തെ ഗായകൻ

മുരളിയുമെടുത്തവൻ വനതലങ്ങൾ
ചാരുസംഗീതത്തിൽ മുക്കിടുന്നു.

മൂന്നാമത്തെ ഗായകൻ

ഉലകിനെ മറന്നവനുദിതരാഗൻ
നാദബ്രഹ്മത്തിലലിഞ്ഞിടുന്നു.

(പോകുന്നു)

(ഒരു പുതിയ ഗായകസംഘം)

ഒന്നാമത്തെ ഗായകൻ

പതിവുപോൽക്കനൽവെയിൽ ചൊരിഞ്ഞു, വാനിൽ
മദ്ധ്യാഹ്നസൂര്യൻ ജ്വലിച്ചുനില്പൂ.

രണ്ടാമത്തെ ഗായകൻ

(അണിയറയിലേക്കു ചൂണ്ടിക്കാണിച്ച്)

ഒരു പൂത്തമരത്തിന്റെ തണൽച്ചുവട്ടിൽ,
ഓമൽത്തൃണങ്ങൾ വിരിച്ച പട്ടിൽ
കമനീയമായൊരു കവിതപോലെ,
രമണനുറങ്ങിക്കിടന്നിടുന്നു!

ഒന്നാമത്തെ ഗായകൻ

(അടുത്തുചെന്ന് അണിയറയിലേക്ക് നോക്കിയിട്ട്)

ഇടയ്ക്കിടയ്ക്കത്തളിരധരകങ്ങൾ
ചൂടുന്നു നേരിയ പുഞ്ചിരികൾ!

രണ്ടാമത്തെ ഗായകൻ

ഒരുപക്ഷേ,യവനോമൽപ്രണയസ്വപ്ന-
മോരോന്നു കാണുകയായിരിക്കാം!

ഒന്നാമത്തെ ഗായകൻ

അവനിപ്പോളനുരാഗപരവശയാ-
മാരോമൽച്ചന്ദ്രികയോടുകൂടി,

സുരഭിലനന്ദനവനികകളിൽ
സ്വൈരം വിഹരിക്കയായിരിക്കാം!

(പോകുന്നു)

*   *   *

(വനത്തിന്റെ ഒരു ഭാഗം പ്രത്യക്ഷപ്പെടുന്നു. ചന്ദ്രിക വിലാസലാലസയായി പ്രവേശിച്ച്, രംഗത്തിന്റെ മറുഭാഗത്ത് വനത്തിൽ അപ്രത്യക്ഷയാകുന്നു. പുറകെ ആദ്യത്തെ ഗായകസംഘം പ്രവേശിക്കുന്നു.)

(ഗായകസംഘം ഒരുമിച്ച്)

അനുപദ,മനുപദ,മതിമൃദുവാ-
മാലോലശിഞ്ജിതം വീശിവീശി,
മദഭരതരളിതതനുലതയിൽ
മാന്തളിർപ്പൂമ്പട്ടുസാരി ചാർത്തി,
മഴമുകിലെതിരൊളിക്കുളിർകുഴലിൽ
മാലതീമാലിക ചേർത്തു ചൂടി,
വളരൊളിത്തരിവളയണിഞ്ഞ കൈയിൽ
വാസന്തിപ്പൂങ്കളിച്ചെണ്ടുമായി,
പവിഴച്ചെഞ്ചൊടിത്തളിരകന്നൊരോമൽ-
പ്പൂനിലാപ്പുഞ്ചിരി വെള്ളവീശി,
വനതലമിതിലണഞ്ഞധിവസിക്കും
വാസന്തദേവതയെന്നപോലെ,
എവിടേക്കാ,ണെവിടേക്കാണമിതമോദ-
മേകയായ്പ്പോവതു പൊൻകതിരേ?

(പോകുന്നു)

(രണ്ടാമത്തെ ഗായകസംഘം)

ഒന്നാമത്തെ ഗായകൻ

അതു വെറുമൊരു സുഖസുഷുപ്തിയല്ല,
ചേതനാമൂർച്ഛതൻ മായയല്ല;
സകലതും മറന്നെങ്ങോ പറക്കുമേതോ
സായൂജ്യസംപ്രാപ്തിയായിരുന്നു!

രണ്ടാമത്തെ ഗായകൻ

അതിൻ പൊന്നുങ്കതിരുകളുതിർന്നുവീണൊ-
രാലവാലംചമച്ചുല്ലസിപ്പൂ!

അതിനുള്ളിലൊരു കൊച്ചുകുമിളപോലീ
ബ്രഹ്മാണ്ഡമൊട്ടുക്കൊതുങ്ങിനില്പൂ!
അതിനകത്തവൻ കാണ്മതവളെമാത്രം
മറ്റുള്ളതൊക്കെയുമെങ്ങുപോയി?

മൂന്നാമത്തെ ഗായകൻ

ചിറകില്ലാത്തൊരു പാറിപ്പറക്കലാണ-
ച്ചിന്തിച്ചിരിക്കാത്ത ഭാവഭേദം!

ഒന്നാമത്തെ ഗായകൻ

പൊടുന്നനെപ്പിടഞ്ഞാത്മാവുണർന്നു കൂവാൻ
പോവുമതെന്തിൻ പ്രഭാതവാതം?

രണ്ടാമത്തെ ഗായകൻ

(അണിയറയിലേക്കു സൂക്ഷിച്ചുനോക്കി)

വിടർത്തുന്നിതവൻ- അല്ല, വിടർന്നുപോയി
വീണവായിച്ചുകൊണ്ടാ മിഴികൾ.

മൂന്നാമത്തെ ഗായകൻ

അവനിപ്പോളാ ലസൽപ്രണയരംഗം
വെറുമൊരു കിനാവായിത്തോന്നിയേക്കാം.

ഒന്നാമത്തെ ഗായകൻ

അമരുന്നിതവനുടെ ശിരസ്സു, നോക്കൂ,
ആരോമലാളിൻ മടിത്തടത്തിൽ!

രണ്ടാമത്തെ ഗായകൻ

വിരലിനാലവൾ മാടിത്തെരുപ്പിടിപ്പൂ
പാറിപ്പറന്ന തൽക്കുന്തളങ്ങൾ!

മൂന്നാമത്തെ ഗായകൻ

ഒരു നേർത്ത പുളകപ്പൂമ്പുതപ്പിനുള്ളിൽ
ഓരോരോ കാവ്യപ്രചോദനങ്ങൾ
നുരിയിട്ടു നുരിയിട്ടു വരികയാകാം
നൂതനത്വത്തിൻ നിലാവു വീശി!

ഒന്നാമത്തെ ഗായകൻ

ഒതുങ്ങുന്നില്ലൊതുങ്ങുന്നില്ലുലകിലെങ്ങു-
മോളംതുളുമ്പുമവന്റെ ചിത്തം.

രണ്ടാമത്തെഗായകൻ

അതിനൊന്നു നിലനില്ക്കാനിനിയും വേണം
ആയിരമണ്ഡകടാഹകങ്ങൾ.

മൂന്നാമത്തെ ഗായകൻ

അനവധി ചരിതങ്ങളവളോടോതാ-
നാശയില്ലായ്കയല്ലെ,ന്തുചെയ്യാം?
കഴിയുന്നില്ലവനൊന്നു ചിരിക്കാൻപോലും
നാനാവികാരസമ്മർദ്ദനത്താൽ!

ഒന്നാമത്തെ ഗായകൻ

ഒടുവി, 'ലെന്നോമനേ,' യെന്നുമാത്രം
ഓതിയവനൊന്നു നിശ്വസിപ്പൂ!

രണ്ടാമത്തെ ഗായകൻ

അറിഞ്ഞിടാതവനുടെ കരങ്ങൾ ചെന്നി-
ട്ടാ രാഗവല്ലിയെ ചുറ്റിടുന്നു.

(എല്ലാവരും ഒരുമിച്ച്)

ഒരിക്കലും മറക്കുകില്ലീ വനാന്തം
നേരിട്ടു കണ്ടൊരീ രാഗരംഗം
ചെറുമലർക്കുടംതോറുമതിൻ മഹത്താം
ചേതോഹരത്വം നിറഞ്ഞുപോയി!
കുളിർപൂഞ്ചോലകൾതോറുമതിന്റെ ഗാനം
ചേലിലെന്നേക്കും പകർന്നുപോയി!
മലയിലപ്രണയത്തിൻ പ്രശാന്തഭാവം
മാനം തൊടുമാറുയർന്നുപോയി!
മകരന്ദമധുരമാമതിൻ രഹസ്യം
മാരുതമന്ത്രത്തിലായിപ്പോയി!
ഇനി മറന്നിടുകയില്ലൊരിക്കലുമി-
ക്കാനനം കണ്ടൊരീ രാഗരംഗം!

രംഗം ഒന്ന്

(ഒരൊറ്റയടിപ്പാത. അതിന്റെ അഗ്രഭാഗത്തായി ഒരു ക്ഷേത്രം. ചന്ദ്രികയും ഭാനുമതിയും ദേവദർശനം കഴിഞ്ഞ് ഈറൻമുണ്ടുകളോടുകൂടി മടങ്ങുന്നു. ചുറ്റുപാടും മനോഹരമായ പ്രകൃതിവിലാസം. മൂടൽമഞ്ഞു ക്രമേണ നീങ്ങിനീങ്ങി ഇളംകാറ്റു വീശുന്നുണ്ട്. പക്ഷികളുടെ കളകളം നാനാഭാഗത്തുനിന്നും കേൾക്കപ്പെടുന്നു.)

ഭാനുമതി

ചന്ദ്രികേ, സംഗീതദേവതയാമൊരു
ഗന്ധർവ്വനാണക്കൊച്ചാട്ടിടയൻ!
ഏവനും കണ്ടാൽക്കൊതിതോന്നുമാറൊരു
പൂവമ്പനാണക്കൊച്ചാട്ടിടയൻ!
അദ്ഭുതമില്ലെനിക്കല്പവും നീയവ-
നർപ്പണം ചെയ്തതിൽ നിന്റെ ചിത്തം.

ചന്ദ്രിക

മത്സഖി, മാമകജീവിതാങ്കത്തിനൊ-
രുത്സവമാണക്കൊച്ചാട്ടിടയൻ
രോമഹർഷങ്ങൾ വിതച്ചുകൊണ്ടീവഴി-
ക്കാ മദനോപമൻ പോയിടുമ്പോൾ
എന്തൊരാനന്ദമാ, ണെന്തു നിർവ്വാണമാ-
ണന്തരംഗത്തിൽപ്പൊടിപ്പതെന്നോ!

ഭാനുമതി

ആവർത്തനോത്സുകമാ വേണുസംഗീത-
മാവിഷ്കരിക്കുന്നതേതുലോകം?

ചന്ദ്രിക

മർത്ത്യന്റെ നീതിതൻ മുള്ളുവേലിക്കക-
ത്തൊട്ടുമൊതുങ്ങാത്ത ദിവ്യരാഗം
കാണിച്ചിടുന്നോരപാരതയാണ,തിൽ-
ക്കാണില്ല കാമാന്ധകാരലേശം.

ഭാനുമതി

എങ്കിലുമുണ്ടതിനേതോ നിഗൂഢമാം
സങ്കടത്തിന്റെ മുഖാവരണം.

ചന്ദ്രിക

ശങ്കയെന്നുണ്ടൊരു പാഴ്നിഴലേതൊരു
മന്ദസ്മിതത്തെയും മൂടിവെയ്ക്കാൻ.

ഭാനുമതി

കുറ്റപ്പെടുത്തുവാനില്ലതിൽ; നാമൊക്കെ-
യെത്രയായാലും മനുഷ്യരല്ലേ?

ചന്ദ്രിക

എങ്കിലുമൊന്നു ഞാൻ തീർത്തുചൊല്ലാ, മെന്റെ
സങ്കല്പമെന്നുമിതായിരിക്കും.
ബന്ധുജനങ്ങൾ മുഴുവനുമിപ്രേമ-
ബന്ധത്തിലെന്നോടെതിർത്തുനില്പൂ
പ്രാണന്റെ ബന്ധവും തൂക്കിനോക്കുന്നതു
നാണയത്തുട്ടുകളാണുപോലും!
പുല്ലാണെനിക്കിപ്പണ,മവൻതൻ കൊച്ചു-
പുല്ലാങ്കുഴലുമായ് നോക്കിടുമ്പോൾ!

ഭാനുമതി

അപ്രേമസിദ്ധിക്കവകാശമോതുവാ-
നത്രയ്ക്കതിനോടടുത്തുവോ നീ?

ചന്ദ്രിക

സമ്പൂതമപ്രേമസിദ്ധിക്കു പച്ചില-
ക്കുമ്പിളും കോട്ടി ഞാൻ പിച്ചതെണ്ടാം;
വേണെങ്കിലാ രാഗവേദിയിൽവെച്ചു മൽ-
പ്രാണനെക്കൂടി ഞാൻ സന്ത്യജിക്കാം;
എന്നാലു,മയ്യോ! മറക്കാനരുതെനി-
ക്കെന്നെ വാഴ്ത്തീടുമക്കോകിലത്തെ!
എൻമുന്നിലർപ്പണം ചെയ്യുകയാണതു

തന്നാത്മഗീതങ്ങളാകമാനം!
അർപ്പണംചെയ്യുകയാണവൻ ഞാനായ
'നക്ഷത്ര'ത്തിനു തൻ ഗാന 'ഹാരം'!
ആ വിശുദ്ധാദർശവാനേ ത്യജിക്കുവാ-
നാവതല്ലൊട്ടുമെനിക്കു, തോഴീ!

ഭാനുമതി

സംഭവചക്രമുരുണ്ടുരുണ്ടങ്ങനെ
സംവത്സരോജ്ജ്വലസ്യന്ദനങ്ങൾ
ഓരോന്നകന്നു മറയുമ്പോ,ളിപ്രേമ-
മാരിവില്ലും സ്വയം മാഞ്ഞുപോകാം!
കുറ്റപ്പെടുത്താനുമില്ലതിൽ; നാമൊക്കെ-
യെത്രയായാലും മനുഷ്യരല്ലേ?

ചന്ദ്രിക

എന്നാലുമെന്നെ നീയാവിധം ശങ്കിക്കേ-
ണ്ടെന്നും ഞാൻ ഞാൻതന്നെയായിരിക്കും.
നാകത്തിലാദിത്യദീപമൊരുപക്ഷേ,
നാളെപ്പൊടുന്നനെക്കെട്ടുപോകാം;
വറ്റിവരണ്ടുപോയേക്കാം സ്വയമതി-
രറ്റുകിടക്കും സമുദ്രമെല്ലാം;
എന്നാലുമിപ്രേമമെന്നുമിതുവിധം
മിന്നിത്തിളങ്ങും തിരയടിക്കും!

ഭാനുമതി

ആകട്ടെ, നിന്മനമെന്നെന്നുമിമ്മട്ടി-
ലാകണമെന്നാണെനിക്കു മോഹം!
ചിത്രവർണ്ണോജ്ജ്വലപത്രസമ്പന്നമാം
ചിത്രപതംഗത്തിൻ ദർശനത്തിൽ
ചഞ്ചലോദ്വിഗ്നപ്രസൂനം ക്ഷണത്തില-
ച്ചഞ്ചരീകത്തെ മറന്നുപോകാം!
ലോകഗതിയാണ,തുകൊണ്ടു ചൊന്നതാ;-
ണാകട്ടെ, കുണ്ഠിതം വേണ്ട തോഴീ!

ചന്ദ്രിക

മാമകജീവിതമാകന്ദത്തോപ്പിലാ
മാന്മഥകോമളനല്ലാതാരും
തേൻപെയ്യും ഗാനം പൊഴിച്ചണയില്ലൊരു
ദാമ്പത്യമാല്യവും കൈയിലേന്തി;
അപ്പുഷ്പബാണനോടൊന്നിച്ചു ചേർന്നിനി
മൽപ്രേമപ്പൂവല്ലി പൂത്തിടാവൂ!

ഭാനുമതി

നിന്നഭിലാഷം സഫലമായ്ത്തീരുവാ-
നെന്നുമർത്ഥിക്കുവോളാണയേ, ഞാൻ!
നിൻപ്രേമസാമ്രാജ്യനാഥയായീടുവാൻ
സമ്പന്നനാണക്കൊച്ചാട്ടിടയൻ!

രംഗം രണ്ട്

(ചന്ദ്രികയുടെ ഉദ്യാനം. പൂവല്ലിപ്പടർപ്പുകളുടെ ഒരു മറവ്. നേരിയ മൂടൽമഞ്ഞ്. ഹേമന്തത്തിലെ സുന്ദരമായ പൂനിലാവ്. സമയം അർദ്ധരാത്രി. ആകാശം നിറയെ നക്ഷത്രങ്ങൾ. ചന്ദ്രികയും രമണനും തൊട്ടുതൊട്ട് ഒരു ശിലാതലത്തിൽ ഇരിക്കുന്നു. രമണന്റെ ഇടതുകൈ ചന്ദ്രികയുടെ തോളോടുതോൾ പുറകുവശത്തുകൂടി ചുറ്റിയിരിക്കുന്നു. രമണന്റെ വലതുകൈ തന്റെ ഇരുകരങ്ങളിലും എടുത്ത് ചന്ദ്രിക വിരലുകളെ പ്രേമപാരവശ്യത്തോടതാലോലിച്ചുകൊണ്ടിരിക്കുന്നു.)

രമണൻ

ചന്ദ്രികേ, പലപ്പോഴും പറയാറില്ലേ: ശുഭ്ര-
സുന്ദരസുമാകീർണ്ണമല്ല ജീവിതമാർഗ്ഗം!
എൻ ചുറ്റുമെരിയുന്നു സന്തതമസൂയതൻ-
വഞ്ചനാവിഷപ്പുക വമിക്കും തീജ്ജ്വാലകൾ!
പറ്റിയോരവസരം കാത്തുകാത്തിരിക്കുന്നു
കഷ്ടമിന്നവയെന്നെപ്പൊതിയാൻ, പൊള്ളിക്കുവാൻ!
എന്തു ഞാൻ ചെയ്യും, നിന്റെ ജീവനുമതുപോലെ
നൊന്തുനൊന്തഹോരാത്രം മാഴ്കിക്കൊണ്ടിരിക്കുമ്പോൾ?

ചന്ദ്രിക

സാരമില്ലെൻ സന്താപ,മവിടുന്നതോർത്തശ്രു-
ധാരയിൽക്കുളിക്കൊല്ലേ, ഹൃദയം പുണ്ണാക്കൊല്ലേ!
സാമ്പ്രതം പിടിച്ചെന്നെ വലിപ്പൂ ബന്ധുക്കള-
ദ്ദാമ്പത്യവാടിക്കുള്ളിൽ വിശ്രമിപ്പിക്കാനായി.
അഴലിൻ തീജ്ജ്വാലകളല്ലാതെ കാണ്മീല ഞാ-
നവിടെ, ബ്ഭവാനെന്നോടൊന്നിച്ചങ്ങില്ലെന്നാകിൽ!
മറ്റൊരാൾക്കെന്നെദ്ദാനംചെയ്‌വതേക്കാളുമെന്റെ
പട്ടടയവർ വേഗം കൂട്ടുകയല്ലേ ഭേദം?

രമണൻ

ഈവിധം നിശിതമാം വാക്കുകളത്തേനോലും
നാവിൽനിന്നുതിർന്നാലോ? നീയിദം ക്ഷോഭിച്ചാലോ?

വാത്സല്യനിധികളാമഗ്ഗുരുക്കൾതൻ നേർക്കു
മൂർച്ചയുള്ളൊരു വാക്കുമെറിയാൻ പാടില്ലാ നീ!
നിസ്സാരൻ ഞാനെ,ൻകാര്യമെമ്മട്ടുമായിക്കോട്ടേ;
ചെറ്റുമപ്പിതാക്കളോടഹിതം ഭാവിക്കൊല്ലേ!
കനിവാർന്നിക്കാര്യത്തിൽ കണ്ണയയ്ക്കുവാൻ മാത്രം
കഴിയുംവിധമെല്ലാം യാചിക്കാൻമാത്രം നോക്കൂ.

(ചന്ദ്രിക സാരിയുടെ ഉള്ളിൽ ഒളിച്ചുവച്ചിരുന്ന ഒരു മുല്ലമാല എടുത്തു നിവർത്തി സുസ്മേരവദനയായി രമണന്റെ കഴുത്തിൽ അണിയിക്കുന്നു. അതേ നിമിഷംതന്നെ കുറച്ചകലെയായി ഏതോ അപകടത്തിലകപ്പെട്ടപോലെ ഒരു പക്ഷിയുടെ ദയനീയരോദനം ക്ഷണനേരം അവിടെ മുഴുവൻ വ്യാപിക്കുന്നു. ആദ്യം രമണന്റെ മുഖം വികസിക്കയും രോദനം കേൾക്കുന്ന ഉടനെ ഏതോ ഒരവ്യക്തഭീതിയിൽ ആ വികാസശോണിമ നിശ്ശേഷം അപ്രത്യക്ഷമായി, നിസ്തേജമായിത്തീരുകയും ചെയ്യുന്നു. രമണൻ ശിലാതലത്തിൽനിന്നും പിടച്ചെഴുന്നേല്ക്കുന്നു; ഒപ്പം ചന്ദ്രികയും. രമണന്റെ ശരീരം വിറയ്ക്കുന്നു. ചന്ദ്രിക അടുത്തുചെന്ന് രമണന്റെ കഴുത്തിൽ കൈചുറ്റി മുഖം മാറിൽ ചേർത്തു നില്ക്കുന്നു. അനന്തരം മുഖമുയർത്തി പ്രസന്നതയോടെ)

ചന്ദ്രിക

ആരെന്തും പറഞ്ഞോട്ടെ, ഞാനിതാ സമർപ്പിച്ചു
ചാരുജീവിതമാല്യം മാമകം ഭവാനായി.
ഇനി ഞാനന്യന്റെയല്ലി,ല്ലാർക്കുമധികാര-
മിനിമേലെന്നിൽ—ഭക്തദാസിയായ്ബ്ഭവാനു ഞാൻ!
ഈ മലർമാല്യത്തിന്റെ സുഗന്ധം നമുക്കെഴും
പ്രേമത്തിൻ പരിശുദ്ധിയെമ്പാടും പരത്തുന്നു.
അങ്ങതാ നോക്കൂ, മുല്ലപ്പൂവൊളിനിലാവല്ലേ
തങ്ങിനില്പതു ചുറ്റും, നമ്മുടെ ഹർഷംപോലെ?
രാക്കുയിൽ പാടിപ്പാടിയുറങ്ങീ, നക്ഷത്രങ്ങൾ
നോക്കിനില്ക്കുന്നൂ വാനിൽ സാക്ഷിയായിതിനൊക്കെ
ഈ വിശ്വപ്രകൃതിതൻ പുണ്യക്ഷേത്രത്തിൽവെച്ചു
പാവനമാം ഗാന്ധർവ്വവിവാഹം നടത്തീ നാം!
ഏതു സന്താപത്തിന്റെ നീങ്ങാത്തോരിരുളിലും
ജ്യോതിസ്സൊന്നെതിരേ നാം കണ്ടിടും വിടർന്നെന്നും!
ഈ മുഖം ദ്യോതിപ്പിക്കും മ്ലാനതമാത്രം കാണാൻ
ഹാ, മനസ്സിനു കരുത്തില്ലെനിക്കണുപോലും!

(നമ്രവദനനായി നില്ക്കുന്ന രമണന്റെ ശിരസ്സു പിടിച്ച് ഉയർത്തിക്കൊണ്ട് ഒരപേക്ഷാസ്വരത്തിൽ)

ഒന്നെന്റെനേരെ നോക്കിച്ചിരിക്കൂ, കാണട്ടെ ഞാൻ
സുന്ദരാനനമിതു മേല്ക്കുമേൽ വിളർത്താലോ!

രമണൻ

ചന്ദ്രികേ! മന്മാനസവീണയിലെഴും പ്രേമ-
തന്ത്രികേ, നീയിന്നെന്നെ മറ്റൊരാളാക്കിത്തീർത്തു.
ആയിരം ജന്മംകൊണ്ടു നേടുവാൻ കഴിയാവു-
ന്നാനന്ദമാർജ്ജിപ്പൂ ഞാനൊരുമാത്രതന്നുള്ളിൽ.
അതുപോൽ പരകോടിജന്മത്താൽ സഹിക്കേണ്ടും
ഹൃദയവ്യഥയെന്നെക്കാത്തുനില്ക്കുന്നു ചാരേ.
ആയതിൻ മുഖം കാൺകെ വിറച്ചുപോകുന്നു ഞാ-
നാരോമലാളേ, പനീർപ്പൂന്തോട്ടമല്ലാ ലോകം!
ചലനം, ചലനം-ഹാ,മാത്രയ്ക്കുമാത്രയ്ക്കുണ്ടാം
ചലനം-പ്രപഞ്ചത്തെ മുന്നോട്ടു നയിക്കുന്നു.

അതിലെന്തെല്ലാം മാറ്റ,മെന്തെല്ലാം പരിണാമ-
ഗതിവൈചിത്ര്യം വന്നുകൂടിടാ,മാലോചിക്കൂ!
നിസ്സഹായന്മാർ, വെറും പുഴുക്കൾ മർത്ത്യന്മാർ നാം
നിഷ്ഠുരവിധിയോടു മല്ലിടാനശക്തന്മാർ!
നാമൊന്നു നിരൂപിക്കും, മറ്റൊന്നായ്ത്തീരും ഫലം;
നാമതു കണ്ടാർത്തരായ് നിഷ്ഫലം വിലപിക്കും,
ജീവിതമൊരു കടങ്കഥയാ,ണോർത്താലാർക്കു-
മാവില്ല ശരിയായൊരുത്തരം സ്ഥാപിക്കുവാൻ!
അശുഭാസിതഭാവിസൂചനയായിട്ടെനി-
ക്കകതാരിങ്കലെ,ന്തോ, തോന്നുകയാണാ നാദം
മൽഗളത്തിലാ മലർമാല വീണതും;ദുഖ-
മഗ്നമാനാദം പുറപ്പെട്ടതുമൊന്നിച്ചല്ലേ?
എന്തുകൊണ്ടാവോ ഭാവിചിന്തയാൽ പ്രക്ഷുബ്ധമായ്
ഹന്ത, മന്മനമിതാ മേല്ക്കുമേൽ തുടിക്കുന്നു!
കേൾപ്പൂ ഞാനന്തർന്നാദമൊന്നെന്നിലീ നാടകം
തീർച്ചയാണവസാനം രക്തത്തിലാണെന്നായി.
അശുഭത്തിലാണതിൻ പ്രാരംഭം; കലാശവു-
മശുഭത്തിങ്കലാവാൻതന്നെയാവണം യോഗം!

(വീണ്ടും ശിലാതലത്തിൽ ഇരിക്കുന്നു. ചന്ദ്രിക രമണന്റെ ഇരുകരങ്ങളും കൂട്ടിപ്പിടിച്ചുകൊണ്ട് അടുത്തിരുന്നിട്ട്)

ചന്ദ്രിക

മൂടൽമഞ്ഞിലാണ്ടെങ്ങോ, ദൂരത്തി,ലവ്യക്തമായ്
മൂളിക്കൊണ്ടിരിക്കുമബ്ഭാവിയെപ്പേർത്തുംപേർത്തും
ചിന്തിച്ചുചിന്തിച്ചോരോ നവമാം വിഷാദത്തി-
നെന്തിനു വിധേയമാക്കീടുന്നു വൃഥാ ചിത്തം?
വേണുനാദത്തിലിതു പൊതിയൂ; നവോന്മേഷ-
ശോണമാം ചായം തൊട്ടു മിനുക്കൂ പ്രജ്ഞാകേന്ദ്രം!
അശുഭം സൂചിപ്പിച്ചതായിരുന്നില്ലാപ്പക്ഷി
പിശുനപ്രകാശത്തിൻ നാന്ദിയോതിയതെന്യേ.
അങ്ങയെത്താലോലിക്കാൻ കാത്തുകാത്തിരിക്കുന്നു-
ണ്ടന്തികത്തിങ്കൽത്തന്നെയാർദ്രയാം പുരോഗതി!
ഗാനസാമ്രാജ്യത്തിലെസ്സാർവ്വഭൗമനാമങ്ങ-
യ്ക്കാനന്ദം ചരാചരമൊക്കെയും വിളമ്പുമ്പോൾ,

അവിടുന്നസംതൃപ്തനാകുവാനണുപോലു-
മവകാശമില്ലേവ—മാശ്വസിക്കുവാൻനോക്കൂ!
ഭഗ്നഭാഗ്യയാം ഞാനാം നീർപ്പോളമൂലം ഭവാ-
നഗ്നിപർവ്വതം ചുമന്നെന്തിനു ദഹിക്കുന്നു?
ആശ്വസിക്കുവാൻനോക്കൂ!—നമ്മളോമനിക്കുമി-
ശ്ശാശ്വതസ്നേഹം നല്കും നമുക്കു സർവ്വോത്കർഷം!

രമണൻ

(ചന്ദ്രികയുടെ പുറത്തു തലോടിക്കൊണ്ട്)

ധവളപ്രഭമാമിച്ചന്ദ്രികാസരിത്തിങ്ക-
ലിവിടം വെള്ളിച്ചാറു പൂശിക്കൊണ്ടിരിക്കിലും
അങ്ങോട്ടു, ദൂരത്തേക്കാ മഞ്ഞണിക്കുന്നും കാടും
തിങ്ങിടും രംഗത്തിലേക്കൊന്നു നീ കണ്ണോടിക്കൂ!
ആവൃതം തിമിരത്താലാകമാനമാ രംഗ-
മാവലിൻ ചിറകടിയൊച്ചയാൽ പ്രകമ്പിതം;
അതുപോ,ലിനിയെന്റെ ഭാവിയുമജ്ഞാതമാ-
മഴൽ തിങ്ങിടുമൊന്നാണി,ന്നു ഞാൻ ചിരിക്കിലും.
നിസ്തുലേ, നിന്നെക്കൊണ്ടെൻ ജീവിതം മധുരിച്ചാൽ
നിർദ്ദയപരിസരമതിനെച്ചവർപ്പിക്കും!
സമുദായമാം ബ്രഹ്മരക്ഷസ്സു പാഞ്ഞെത്തുന്നൂ
സരളസ്നേഹാർദ്രമാം ഹൃദയങ്ങൾക്കു പിൻപേ.
രക്ഷനേടുവാൻ മഹാവിഷമമസൂയതൻ-
പക്ഷിപീഡയിൽനിന്നു;ദുർബ്ബലമാശാപോതം!
എമ്മട്ടെങ്കിലുമാട്ടേ പരിണാമം ഞാൻ നിന്നെ-
യെന്നാത്മക്ഷേത്രത്തിങ്കലെന്നേക്കും പ്രതിഷ്ഠിച്ചു
ഞാനിതിൽ ദഹിക്കുവാനാണെങ്കിൽ ദഹിക്കട്ടെ,
ഗാനലോലുപേ, പരിത്യജിക്കില്ലീ രാഗം ഞാൻ.
അങ്ങതാ, കോഴി കൂകിത്തുടങ്ങി! പോകുന്നു ഞാ;-
നിങ്ങിനി നില്ക്കാൻമേല— വെളുക്കാറായീ നേരം.

ചന്ദ്രിക

(എഴുന്നേല്ക്കുന്ന രമണനെ വീണ്ടും പിടിച്ചിരുത്തിയിട്ട്)

അതു 'പാതിരാക്കോഴി'യാണു; പേടിക്കാനില്ല;
പുതുപൂനിലാവസ്തമിച്ചിട്ടില്ലിതുവരെ.

രമണൻ

ഒന്നു നീ കിഴക്കോട്ടു നോക്കുക, ദൂരെക്കാണും
കുന്നിന്റെ പിന്നിൽ ശോണച്ഛായകൾ പൊടിച്ചല്ലോ.

ചന്ദ്രിക

ചെങ്കനൽനക്ഷത്രത്തിൻ തങ്കരശ്മികൾ തട്ടി-
ത്തങ്കിയതാണാ വർണ്ണസങ്കരം കിഴക്കെല്ലാം.

രമണൻ

അല്ലല്ല, പുലർകാലകന്യതൻ കാശ്മീരാങ്കി-
തോല്ലസൽപദപത്മസംഗമദ്യുതിയത്രേ.

ചന്ദ്രിക

പുലരാനിനിയുണ്ടൊരാറു നാഴികകൂടി;-
പ്പുതുപൂനിലാവിതൊന്നസ്തമിച്ചോട്ടെ—പോകാം!

രമണൻ

ഞാനിങ്ങു നിന്നാൽ, നേരം വെളുത്താ,ലാരാനെന്നെ-
ക്കാണുവാനിടവന്നാൽ—നീയതൊന്നാലോചിക്കൂ!
നമ്മുടെ പരമാർത്ഥമാരറിഞ്ഞീടും— ഒരു
നിന്ദ്യമാം കഥയല്ലേ പരക്കുന്നതു നാളെ?
മിഥ്യാപവാദക്കൊടുങ്കാട്ടുതീയിലുംകൂടി-
ത്തപ്തമാനസം വീണ്ടും ഹോമിപ്പതെന്തിന്നായ് നാം
ഞാനിനിപ്പോട്ടെ; നേരം വെളുക്കാറായിപ്പോയി;
കാണുവാൻ നമുക്കിടയിനിയും ലഭിക്കില്ലേ?

ചന്ദ്രിക

പതിവില്ലാതിന്നിത്ര നേരത്തെ മനഃപൂർവ്വം
ഹതകുക്കുടമേ, നീയെന്തിനു കൂവിപ്പോയി?
അതുകൊണ്ടല്ലേ പോകാൻ തിടുക്കംകൂട്ടുന്നതെൻ
ഹൃദയേശ്വരൻ—ഹാ! നീയിത്ര നിഷ്ഠുരനാണോ?
ഒരു ചുംബനമാട്ടേ, പൊയ്ക്കോളൂ! കാണാം നമു-
ക്കൊരു രാത്രിയിൽക്കൂടിയല്പനാളുകൾക്കുള്ളിൽ-

നില്ക്കൂ, ഞാനൊരു കാര്യം പേർത്തുമൊന്നോതിക്കോട്ടെ:
കഷ്ടമാണിനിയുമിദ്ദുഃഖമഗ്നമാം ഭാവം!
എന്നോടെള്ളോളം സ്നേഹമുണ്ടെങ്കിൽബ്ഭവാനിനി-
യെങ്കിലുമെന്നെയോർത്തു ഖേദിക്കാതിരിക്കണേ!

(രമണൻ പോകുന്നു)

(അണിയറയിൽ)

കഷ്ടമായി, നിന്നാശകളെല്ലാം
വ്യർത്ഥമാണിനി,ച്ചന്ദ്രികേ!
അസ്സുമുഖനാമാട്ടിടയനെ
വിസ്മരിക്കുവാൻനോക്കു നീ!
താവകാമലാകാശത്തിലിതാ,
താവുന്നുണ്ടൊരു കാർമുകിൽ.
നിശ്ചയിച്ചുകഴിഞ്ഞു, നിൻ വിവാ-
ഹോത്സവത്തിൻ സമസ്തവും.

രംഗം മൂന്ന്

(അർദ്ധരാത്രി. ചന്ദ്രികയുടെ മണിയറ. മേശപ്പുറത്തൊരു മങ്ങിയ വിളക്കു കത്തുന്നു. അവളുടെ മുഖം വിഷാദസമ്പൂർണ്ണവും എന്നാൽ പൈശാചികമായ ഒരു ഭാവത്തോടുകൂടിയതുമായിരിക്കുന്നു. വലതുകൈയിൽ ഒരു കഠാരി.)

ചന്ദ്രിക

നിർദ്ദയലോകമേ, സാധുവാമെന്നെ നീ
നിർദ്ദയമിട്ടിദം നീറ്റുന്നതെന്തിനോ?
ഹന്തയെന്നോടു നീയീവിധം കാട്ടുവാ-
നെന്തെന്തു സാഹസം നിന്നോടു കാട്ടി ഞാൻ?
നൊന്തുനൊന്തേവം കഴിക്കുവാനാണെങ്കി-
ലെന്തിനെനിക്കിദം ജീർണ്ണിച്ച ജീവിതം?

ഘോരകുഠാരമേ, മല്ക്കരളിങ്കലെ-
ച്ചോരയ്ക്കുവേണ്ടിപ്പുളയുകയല്ലി നീ
അല്പവുംകൂടി ക്ഷമിക്കൂ, നിൻ തൃഷ്ണയെ-
ത്തൃപ്തിപ്പെടുത്താനൊരുങ്ങുകയായി ഞാൻ!

അച്ഛനുമമ്മയും മാമകജീവിത-
പ്പിച്ചകപ്പൂമാലയെന്നേക്കുമായിതാ,
നാണയക്കാട്ടിലുള്ളേതോ കുരങ്ങിനു
കാണിക്കവെയ്ക്കാനൊരുങ്ങിക്കഴിഞ്ഞുപോയ്!
പുത്രിവാത്സല്യം നിറഞ്ഞുതുളുമ്പുമ-
ച്ചിത്തങ്ങൾകാൺകെ,ത്തളർന്നുപോകുന്നു ഞാൻ!
അമ്മയെൻ കാലുപിടിച്ചപേക്ഷിക്കുന്നു
പിന്നെയും പിന്നെയു—മെന്തുചെയ്യട്ടെ ഞാൻ?
ഒന്നുകിൽ, ത്താതമാതാക്കളെക്കൈവെടി-
ഞ്ഞെന്നനുരാഗം പുലർത്തുവാൻ നോക്കണം;
അല്ലെങ്കിലിന്നുമുതല്ക്കു ഞാനാക്കൊച്ചു-
പുല്ലാങ്കുഴലിനെപ്പാടേ മറക്കണം
അച്ഛനുമമ്മയും കാട്ടുമാ ദാമ്പത്യ-
മുൾച്ചെടിക്കാട്ടിലലഞ്ഞു തളരണം-
ഭാവനാഗാനമധുരമായുള്ളോരു
ജീവിതം തന്നെ മറക്കുവാൻ നോക്കണം.
എന്തു ഞാൻ ചെയ്യും? മതി, മതി, നീയെന്റെ
ചിന്തേ, വിടൂ വിടൂ.... പൊള്ളുന്നു.... പോട്ടെ ഞാൻ!

സമ്പൂതമാം മനം നീഹാരസാന്ദ്രമാം
ചെമ്പനിനീരലർപോലെത്ര മോഹനം!
തിങ്ങിത്തുളുമ്പുന്നതുണ്ടതിൽ, വറ്റാത്ത
മംഗളരാഗമധുരപരിമളം
അസ്സ്വർഗ്ഗസൗരഭാസ്വാദനത്തെപ്പോലൊ-
രുത്സവം മറ്റെനിക്കെന്തുണ്ടു ഭൂമിയിൽ?
ഒന്നോടവയൊക്കെ,യേതോ കടങ്കഥ-
യെന്നപോൽ, വിസ്മൃതി മൂടിക്കളകയോ?
എന്നിലൊട്ടിപ്പിടിച്ചീടിനോരാ ജീവ-
നെന്നേക്കുമായിപ്പറിച്ചുകളകയോ?
ഏതാദൃശം ഞാൻ പ്രവർത്തിക്കിലെന്തൊരു
പാതകകർമ്മമായ്ത്തീരുമതൂഴിയിൽ!
ലോകം മുഴുവൻ പഴിക്കുന്നു, കഷ്ടമീ
രാഗകഥകൾ കേട്ടാ നിഷ്കളങ്കനെ

ആരറിയുന്നു പരമാർത്ഥതത്ത്വങ്ങ,-
ളാരവയല്ലെങ്കിലാരാഞ്ഞിടുന്നു ഹാ!
ഞാനല്ലി, കഷ്ട, മീ നാശഗർത്തത്തിലേ-
ക്കാനയിച്ചേവം ചതിപ്പതസ്സാധുവെ?
എത്രയൊഴിഞ്ഞകന്നീടുവാൻ നോക്കിയി-
ല്ലുത്തമാദർശസ്വരൂപിയാമപ്പുമാൻ!
പാരിലിത്തിക്കണ്ണിയായി നിന്നാപ്പൂത്ത
പാരിജാതത്തെക്കരിച്ചുകളഞ്ഞു ഞാൻ!
എന്നിട്ടുമാരുമാരോപിപ്പതില്ലയി-
ന്നെന്നിലൊരല്പമപരാധമെങ്കിലും!
തെറ്റിദ്ധരിക്കുവാൻ മാത്രമറിയുന്ന
നിഷ്ഠുരനിന്ദ്യനിശിതപ്രപഞ്ചമേ,
അക്കൊച്ചുവേണുഗോപാലനിൽ സർവ്വത്ര
കുറ്റവുംവെച്ചു വിധിയെഴുതുന്നു നീ!
നീയും നനഞ്ഞ നിൻ നീതിയും! പോ, നിന്റെ
ന്യായവാദങ്ങൾതൻ ജല്പനക്കെട്ടുമായ്!
ഇല്ല, നീ നന്നാവുകില്ലൊരു നാളിലും;
പുല്ലുപോൽ നിന്നെയവഗണിക്കുന്നു ഞാൻ.

* * *

എന്തെ,ന്റെ കൈയിൽക്കുഠാരമോ—ചെന്നിണം
ചിന്തുവാൻ വെമ്പിക്കിതയ്ക്കും കുഠാരമോ?
ഞാനാത്മഹത്യക്കു പോകയോ?—ജീവിതം
ഞാനിതിൻ കൂർത്ത മുനയ്ക്കിരയാക്കയോ?
മത്സുഖം, മജ്ജയം, മാമകാസ്വാദനം,
മത്സൗകുമാര്യം, മമോജ്ജ്വലയൗവനം,
മൽപ്രേമ, മീ മനസ്പന്ദനം, മാമക-
സ്വപ്ന, മാസ്വാദനം, മോഹം, മനോന്മദം,
സർവ്വം—സമസ്തവും—കഷ്ടം! ഞൊടിക്കുള്ളി-
ലുർവ്വിയിൽ മങ്ങിപ്പൊലിഞ്ഞു മറകയോ!
എന്റെയെന്നുള്ളതഖിലം വിറങ്ങലി-
ച്ചെന്തിവിടത്തിൽ ദ്രവിച്ചു നശിക്കയോ?
പച്ചപുതച്ചൊരിക്കാടും മലകളും
കൊച്ചുകൊച്ചോളങ്ങൾ പാടും പുഴകളും

ഇക്കുളിർപ്പൂങ്കുലച്ചാർത്തും, കിളികളും
ചിത്രശലഭങ്ങൾ മൂളും തൊടികളും
എല്ലാം—സമസ്തവും—വിട്ടുപിരിഞ്ഞു ഞാൻ
കല്ലറയ്ക്കുള്ളിൽ ദ്രവിക്കുവാൻ പോകയോ?
ഇല്ലില്ല—ജീവിതം, ജീവിതം! ഇന്നതിൻ
ഫുല്ലപ്രകാശം തെളിഞ്ഞുകാണുന്നു ഞാൻ.
ദുഷ്ടകുഠാരമേ, ദൂരത്തു പോക നീ;
ഞെട്ടുന്നു നിന്റെ മുഖത്തു നോക്കുമ്പൊൾ ഞാൻ.

(കഠാരി വലിച്ചെറിയുന്നു. അത് 'ഘിണം' എന്ന ഒരു ശബ്ദത്തോടെ നിലംപതിക്കുന്നു.)

(ഒരു ദീർഘ നിശ്വാസത്തോടെ)

പാടേ തിരശ്ശീല വീണു ഹാ, മൽപ്രേമ-
നാടകം തീർന്നു— ജയിച്ചു, ജയിച്ചു, ഞാൻ!
ജീവിതം! ജീവിതം!- തേനിനെപ്പോലുള്ള
ജീവിതം! ഹാ ഹാ! കിതയ്ക്കുന്നു മന്മനം!
ഇല്ല, ഞാനെന്നെ നശിപ്പിക്കയില്ലൊരു
പുല്ലാങ്കുഴലിനുവേണ്ടിയൊരിക്കലും.
എന്നെ ഞാനാക്കാൻ തപസ്സുചെയ്തീടിനോ-
രെന്നച്ഛനമ്മമാരെനിന്നിഷ്ടദേവകൾ;
ഇന്നവർതൻമുന്നിലെൻമാർത്തടത്തിലെ-
ച്ചെന്നിണംകൊണ്ടു കുരുതികൂട്ടില്ല ഞാൻ!
പോവുക, നീയജപാലക, ഗായക,
ഭാവിയിലേക്കു നിന്നോടക്കുഴലുമായ്!
എന്നെ നീ പാടേ മറന്നേക്കൂ, ലോകത്തി-
ലിന്നുമുതൽ നിന്നനുജത്തിയാണു ഞാൻ!

എന്തുവന്നാലുമെനിക്കാസ്വദിക്കണം
മുന്തിരിച്ചാറുപോലുള്ളൊരിജ്ജീവിതം!
എന്നുമിതിന്റെ ലഹരിയിലാനന്ദ-
തുന്ദിലമെന്മനം മൂളിപ്പറക്കണം!
കണ്ണീർനിറഞ്ഞ നിൻ പിഞ്ചുമനസ്സുമാ-
യെന്മുന്നിൽനിന്നൊന്നു വേർപെട്ടുപോകണേ!
എല്ലാം മറന്നേക്കു-മേലിൽ നാമന്യരാ-
ണെല്ലാം കഴിഞ്ഞു-സ്വതന്ത്രയായ്ത്തീർന്നു ഞാൻ!

അങ്ങതാ, ദൂരത്തിലല്ലാതെ കാൺമു ഞാൻ
മംഗളകല്യാണമണ്ഡപം മാമകം!
ആസ്വാദനങ്ങളേ, നിങ്ങളെക്കേവല-
മാശ്രയിച്ചീടിനോരിബ്ഭക്തദാസിയെ.
വിശ്രമിപ്പിക്കൂ, ദയവാർന്നു നിങ്ങൾതൻ-
വിദ്രുമമഞ്ചത്തിലൊന്നിനിയെങ്കിലും!
ഇത്രനാൾ നിർമ്മിച്ച സങ്കല്പമൊക്കെയും
മുഗ്ദ്ധയാഥാർത്ഥ്യത്തിലെത്തിക്ക സസ്പൃഹം!
ഇന്നോളമുള്ളെൻ സമസ്താപരാധവു-
മൊന്നൊഴിയാതെ പൊറുക്കൂ, സഹോദരാ!
നമ്മൾക്കു രണ്ടു വഴിയായിവിടെവെ-
ച്ചെന്നേക്കുമായിപ്പിരിയാം സുമംഗളം

രംഗം നാല്

(ചന്ദ്രികയുടെ മണിയറ. അവൾ ഒരു ചാരുകസേരയിൽ ഒരു പുസ്തകവും വായിച്ചുകൊണ്ടു കിടക്കുന്നു. തൊട്ടു വലതുവശത്ത് ഒരു വട്ടമേശ. അരികിൽ കൈയുള്ള ഒരിരുപ്പുകസേര. അതിൽ ഭാനുമതി ഇരിക്കുന്നു. സമയം വൈകുന്നേരം മൂന്നുമണി. ഒരു ഭൃത്യ പ്രവേശിച്ച് മേശപ്പുറത്തു നിന്ന് ഒഴിഞ്ഞ കാപ്പിപ്പാത്രങ്ങൾ എടുത്തു കൊണ്ടുപോകുന്നു.)

ഭാനുമതി

എന്തു നീയിനി ചൊല്കിലും ഘോരമാം
വഞ്ചനയാണിച്ചെയ്തതു, ചന്ദ്രികേ!
കഷ്ടമൊന്നു നീയോർത്തുനോക്കീടുക-
ക്കൊച്ചിടയന്റെ മേലിലെജ്ജീവിതം!
നിന്നെയോർത്തോർത്തൊരുത്കടസങ്കടം
വിങ്ങിമാഴ്കുമപ്പിഞ്ചുമനസ്സിനെ,
നിഷ്ഠുരമായ് നിനക്കിപ്പൊളീവിധം
ചുട്ടെരിക്കുവാൻ തോന്നിയതെങ്ങനെ?

ചന്ദ്രിക

അല്ല, തോഴി, നീ ചിന്തിച്ചിടുംവിധ-
മല്ലണഞ്ഞതിച്ചിത്തരൂപാന്തരം.

അറ്റകുറ്റങ്ങളെന്തു നീ ചൊല്കിലും
തെറ്റുകാരിയല്ലൊട്ടുമതിങ്കൽ ഞാൻ.
തീയെരിയുകയാണകക്കാമ്പില-
ഗ്ഗായകനെ ത്യജിച്ചതോർക്കുമ്പോൾ മേ!
എങ്കിലും പ്രിയ മാതാപിതാക്കളോ-
ടെൻകടമയെന്തെന്നു ചിന്തിക്ക നീ.
പുത്രിവത്സലരാമഗ്ഗുരുക്കളെ-
ദ്ധിക്കരിക്കുകിലാ മഹാപാതകം
എന്നു തീരുവാൻ-ഇല്ലതിന്നെന്തൊക്കെ
വന്നിടുകിലും ചെയ്യുകയില്ല ഞാൻ
ഹാ, വിധിയാണിതാകട്ടെ—സർവ്വവും
ജീവിതത്തിൽ സഹിച്ചുകൊള്ളാമിവൾ.

ഭാനുമതി

എന്നിരിക്കിലും പാതകംതന്നെയാ-
ണിന്നു നീയിദം ചെയ്വതും, ചന്ദ്രികേ!
ആദ്യമൊക്കെ നിൻ പ്രേരണയിങ്കൽനി-
ന്നാത്തധീരമൊഴിഞ്ഞവനാണവൻ;
പിന്നെ നീതന്നെയാണവനെ സ്വയം
നിന്നിലേക്കു ബന്ധിക്കുവാൻ കാരണം.
ദൂരദൂരത്തൊഴിഞ്ഞുപൊയ്പോയൊരു
ചാരുവാകും സുവർണ്ണമരീചിയെ
മന്ദമന്ദമടുപ്പിച്ചൊ,ടുവിലീ
വൻതിമിരത്തിലാഴ്ത്തുകല്ലല്ലി നീ?
അന്നു നാനാശപഥവചസ്സുകൾ
ചൊന്നു നീ നിൻദൃഢത കാണിക്കവേ,
ഓതിയില്ലയോ കാലക്രമത്തില-
സ്ഫീതരാഗവും മാഞ്ഞീടുമെന്നു ഞാൻ?
അന്നു നീ വിശ്വസിച്ചില്ലതൊന്നുമേ-
മന്നിലെന്നാൽപ്പതിവാണിതു,സഖീ!

ചന്ദ്രിക

എന്തുചെയ്യാം?— മനുഷ്യരല്ലേ— പല
ബന്ധമല്ലേ— വിധിയൊഴിക്കാവതോ?

ഭാനുമതി

നന്നു—ഞാനും പറഞ്ഞതിതൊക്കെയാ
ണന്നു—സുസ്ഥിരപ്രേമമില്ലൂഴിയിൽ!
കേവലമൊരു താത്കാലികഭ്രമം-
പൂവുപോലുള്ളൊരോമനക്കൗതുകം-
മാനസത്തെ മധുരീകരിപ്പൊരു
ഗാനസാന്ദ്രപ്രചോദനാമേളനം-
നാമതിനെ പ്രണയമെന്നായ്ഗ്ഗണി-
ച്ചോമനിപ്പാനൊരുങ്ങുകമാത്രമാം!
തെല്ലുനാളു കഴിയുകിലാ മഴ-
വില്ലുമങ്ങനെ മങ്ങിമറഞ്ഞുപോം!
ചുറ്റുപാടും നാം കണ്ടുവരുന്നൊരു
സത്യമാണിതു സംശയിക്കേണ്ട നീ.
മന്നിലുള്ള മറ്റേവരെപ്പോലെയും-
തന്നെയാണയേ നീയും, സഹോദരി!
അത്ഭുതമില്ലെനിക്കു, നിൻചിത്തത്തി-
നിത്തരം വ്യതിയാനമുണ്ടായതിൽ.
എങ്കിലുമെന്തുകൊണ്ടോ, സ്വയമൊരു
ശങ്കയെപ്പുലർത്തുന്നു മന്മാനസം.
കേവലം മറ്റു മർത്ത്യരെപ്പോലൊരു
ജീവിയാണെന്നു തോന്നുന്നതില്ലവൻ;
ഇപ്പരിണാമദുഃഖം സഹിക്കുവാ-
നുൾക്കരുത്തു കാണില്ലവനേതുമേ!
സംഭവങ്ങൾ വരുവതെന്തൊക്കെയോ!
സംഭ്രമിപ്പൂ, ഹാ, മന്മനം ഭീതിയാൽ!

ചന്ദ്രിക

എന്തുവന്നിടാൻ?— എന്നെയൊരു നീച-
ജന്തുവെപ്പോൽ വെറുക്കുമഗ്ഗായകൻ.

ഭാനുമതി

എങ്കിൽ നന്നായിരുന്നു— പക്ഷേ, ലവം
പങ്കിലമാവുകില്ലയാ മാനസം.

ഘോരസന്താപവഹ്നിയിൽപ്പെട്ടതു
നീറിനീറിയാ സ്പന്ദം നിലയ്ക്കിലോ?

ചന്ദ്രിക

എന്തിനാണീയശുഭപ്രതീക്ഷയും
ശങ്കയും?—വരില്ലൊന്നുമപകടം!
എന്നെ മേലിലൊരു പൊന്നനുജത്തി-
യെന്നപോലവൻ സ്നേഹിച്ചിടുമിനി!

ഭാനുമതി

ആർക്കറിയാം?—മനുഷ്യരല്ലേ—മനം
തീക്കനലിനെപ്പുല്കിടുമെത്രനാൾ?
കഷ്ട,മൊന്നും വരാതിരിക്കട്ടെ-ഞാ-
നത്രയല്ലാതിതിലെന്തു ചൊല്ലുവാൻ?

ഗായകസംഘം

കനലൊളി ചൊരിഞ്ഞൊരാ വേനൽ പോയിക്കൊടും-
കരിമുകിലിനാലതാ, മൂടുന്നു വാനിടം!
പ്രണയമയസുന്ദരസ്വപ്നങ്ങൾ മാഞ്ഞതാ,
വ്രണിതഹൃദയത്തിൽപ്പൊടിപ്പൂ നിരാശകൾ!
പരിമൃദുലസുസ്മിതപ്പൂക്കൾ കൊഴിഞ്ഞതാ,
പരവശത നിർമ്മിപ്പൂ ബാഷ്പകുടീരകം!
ഒരു ഭയദരൂപാന്തരാഗമ,മാർത്തിത-
ന്നിരുളടയുമാറതാ, മൂടുന്നു ജീവിതം!
ഭുവനമിതു മായികം, ചഞ്ചലം; വ്യർത്ഥമാ-
ണിവിടെയൊരു സുസ്ഥിരാത്മാനുരാഗവ്രതം!
അയി രമണ, വഞ്ചിതനായി നീ; താവക-
പ്രിയരജതതാരകം നിന്നെപ്പിരികയായ്!
ഉലകിതിൽ നിരാശയ്ക്കു പാത്രമായ്ത്തീർന്നു നീ
ഫലരഹിതമായി നിന്നാദർശജീവിതം.

രംഗം അഞ്ച്

(വനത്തിന്റെ ഒരു ഭാഗം. സമയം മദ്ധ്യാഹ്നം. മദനൻ ചിന്താവിഷ്ട നായി ഒരു കുന്നിന്റെ ചെരുവിൽ കിടക്കുന്നു. ശോകാർദ്രമായ ഒരു

വേണുഗാനം കേട്ട് അവൻ പിടഞ്ഞെഴുന്നേല്ക്കുന്നു. അവന്റെ മുഖം പെട്ടെന്ന് വിളറുന്നു. ഗാനം അധികമായിവരുന്തോറും അതിലെ വികാരങ്ങൾക്കനുസരിച്ച് പല ഭാവഭേദങ്ങളും മദനന്റെ മുഖത്തു പ്രത്യക്ഷപ്പെടുന്നു.)

(അണിയറയിൽ)

ഗാനം

ലോകാപവാദത്തിൻമുന്നിൽ, നിൽക്കും
മൂകാനുരാഗമേ, നിന്നിൽ
ഒട്ടിപ്പിടിച്ചെന്റെ ചിത്തം നിത്യം
പൊട്ടിക്കരയുന്നു, കഷ്ടം!
നീയൊരു ശാദ്വലമാണെ,ന്നോർത്തു
ഞാനയ്യോ! നിന്നെത്തിരഞ്ഞു
നേർക്കടുത്തെത്തിയ നേരം— എന്തു
തീക്കനല്ക്കട്ടയോ നീയും?
എന്നെ നീയിട്ടു പൊരിക്കും, അയ്യോ!
നിന്നിൽ ഞാൻ പൊള്ളി മരിക്കും!
കാലമതിന്നൊക്കെ മാറി, കരി-
ങ്കാർകൊണ്ടൽ വന്നിതാ, കേറി
വെൺകളിവീശൽ കഴിഞ്ഞൂ കണ്ട
തങ്കക്കിനാവൊക്കെ മാഞ്ഞൂ!
നീ, ലോകമേ, സത്യമാണോ?— നിന്റെ
നീതിയുമിമ്മട്ടിലാണോ?
നിന്നെ ഞാൻ വിശ്വസിച്ചല്ലോ, കഷ്ടം!
നിൻമനമെന്തൊരു കല്ലോ?
ആശകളെല്ലാം പൊലിഞ്ഞു, നീണ്ടൊ-
രാശങ്കയായിക്കഴിഞ്ഞു!
*   *   *
വെള്ളിനക്ഷത്രമേ, നിന്നെ, നോക്കി-
തുള്ളിത്തുളുമ്പുകയെന്യേ,
മാമകചിത്തത്തിലന്നും, ഇല്ല
മാദകവ്യാമോഹമൊന്നും.

നിന്നനുരാഗാങ്കുരങ്ങൾ, പൂത്ത
നന്ദനപ്പൂങ്കാവനങ്ങൾ
ഒന്നൊഴിയാതെ ഞാൻ തേടി, നിന്നെ
വർണ്ണിച്ചു വർണ്ണിച്ചു പാടി!
വിശ്വപ്രകൃതിതൻ മുന്നിൽ, ഭദ്ര-
വിശ്വാസദീപത്തിൻ മുന്നിൽ,
നക്ഷത്രപ്പന്തലിൻ കീഴിൽ, നല്ലോ
രക്ഷയതേജസ്സിൻ കീഴിൽ,
എൻഗളത്തിങ്കൽ നീ ചാർത്തീ, അന്നാ
മംഗളമല്ലികാമാല്യം.
നമ്മൾ തുറന്നിതാ രാവിൽ, ചിത്ത-
മംഗളശ്രീമണിക്കോവിൽ!
അന്നാ മുഹൂർത്തത്തിൽ നമ്മിൽ, നമ്മ-
ളന്യോന്യം നമ്മളെക്കണ്ടു!
ത്യാഗോന്മുഖമായി നില്ക്കും രണ്ടു
രാഗോന്മദങ്ങളെക്കണ്ടു!
ശർമ്മദശ്രീമയമാകു,മേതോ
കർമ്മബന്ധങ്ങളെക്കണ്ടു!
ജന്മാന്തരങ്ങളിലുള്ളോ,രേതോ
നർമ്മസല്ലാപങ്ങൾ കണ്ടു!
നമ്മളതു കണ്ട നേരം, അന്നു
നമ്മളെത്തന്നെ മറന്നു.
അദ്വിവ്യവിസ്മൃതിയെത്താൻ, പിന്നീ-
ടെത്രമാത്രം ഞാൻ കൊതിച്ചു!
വന്നവഴിക്കതുപോയി, ഞാനും
കണ്ണീരും, ഹാ ബാക്കിയായി!
അക്കൊച്ചുപൂമാലയോരോ,നവ-
സ്വർഗ്ഗകവാടം തുറക്കേ,
മുൻപുപിൻപൊന്നു നോക്കാതെ, വേഗം
വെമ്പി ഞാനെങ്ങോ പറന്നു!

എൻ മനതാരിനോടൊപ്പം, പിറ്റേ-
ന്നമ്മലർമാലയും വാടി;

ഇന്നതോർക്കുമ്പോഴേക്കും, അയ്യോ!
മന്മനം നീറുന്നു, ദേവീ!
എത്ര നിസ്സാരമാണോർത്താൽ, കഷ്ടം!
മർത്ത്യന്റെ മായികജന്മം!
എന്തിന്മേൽപ്പറ്റിപ്പിടിക്കാം?—മന്നി-
ലെന്തിനെ വിശ്വസിച്ചീടാം?
കണ്ണീർക്കണികകൾമാത്രം, തിങ്ങു-
മിന്നെന്റെ യാചനാപാത്രം
പൊട്ടിക്കുവാനിതാ, ദേവീ, നോക്കൂ,
തട്ടിപ്പറിക്കുന്നു ഭാവി.
ഏഴയാം ഞാനതിനേവം, ചെന്നു
കീഴടങ്ങാനാണു ഭാവം.
ഇത്തുച്ഛജീവിതസ്മേരം മായാ-
നത്രമേലില്ലിനി നേരം.
വിസ്തൃതഭാഗ്യത്തണലിൽ എന്നെ
വിസ്മരിച്ചേക്കു നീ മേലിൽ.
എൻമൂകഗീതവും ഞാനും, പോട്ടെ!
നന്നായ് വരട്ടെ ജഗത്തേ!
എന്നെ നിനക്കിനിവേണ്ടാ, മേലി-
ലെന്നെ നീയോർമ്മിച്ചിടേണ്ട,
കൃത്യാന്തരങ്ങൾക്കിടയിൽ, ഞാനാം
കൊച്ചുനീർപ്പോളതൻ കാര്യം,
അല്ലെങ്കിൽത്തന്നെയൊന്നോർക്കാൻ, നിന
ക്കില്ലല്ലോ തെല്ലും സമയം.
ഞാനൊരധഃകൃതനല്ലേ?— മമ
സ്ഥാനവും നിസ്സാരമല്ലേ?
ലോകമേ, യാത്രചൊല്ലുന്നേ,നെന്റെ
മൂകസംഗീതവും ഞാനും!

(മദനന്റെ മുഖം നിശ്ശേഷം രക്തശൂന്യമായിരിക്കുന്നു. അസ്വസ്ഥത യോടെ അവൻ ആ മരച്ചുവട്ടിൽ പൊങ്ങിനിന്ന ഒരു വേരിന്മേൽ, തലയ്ക്കു കൈയുംകൊടുത്തു ചിന്താമഗ്നനായി കുറച്ചുനേരം ചാരി യിരിക്കുന്നു. അല്പം കഴിഞ്ഞ് ഒരു ദീർഘനിശ്വാസത്തോടെ നിവർന്നി രിക്കുന്നു)

മദനൻ

(വ്യാകുലസ്വരത്തിൽ)

കാടിനകത്തിപ്പോളെങ്ങുനിന്നീ-
യോടക്കുഴൽവിളിയുദ്ഭവിപ്പൂ?
ഇത്രനാൾ കേട്ടപോലല്ലയല്ലോ
പുത്തനായുള്ളൊരിപ്രേമഗാനം.
ശങ്കിച്ചിരിക്കാതെവിടെനിന്നി-
സ്സങ്കടമിന്നിതിൽ വന്നുചേർന്നു?
സ്പഷ്ടമായ്ക്കാണുന്നു ഞാനിതിങ്കൽ-
ദ്ദഗ്ദ്ധാനുരാഗത്തിൻ ഗദ്ഗദങ്ങൾ
എന്തിനുവേണ്ടിയുദിച്ചതാണി-
ച്ചിന്തിച്ചിരിക്കാഞ്ഞ മാറ്റമാവോ!
ദിവ്യസംഗീതമേ, സുന്ദരമേ,
നിർവൃതിയാണു നീ വിസ്മയമേ!
പ്രേമവിശാലമേ, നിന്നിൽമുങ്ങി-
ക്കോൾമയിർക്കൊള്ളട്ടെ ലോകമെന്നും!
നിൻമണിവേണുവിൽനിന്നുതിരും
നിർമ്മലരാഗസംഗീതസാരം
ആശ്വസിപ്പിക്കട്ടെ മന്നിലെന്നു-
മാത്മക്ഷതത്തിന്റെ വേദനയെ!
നീ മറഞ്ഞാലും തിരയടിക്കും,
നീലക്കുയിലേ നിൻ ഗാനമെന്നും.
ഇങ്ങിതാ, മന്ദം വരികയാണ-
സ്സംഗീതസാമ്രാജ്യസാർവ്വഭൗമൻ.
ആ മുഖമയ്യോ! വിളർത്തു കാണ്മൂ-
കോമളമേ നിനക്കെന്തുപറ്റി?
മേല്ക്കുമേൽ നിന്നുള്ളിലിന്നൊരേതോ
തീക്കടലോളമടിക്കയല്ലേ?
നിർമ്മലമാനസാ, നീ ചരിക്കും
സ്യന്ദനമേതു വിഷാദമേഘം?
ഇസ്സങ്കടം കണ്ടു മാഴ്കയെന്യേ
നിസ്സാരജീവി ഞാനെന്തുചെയ്യാൻ?

(രമണൻ പ്രവേശിക്കുന്നു. വിളർത്തു ക്ഷീണിച്ച്, വ്യസനച്ഛായ പരന്ന മുഖം. മദനനെ കണ്ടമാത്രയിൽ മുഖഭാവം മാറ്റുവാൻ

കഴിയുന്നിടത്തോളം ശ്രമിക്കുന്നു. ഒരു നേരിയ പുഞ്ചിരി.)

മദനൻ

(അതേ പുഞ്ചിരിയോടുകൂടി)

നട്ടുച്ചനേരത്തെരിവെയില-
ത്തൊറ്റയ്ക്കിതുവരെയെങ്ങുപോയി?

രമണൻ

വെള്ളാരംകുന്നിന്റെ താഴ്‌വരയിൽ
വെള്ളിലക്കാട്ടിൽ കിടന്നുറങ്ങി.

മദനൻ

അക്കൊച്ചുതേന്മാവിൻമൂട്ടിൽനിന്നി-
ശ്ശർക്കരമാമ്പഴം വീണുകിട്ടി;
ഞാനിതും സൂക്ഷിച്ചുവെച്ചു നിന്നെ-
ദ്ധ്യാനിച്ചിരിക്കുകയായിരുന്നു!

രമണൻ

നേരാണു കേട്ടോ പതിവിലുമി-
ന്നേറെനേരം ഞാനുറങ്ങിപ്പോയി!

മദനൻ

ഒട്ടുനാളായി നീ കാട്ടിൽ വന്നാ-
ലൊറ്റതിരിഞ്ഞു നടപ്പതെന്തേ?

രമണൻ

നാനാവിചിന്തകൾകൊണ്ടു പൊള്ളും
പ്രാണന്റെ നീണ്ട ഞെരക്കമെല്ലാം
ഏകാന്തതയിലലിഞ്ഞുചേർന്നാൽ
ലോകമറിയാതിരിക്കുമല്ലോ!

മദനൻ

കഷ്ടം സഹോദര, നിൻ ഹൃദന്തം
ചുട്ടുനീറ്റുന്നതേതഗ്നികുണ്ഡം?

തെല്ലുനാൾകൊണ്ടിക്കൊഴുത്ത ഗാത്രം
എല്ലുംതൊലിയുമായ്ത്തീർന്നുവല്ലോ!
ആകസ്മികമായ് നിനക്കു നേരി-
ട്ടാകുലമെന്തെ,ന്നോടോതണേ നീ.

രമണൻ

അയ്യോ! മദന, മൽച്ചുറ്റുപാടും
തീയാണു, തീയാണടുത്തുകൂടാ!
പൊള്ളുന്നു ജീവനെനിക്കു; ഞാനീ-
യല്ലലിൽ നീറിദ്ദഹിച്ചുപോകും!
വിട്ടുമാറാത്തൊരിച്ചിന്തയെന്റെ
പട്ടടകൂട്ടുവാനായിരിക്കും.
നിർണ്ണയമിന്നീ നിരാശയയ്യോ!
നിർമ്മിക്കയാണെൻ ശവകുടീരം!
ഞാനതിനുള്ളിൽ വെറുങ്ങലിച്ചെൻ-
ഗാനവും നിർത്തിക്കിടന്നിടട്ടെ!
പാഴിലിജ്ജ്യേഷ്ഠനെയോർത്തു മേലിൽ
കേഴരുതല്പവും, സോദരാ, നീ.

മദനൻ

എന്തയ്യോ! നീയിക്കഥിപ്പതെന്നോ-
ടെന്തൊരു വാക്കുകളാണിതെല്ലാം?
ഇത്തരം തീപ്പൊരിച്ചിന്തയെല്ലാ-
മിക്ഷണം ദൂരെ ത്യജിക്കണം നീ.
നിൻമുഖം കാണുമ്പോളെന്റെ ജീവൻ
വിങ്ങിക്കരയുന്നു വേദനയാൽ.
താവകജീവിതമിത്രപെട്ടെ-
ന്നീവിധം മൂടിയിരുണ്ടതെന്തേ?

രമണൻ

അയ്യോ! മദന, നീയെന്തറിഞ്ഞു?
വയ്യെനിക്കിന്നാക്കഥ പറയാൻ.
അത്രമേലുൽക്കടചിന്തകളാൽ
ക്ഷുബ്ധമാണിപ്പോഴെന്നന്തരംഗം.

ഇക്കാണും കോടക്കാറെന്നു മാറാൻ?
ഇക്കാണും കൂരിരുട്ടെന്നു മായാൻ?
എൻമുന്നിലെല്ലാം നിരാശമാത്രം
കണ്ണീരിൽ മുക്കും നിരാശമാത്രം!
മാമകജീവിതഭാഗ്യതാര-
മായാമയൂഖങ്ങളസ്തമിച്ചു.
ഇല്ലിനി, വീണ്ടും വരില്ലടുത്താ
വെള്ളിക്കതിരുകളൊന്നുപോലും!
പണ്ടൊക്കെ ഞാനാ പ്രണയതീർത്ഥം
കണ്ടിട്ടും കാണാത്തമട്ടൊഴിഞ്ഞു.
ഇന്നിതാ, ഞാനതിൽ ഞാനറിയാ-
തെന്നേക്കുമായിട്ടടിഞ്ഞുപോയി!
പ്രാണരക്ഷാർത്ഥം തുടിച്ചു നീന്താൻ
ഞാനിക്കയത്തിൽ ശ്രമിക്കുവോളം.
അത്രമേൽ കൈകാൽ കുഴ,ഞ്ഞഭയം
കിട്ടാതെ, മേന്മേൽത്തളർന്നടിവൂ!
എന്നെയിതിൽനിന്നെടുത്തുകേറ്റാൻ
സമ്മതം മൂളുകയില്ലപോലും,
സന്തതമെന്നെയടിച്ചുതാഴ്ത്തും
സമ്പൽപ്രഭാവത്തിൻ നിർദ്ദയത്വം.
വേണ്ട, ഞാനാശിപ്പതില്ലതൊന്നു;-
മാണ്ടുപോകട്ടെ ഞാനിക്കയത്തിൽ!
ജീവിതമിപ്രേമവല്ലരിയെ-
പ്പൂവണിയിക്കുകയില്ലയെങ്കിൽ
മൃത്യുവിലെങ്കിലും ഞാനതിന്റെ
പുഷ്പങ്ങൾകൊണ്ടൊരു മാലകെട്ടും!

മദനൻ

നിസ്സാരമായൊരു പെണ്ണുമൂലം
നിത്യനിരാശയിൽ നിന്റെ കാലം
ഈവിധം പാഴാക്കുകെന്നതാണോ
ജീവിതധർമ്മം?- ഒന്നോർത്തുനോക്കൂ.

(രമണന്റെ മുഖം ചാരംപോലെ വിളറിപ്പോകുന്നു. പെട്ടെന്നു വീണ്ടും അരുണവർണ്ണമായിത്തീരുന്നു.)

രമണൻ

യുക്തിവാദത്തിന്റെ സീമകൾക്കും
ശുഷ്കസമുദായനീതികൾക്കും
അപ്പുറംനില്ക്കുന്നതാണുലകിൽ,
നിഷ്ഫലമെങ്കിലു,മെന്റെ രാഗം!

(അത്യന്തം വ്യസനസ്വരത്തിൽ)

നീയെന്നെയെന്തും പറഞ്ഞുകൊള്ളൂ!
നീതികൊണ്ടെന്നെയെറിഞ്ഞുകൊള്ളൂ!
എങ്കിലു...മക്കൊച്ചു... ബാ...ലി...ക...യെ
....

(ഗദ്ഗദത്താൽ തുടരാൻ സാധിക്കുന്നില്ല. കണ്ണിൽ ജലം നിറയുന്നു.)

മദനൻ

(വിളറിയ മുഖത്തോടുകൂടി)

മാപ്പുചോദിപ്പൂ ഞാൻ;—ഈയുതിരും
ബാഷ്പമെനിക്കു സഹിച്ചുകൂടാ!
മേലിലൊരിക്കലുമില്ല, ഞാനാ-
ബ്ബാലയെച്ചെറ്റും പഴിക്കയില്ല.

രമണൻ

അല്ലിലവളെന്റെ സാന്ത്വനത്തിൻ
വെള്ളിനക്ഷത്രമാണോർക്കണം നീ.

മദനൻ

അത്താരകത്തെക്കുറിച്ചു പാടാൻ
പൊട്ടിത്തകർന്ന മുരളിയാണോ?

രമണൻ

ആ വെള്ളിനക്ഷത്രമിന്നിമേലെൻ
ജീവിതത്തിന്നോടടുക്കുകില്ല.
കഷ്ടം! കൊതിയുണ്ടു പാടുവാനെൻ
ചിത്തമുരളി തകർന്നുപോയി!
ഇക്കണ്ണുനീരും നിരാശയുമാ-
യൊറ്റയ്ക്കു ഞാനീ വനാന്തരത്തിൽ,

ഹാ! മരണത്തിൻ സമാഗമം കാ-
ത്തീമട്ടിരുന്നു കരഞ്ഞുകൊള്ളാം!
വിത്തപ്രതാപാനുഭൂതിയിങ്കൽ
വിസ്മരിച്ചേക്കട്ടെ ലോകമെന്നെ!
ഞാനുമെൻ ഗാനവും മണ്ണടിഞ്ഞാൽ
മാനവലോകത്തിനെന്തു ചേതം?

(പോകുന്നു)

(ഗായകസംഘം പ്രവേശിക്കുന്നു)

ഒന്നാമത്തെ ഗായകൻ

ഇനിയൊരിക്കലും ഇനിയൊരിക്കലും
പ്രണയദീപമേ, തെളിയുകില്ല നീ.
കഴിഞ്ഞു നിന്നുടെ കരൾ കവർന്നൊരാ-
ക്കവനസാന്ദ്രമാം കനകകാന്തികൾ!
തകർന്നടിയുന്നു തവ പീഠത്തിങ്കൽ
തരളമാമൊരു തരുണമാനസം!
ഹതനിരാശതന്നിടിവെട്ടിൽ സ്വയം
ചിതറിപ്പോയൊരു ചകിതമാനസം
കപടലോകമേ, പഴിച്ചിടായ്ക നീ
കറയെഴാത്തൊരക്കുരുന്നുജീവനെ!-
അഴൽക്കൊടുങ്കാറ്റിൽ ചെറുചിറകുകൾ
കുഴഞ്ഞുവീണൊരാക്കുരുവിക്കുഞ്ഞിനെ!-
അനുപമാദർശദ്യുതിയിലിത്രനാ-
ളലിഞ്ഞിരുന്നൊരാലസൽക്കിനാവിനെ!-
മലിനലോകത്തിൻ തിമിരത്തിൽ ദ്യുതി
മയങ്ങി മങ്ങുമാ മണിവിളക്കിനെ!-

രണ്ടാമത്തെ ഗായകൻ

കപടതകൾ തിങ്ങിയ ദുഷ്ടലോകം
കരൾ കരളുമാറൊരദൃഷ്ടശോകം;
ഭുവനമിതിലെങ്ങും നികൃഷ്ടഭോഗം;
അവനണിവതെന്നാൽ വിശിഷ്ടരാഗം!
വിഫലതയിലാ സ്വപ്നം തേഞ്ഞുമായാം;
വിധിവിഹിതമെന്താണെന്നാർക്കറിയാം?

പൊരിവെയ്‌ലിൽപ്പെട്ടെന്നെരിഞ്ഞു വാടി
സുരസുഭഗപ്രേമത്തിൻ പുഷ്പവാടി!

മൂന്നാമത്തെ ഗായകൻ

ഏകാന്തകാമുക, നിന്റെ മനോരഥം
ലോകാപവാദത്തിൻ കേന്ദ്രമായി!
നിസ്തുല, നിന്നെ നീയായിട്ടു കാണുവാ-
നത്രയ്ക്കുയർന്നിട്ടില്ലന്യരാരും!
രാഗൈകമൂർത്തിയാം നീയുമീ നിഷ്കൃപ-
ലോകവും ചേരുകയില്ല തമ്മിൽ.
നേരിന്റെ നേരിയ വെള്ളിവെളിച്ചത്തിൽ
നീയിന്നൊരു ദേവനായിരിക്കാം;
എന്നാലതൊന്നുമറിയുകയില്ലാരു-
മിന്നതുകൊണ്ടു നീ പിന്മടങ്ങൂ!
നിത്യനിരാശയിൽ നിന്നഭിലാഷങ്ങൾ
പൊത്തിപ്പിടിച്ചു കിടന്നുറങ്ങൂ!
വറ്റാത്തൊരീയശ്രുഗംഗയിൽപ്പെട്ടു നീ
ചുറ്റിക്കറങ്ങിയിട്ടെന്തു കാര്യം?
നശ്വരമാണിങ്ങു കാണുന്നതൊക്കെയും;
വിഭ്രമിക്കാതെ നീയാശ്വസിക്കൂ.

മൂന്നാം ഭാഗം

രംഗം ഒന്ന്

(വനം. രമണനും മദനനും പാറപ്പുറത്തിരിക്കുന്നു. സമയം മദ്ധ്യാഹ്നം. രമണന്റെ മുഖം നിശ്ശേഷം വിളറി വിഷാദകലുഷിതമായി കാണപ്പെടുന്നു.)

രമണൻ

മദന, ഞാനെന്തുപറയട്ടെ!മമ
ഹൃദയം നീറുന്നു, പുകയുന്നു!
സഹിയാനാകാത്ത കദനഭാരവും
സഹതാപമറ്റ ജനതയും-

ഇവിടെയെന്തിനീ വിഫലജീവിത-
മിനിയും പേറി ഞാനലയണം?

മദനൻ

(രമണന്റെ പുറത്തു തലോടിക്കൊണ്ട്)

കരയുന്നോ, കഷ്ടം! രമണ, നീയൊരു
കറയറ്റ വെറും ശിശുപോലെ?
വിവരമുള്ള നീ വെറുതെയീവിധം
വിലപിച്ചീടുവതുചിതമോ?
സുഖവും ദുഃഖവുമിടകലർന്നൊരീ
മഹിയിൽ നാം വെറും നിഴലുകൾ!
അനുസരിക്കണമിവിടെ നാം വിധി-
യരുളുമാജ്ഞകളഖിലവും.
അനുഭവിക്കണം വരുവതൊക്കെയു-
മശരണന്മാർ നാമിവിടത്തിൽ.
അതിനു കീഴ്പ്പെടാൻ കടമപ്പെട്ടോർ നാ-
മഴലാതാശ്വസിച്ചമരണം.
വരുവതൊക്കെയും ശുഭമാണെന്നോർത്തു
മരുവുകെന്നോമത്സഹജ, നീ.
ഒരു ദിവസമീയിരുളെല്ലാം നീങ്ങും;
വരുമുദയത്തിൻ നിഴലാട്ടം;
അതു വരുവോളം വഴിപോലാശ്വസി-
ച്ചയി സഹജ, നീയമരണേ!

രമണൻ

ഇരുളെല്ലാം നീങ്ങും, ഇരുളെല്ലാം നീങ്ങും
വരുമുദയമെന്മരണത്തിൽ!
ശവകുടീരത്തിൻ ഹൃദയത്തിലാണെൻ-
ഭുവനശാന്തിതൻ കിരണങ്ങൾ,
അതുവരെക്കുമിശ്ശ്ലിഥിലമാനസ-
മെരിപൊരിക്കൊള്ളുമെരിതീയിൽ!

മദനൻ

അശുഭചിന്തകളിവകളെയൊന്നോ-
ടകലെ വിട്ടു നീ പിരിയണേ!

ശുഭസമാപ്തിതൻ ദൃഢവിശ്വാസത്തി-
ലഭയം തേടി നീ കനിയണേ!
അരുതെനിക്കു, നിൻ ഹൃദയമീവിധ-
മെരിയും കാഴ്ച കണ്ടമരുവാൻ!

രമണൻ

മറവിൽ വെച്ചിട്ടില്ലൊരു രഹസ്യവും,
മദന, ഞാൻ നിന്നോടിതുവരെ.
അവനിയിൽ മമ പ്രണയനാടക-
മവസാനിക്കുവാൻ സമയമായ്!
അവളതിന്നന്ത്യയവനികയിടാ-
നവസരം നോക്കി മരുവുന്നു.
അവളെക്കാണുവാൻ തരമായീടാത്ത
കവനശൂന്യമാം ദിവസങ്ങൾ
കഴിയുന്നുണ്ടോരോന്നൊരുവിധ,മോരോ
കരിതേച്ച രാവും പകലുമായ്!
അവസാനമൊരു നിണമണിയലി-
ലവസാനിക്കുമീയഭിനയം!
പതിവായെന്നോടക്കുഴൽവിളി കേട്ടാൽ
പടിവാതില്ക്കലേക്കതിവേഗം
കരൾമിടിച്ചോടിയണയാറുള്ളൊര-
പ്പരമനിർവ്വാണകവിതയെ
കണികാണാൻപോലും തരമാകാതെത്ര
ദിനരാത്രങ്ങളായ്കഴിയുന്നു!
അവളെക്കാണാൻ ഞാനതുവഴി പോകു-
മനുദിനം പലേ തവണയും;
കിളിവാതിലിന്റെ മറവിലും, പക്ഷേ,
കിളരില്ലാ മുഖവിധുബിംബം.
വ്യതിയാനമിതു പരമദുസ്സഹ;-
മിതിനു ഞാനെന്തു പിഴചെയ്തോ!
അവളെക്കാണാതൊരരവിനാഴിക-
യരുതെനിക്കിനിക്കഴിയുവാൻ!
ഇനിയും ഞാനുമീ വിരഹവും തമ്മി-
ലിതുവിധം കൂടിക്കഴിയുകിൽ,

അവശേഷിക്കുകില്ലിനിയധികനാ-
ളവശജീവിതമിതു നൂനം!
മമ സൗഭാഗ്യത്തിൻ രജതതാരകം
മറവായ്—എൻ ചുറ്റുമിരുളായി!
ഇതിലെൻ പട്ടടയുയരും; ജീവിത-
മിവിടെ ജീർണ്ണിച്ചു വിലയിക്കും!
കഥയിമ്മട്ടായാലിവനെയോർത്തന്നു
കരയരുതെൻ പൊന്നനുജാ, നീ.

മദനൻ

ഒരു ലേശമെന്നിൽക്കനിവുണ്ടെന്നാകിൽ-
പ്പറയരുതേവം, രമണ, നീ.
വിലയേറും നിന്റെ മഹിതജീവിത-
വിജനവാടിയിലൊരുകാലം
അണയു,മാനന്ദഭരിതശാന്തിത-
ന്നനുപമോജ്ജ്വലമധുമാസം;
വിരവിലന്നോമല്പരിമളം വീശി
വികസിക്കും ചിന്താമലരുകൾ!
അതു നോക്കിക്കരൾ കുളിരുമ്പോളന്നീ-
യനുജനുമൊരു ചിരി തൂകും-
അതുവരേക്കുമെൻ ഹൃദയവും നിത്യ-
മമിതവേദനം വിലപിക്കും!

രംഗം രണ്ട്

(ചന്ദ്രികയുടെ വിവാഹദിവസം. പ്രഭാതം. വനത്തിന്റെ ഒരു ഭാഗം. മദനൻ വ്യസനപരവശനായി ഒറ്റയ്ക്കു ഒരു പാറപ്പുറത്ത് ഇരിക്കുന്നു.)

മദനൻ

ദുർദ്ദിവസമേ, വന്നുചേർന്നിതൊ-
രഗ്നികുണ്ഡവുമായി നീ!
ഹോമിക്കുമിതിലിട്ടു നീയിന്നൊ-
രോമല്പൂമൃദുമാനസം
ജീവിതത്തിന്റെ ഭൗതികോന്മദം
താവിടും തവ താഡനം

വേദനിപ്പിക്കുമിന്നൊരു നേർത്ത
വേണുനാദത്തിൻ മാർദ്ദവം!
ഹന്ത, നീ ചുട്ടെരിക്കുമിന്നൊരു
പൊൻകിനാവിന്റെ നന്ദനം!
എന്തിനല്ലെങ്കിലീവിധമിത്ര
വെമ്പിയിങ്ങോട്ടു പോന്നു നീ!

ഉല്ലസൽശ്രീവസന്തത്തെപ്പച്ച-
മുല്ലക്കാടെന്നമാതിരി,
ആർത്തജിജ്ഞാസം പണ്ടുപണ്ടൊക്കെ-
ക്കാത്തിരുന്നു, ഹാ, നിന്നെ ഞാൻ!
കഷ്ടമിന്നു നിന്നാഗമമൊരു
വജ്രപാതമായ്ത്തീർന്നു മേ!
ഇന്നു നീ തീർക്കും ചന്ദ്രികയുടെ
മഞ്ജുകല്യാണമണ്ഡപം
എത്രയോ പൊൻകിനാക്കൾതൻ ശവ-
പ്പെട്ടിയാണെന്നറിയുമോ?.....

കണ്ടുമുട്ടിയുലകിലെന്തിനോ
രണ്ടു ജീവിതവീചികൾ!
ഇന്നവ രണ്ടും രണ്ടു മാർഗ്ഗമായ്-
ത്തമ്മിൽ വേർപിരിയുന്നിതാ;
ഒന്നനന്തനിരാശയിങ്കലേ-
ക്കൊന്നു സൗഖ്യത്തിലേക്കുമായ്!
എന്തിനോ കണ്ടുമുട്ടി തങ്ങളിൽ
രണ്ടു കൊച്ചു മരാളങ്ങൾ
കണ്ണുനീരലതല്ലിടുന്നൊരാ
കർമ്മബന്ധവാരാശിയിൽ!
പുല്കി തെല്ലിട തമ്മിലെന്തിനോ
പൂവിട്ട രണ്ടു വല്ലികൾ,
പിന്നെക്കാണുവാൻപോലുമായിടാ-
തെന്നെന്നേക്കുമായ് വേർപെടാൻ!
ആരറിവൂ, വിധിവിലാസങ്ങ-
ളാത്മബന്ധത്തിൻ മായകൾ!

ചന്ദ്രികേ, കഷ്ടമാക്കിനാവിനെ-
യെന്തിനേവം ചതിച്ചു നീ?
സുന്ദരമായൊരാ മുരളിക-
യെന്തിനേവം തകർത്തു നീ?
കഷ്ട,മിന്നു നിൻ ലക്ഷ്യമെന്തൊ,രു
ശുഷ്കമാകുമാസ്വാദനം!
നെഞ്ചിടിപ്പിൽത്തളർന്നു, തോരാത്ത
കണ്ണുനീരിൽക്കുളിച്ചിതാ,
നില്ക്കയാണു നിൻ പിന്നിലായൊരു
നിഷ്കളങ്കനിരാശത!
കാഴ്ചവെച്ചു സമസ്തവും നിന്റെ
കാൽത്തളിരിലിജ്ജീവിതം-
ലോകഭാവനയോമനിക്കുമൊ-
രാകുലാർദ്രസംഗീതകം
മന്നൊരിക്കലും വിസ്മരിക്കാത്ത
മഞ്ജുനീഹാരഹാരകം-
നീയതയ്യോ! ചവിട്ടിനീക്കയോ
നീരസംനടിച്ചീവിധം?
ഓർക്കുവതില്ല നീയശേഷമി-
ത്തീക്കനലെരിപ്പാതകം!-
കാമത്തിൻ സർപ്പക്കാവിൽ നിൻ കണ്ണു-
കാണാതിന്നലയുന്നു നീ
ഗദ്ഗദം ചൊരിയുന്നു, നിൻ പിന്നിൽ-
ച്ചുട്ടുനീറുമൊരാദർശം;
എത്രകാലം തപസ്സുചെയ്കിലും
കിട്ടിടാത്തൊരു നൈർമ്മല്യം-
എന്തൊടു,വിൽ ഞെരിക്കുകയെന്നോ
നൊന്തു കേഴുമതിനെ നീ!

പ്രേമം പൂത്ത മരതകത്തോപ്പിൽ
ഹേമന്തം നൃത്തമാടുമ്പോൾ,
ചന്ദ്രിക ചിത്തകുഞ്ജത്തിൽക്കുളിർ-
ച്ചന്ദനച്ചാറു പൂശുമ്പോൾ,

മുങ്ങിടാറുണ്ടിക്കാനനമൊരു
സംഗീതത്തിൻ യമുനയിൽ!
ശോകമഗ്നമാണെങ്കിലെന്ത,തിൻ
രാഗമാധുരി കേവലം
സ്തബ്ധമാക്കി ചരാചരങ്ങളെ
ലബ്ധസായുജ്യമൂർച്ഛയിൽ!

നാണയത്തുക നോക്കിമാത്രമാ
വേണുഗോപാലബാലനെ
തൽപ്രണയവൃന്ദാവനത്തിൽനി-
ന്നാട്ടിയോടിച്ച ലോകമേ,
നിഷ്കൃപത്വം പതിയിരിക്കുന്ന
ശുഷ്കവിത്തപ്രതാപമേ,
പൊന്നുരുക്കിച്ചമച്ചതല്ലല്ലോ
നിന്നുടലപ്പരാപരൻ.
മണ്ണുതാനതും— നിർണ്ണയം വെറും-
മണ്ണിൽത്താനതടിഞ്ഞുപോം!
നിന്റെ ധർമ്മവും നീതിബോധവും
കണ്ടറിയുവോനാണു ഞാൻ.
ഭാഗ്യവാതമടിച്ചു പൊങ്ങിയ
നേർത്തു ജീർണ്ണിച്ച പഞ്ഞിയും
തെല്ലുയരുമ്പോൾ ഭാവിക്കാ,മൊരു
ഫുല്ലതാരകംമാതിരി;
വന്നടിഞ്ഞിടും പിന്നെയും കാറ്റു
നിന്നിടുമ്പൊളതൂഴിയിൽ;
ഉച്ചത്തിലല്പമെത്തിയാൽ,പ്പിന്നെ-
ത്തുച്ഛതയായി ചുറ്റിലും!
നീയും കൊള്ളാം, നിൻ നീതിയും കൊള്ളാം
നീചവിത്തപ്രതാപമേ!
മഞ്ജുമഞ്ഞുനീർത്തുള്ളിപോൽ, മിന്നി
മങ്ങിടുന്നൊരിജ്ജീവിതം-
മാരിവില്ലുപോൽ, മാഞ്ഞുമാഞ്ഞുപോം
മായികമാമിജ്ജീവിതം-

അർത്ഥദുർഗ്രഹമാമൊരു വെറും-
സ്വപ്നമാത്രമിജ്ജീവിതം-
സ്വന്തമെന്നോർത്തഹങ്കരിപ്പു നീ,
ഹന്ത! നിർല്ലജ്ജലോകമേ!
വിത്തധാടികൾകൊണ്ടതിലോരോ
പൊല്പതാക പറത്തുവാൻ-
ക്ഷുദ്രശക്തികൾകൊണ്ടതിലൊരു
ഭദ്രദീപം കൊളുത്തുവാൻ-
സ്വാർത്ഥതയാലതിൻ വിലാസങ്ങൾ
പേർത്തുമുജ്ജ്വലിപ്പിക്കുവാൻ-
ബദ്ധമോദമൊരുമ്പെടുന്നു നീ,
ബുദ്ധിയില്ലാത്ത ലോകമേ!
മേല്ക്കുമേൽ നിന്റെ ഗോഷ്ടികളൊക്കെ
നോക്കിനില്ക്കും മരണമോ,
കേവലം പരിഹാസഭാവത്തിൽ-
ത്തൂവുകയാണു പുഞ്ചിരി!
ഒന്നതെങ്ങാൻ വിരലമർത്തിയാ-
ലന്നിമേഷം തകർന്നു നീ!
നിന്നയുതകനകഭണ്ഡാര-
മൊന്നൊഴിയാതെ നല്കിലും
പാദമൊന്നതിളക്കുകില്ല,തിൻ
പാതയിൽനിന്നൊരിക്കലും!
കഷ്ടമെന്തിനു പിന്നെ നിന്റയീ
വിത്തധാടിയും ഗർവ്വവും?

കേവലമജപാലനെങ്കിലും
ഹാ! കുബേരനല്ലെങ്കിലും
ഉണ്ടവനൊരു ചെമ്പനീരലർ-
ച്ചെണ്ടുപോലുള്ള മാനസം!
സ്വർഗ്ഗസംഗീതസാന്ദ്രമാമൊരു
സ്വപ്നസാമ്രാജ്യവേദിയിൽ
അശ്വമേധം കഴിച്ചുവാഴുന്ന
ചക്രവർത്തിയാണിന്നവൻ!

കല്പകാലംവരെജ്ജ്വലിപ്പൊരു
ഭദ്രദീപികയാണവൻ!
ഇന്നവനെയവഗണിപ്പു നീ,
കണ്ണുകാണാത്ത ലോകമേ!
ഒക്കെയും ഞാൻ സഹിക്കാം—പക്ഷേയാ
ഗ്ഗദ്ഗദമപ്രരോദനം
രക്തശൂന്യമായ്ശ്ശോചനീയമാ-
യൊട്ടിയോരക്കവിൾത്തടം,
കത്തുമക്കരളിങ്കൽനിന്നുള്ളൊ-
രഗ്നിപർവ്വതസ്പന്ദനം-
ഹാ! സഹിക്കാനരുതതുമാത്രം
ലേശവുമെനിക്കെന്നുമേ!
കഷ്ടമെങ്ങനെ സാന്ത്വനിപ്പിക്കു-
മപ്രണയവിവശനെ?
ആനന്ദിപ്പിപ്പതെങ്ങനെ മേലി
ലാ നിഹതനിരാശനെ?
കണ്ണുനീരോടെതിർത്തുനില്ക്കുവാൻ
കർമ്മധീരനുമല്ലവൻ!
എങ്ങനെ പിന്നെയാശ്വസിപ്പിപ്പ-
തിന്നു ഞാനെൻ സുഹൃത്തിനെ?
ഇന്നു രാത്രിയിൽ സംഭവിക്കുന്നു
ചന്ദ്രികതൻ പരിണയം.
ഇപ്പൊഴുതുമറിഞ്ഞിട്ടില്ലവ-
നക്കഥയൊന്നുമേതുമേ
ചെറ്റുനാളായ് പരസ്പരം കാണാൻ
പറ്റിടായ്കയാൽപ്പോലുമേ
ഇത്രമാത്രമെരിഞ്ഞു നീറുമാ
മുഗ്ദ്ധരാഗാർദ്രമാനസം
ഇക്കഥയെങ്ങാനിന്നറിയുകിൽ-
ക്കഷ്ട,മെന്തു ചെയ്യേണ്ടു ഞാൻ?

എന്തിനിശ്ശോകനാടകത്തിങ്ക-
ലെന്നെയും സാക്ഷിയാക്കി നീ?
ഹന്ത! മന്മനം പൊള്ളുവാനിട-

മെന്തിനെൻ പ്രാണനായി നീ?
കഷ്ടമായി, സഹോദര, നമ്മ-
ളൊത്തുചേർന്നിത്രകാലവും
ഒറ്റജീവനായ് വാണതി,ങ്ങനെ
ചുട്ടുനീറുവാനാണെങ്കിൽ!

(ദൂരത്തേക്കു നോക്കി ഭയവ്യാകുലതകളോടെ)

എന്തിതോ,ടി വരുന്നതാരിങ്ങോ-
ട്ടെ,ന്തിതെന്തെൻ രമണനോ?
എന്തു മാറ്റം!—ഭയങ്കരം!—നിന-
ക്കെന്തുപറ്റി സഹോദര?
നിന്നെക്കാൺകേ നടുങ്ങിപ്പോകുന്നി-
തിന്നു ഞാനി,തെന്തത്ഭുതം?
എന്തിനുള്ളോരൊരുക്കമാണിതു
ഹന്ത, കാണാനരുതു മേ!
നീയൊരേതോ പിശാചിനെപ്പോലെ
പായുന്നെന്തിനാണിങ്ങനെ?
നീയുമിന്നാ നിശിതവാർത്തതൻ-
തീയിൽപ്പൊള്ളിയിരിക്കണം!
നിന്മുഖം തെളിച്ചോതുന്നുണ്ടതു
ദുർന്നിവാരമാം ഭാവത്തിൽ
ഹന്ത! ദൈവമേ, സാധുവാമെന്നെ-
യെന്തിനേവം വലപ്പൂ നീ?
മത്സുഹൃത്തേ, രമണ, നീ ശാന്ത-
സുസ്മിതാസ്യനായ് മാറണേ!
ശക്തനല്ല ഞാൻ നിന്റെയീ മുഖ-
ത്തുറ്റുനോക്കുവാൻ ലേശവും!
ഞാനിത, വിറക്കൊൾകയാണയ്യോ!
മാനസം പതറുന്നു മേ!
എന്തു ചെയ്യും ഞാനെ,ന്തു ചൊല്ലും ഞാ-
നെ,ന്തിതെന്തിനുള്ളാരംഭം?
ചിന്തനാതീതദാരുണമാമി-
തെന്തി,തെന്തൊരു നാടകം?

മംഗളമാ യവനിക വീണീ
രംഗം വേഗം മറയണേ!

രംഗം മൂന്ന്

(വനത്തിന്റെ ഹൃദയം. അർദ്ധരാത്രി. ഇരുട്ടും മങ്ങിയ നിലാവും. ചുറ്റും ആവൽച്ചിറകടികൾ. കിടുകിടുപ്പിക്കുന്ന എന്തോ ഒരു ഭയങ്കരത. പരുപരുത്ത ഒരു കാറ്റ്. മുളങ്കാടിന്റെ അസുഖപ്രദമായ ഒരു വക കുഴൽവിളി. നേരിയ മർമ്മരം. തണുപ്പ്. കാട്ടരുവിയുടെ കളകളശബ്ദം.

രമണൻ ഒരു പിശാചിനെപ്പോലെ പ്രവേശിക്കുന്നു. വികൃതമായ മുഖഭാവം. പാറിപ്പറന്ന തലമുടി. ജ്വലിക്കുന്ന കണ്ണുകൾ. രൂക്ഷമായ നോട്ടം. ഇടയ്ക്കിടെ പൈശാചികമായ ഒരു വക പൊട്ടിച്ചിരി. വേച്ചുവേച്ചു ഭ്രാന്തനെപ്പോലുള്ള നടപ്പ്. കൈയിൽ പിരിച്ചുമുറുക്കിയ ഒരുമാറു കയറ്.

വന്നുവന്ന് അരുവിയുടെ വക്കത്ത് ഉള്ളിലേക്കുന്തിനില്ക്കുന്ന പാറക്കല്ലിന്മേൽ കയറിനില്ക്കുന്നു. അരുവിയിലേക്കു ചാഞ്ഞുകിടക്കുന്ന ഒരു മരത്തിന്റെ കൊമ്പിന്മേൽ പിടിച്ചു ബലം പരീക്ഷിച്ചിട്ട്, 'ഹാ ഹാ' എന്ന് വികൃതമായ ഒരു പൊട്ടിച്ചിരി.)

രമണൻ

ഹൃദയരക്തം കുടിച്ചു തടിച്ചിടും
ഹൃദയശൂന്യപ്രപഞ്ചമേ, ഘോരമേ
കുടിലസർപ്പമേ കാളകാകോളമേ,
കുടലുമാലയണിഞ്ഞ കങ്കാളമേ,
മതി മതി, നിന്റെ ഗർജ്ജന—മെന്മനം
ചിതറിടുന്നു, ദഹിച്ചുവീഴുന്നു ഞാൻ!
എവിടെ?—എന്താണൊരുക്കുന്നതിന്നു നീ-
യവിടെ? എന്തെൻ ചുടലക്കിടക്കയോ?
കഴുകർ വന്നുചിറകടിച്ചാർത്തിടും
കഴുമരങ്ങളോ കാണുന്നു മുന്നിൽ ഞാൻ?
ഇവിടെയെന്തു തീ, യെന്തു ചൂടൊ,ന്നിനി-
യെവിടെയോടേണ്ടു?-പൊള്ളുന്നു ജീവിതം!
അരുതൊരായിരം സർപ്പങ്ങളൊന്നുചേർ-
ന്നഹഹ! കെട്ടുപിണയുന്നു ജീവനിൽ!

സിരകളൊക്കെയും ഞെക്കിപ്പിഴികയാ
ണൊരു ഭയങ്കരഹസ്തമദൃശ്യമായ്.

(ഒന്നു ഞെട്ടി പുറകോട്ടൊഴിഞ്ഞ് ചുറ്റും നോക്കിയിട്ട്)

മണിമുഴക്കം—മരണം വരുന്നൊരാ-
മണിമുഴക്കം—മുഴങ്ങുന്നു മേൽക്കുമേൽ!
ഉയിരു പൊള്ളിക്കുമെന്തു തീച്ചൂളയാ-
ണുയരുവതനുമാത്രമെൻ ചുറ്റുമായ്!
മരണമേ, നീ ശമിപ്പിക്കുകൊന്നു നിൻ-
മഴ ചൊരിഞ്ഞതിൽ ധൂളികാപാളികൾ
അരുതരുതെ,നിക്കീ വിഷവായുവേ-
റ്റരനിമിഷമിവിടെക്കഴിയുവാൻ!
ധരയിതിൽ, കഷ്ട,മെന്തെൻകളേബരം
വെറുമൊരു ശുഷ്കപാഷാണപഞ്ജരം!
പരസഹസ്രം കൃമികീടരാശിതൻ-
വെറുമൊരാഹാരകേദാരശേഖരം!
വെറുതെയെന്തിനതും ചുമന്നിങ്ങനെ
പൊരിവെയിലത്തലഞ്ഞു നടപ്പു ഞാൻ?
അതു മണലിലടിയട്ടെ; ശാന്തിതൻ-
മൃദുലശയ്യയിൽ വിശ്രമിക്കട്ടെ ഞാൻ!
വിലപെടുമിപ്രപഞ്ചത്തിനില്ലൊരു
ഫലവുമെന്നെപ്പുലർത്തിയകൊണ്ടിനി!
മറവിയിൽ ഞാനിടയട്ടെ! മജ്ജഡം
മണലിലാണ്ടു ലയിക്കട്ടെ നിഷ്ഫലം.

(പാറപ്പുറത്ത് പൊടുന്നനെ ഇരിക്കുന്നു. ആകാശത്തിലേക്കുറ്റു നോക്കി ഒരു വികൃതമായ രോദനത്തോടെ ഒന്നു ചൂളിക്കൊണ്ട്)

മഹിയിൽ മാമകജീവിതമിത്രനാൾ
മധുരമാക്കിയ വെള്ളിനക്ഷത്രമേ,
പിരിയുകയാണു നീയുമനന്തമാ-
മിരുളിലെന്നെ വെടിഞ്ഞിദ, മോമലേ!

ഇവിടെയിത്തമോമണ്ഡലവീഥിയി-
ലവശജീവി ഞാനെന്തു ചെയ്തീടുവാൻ?
അനുപമഭോഗശൃംഗകത്തിങ്കലേ-
ക്കഴകിലേവം കുതിച്ചുയരുന്നു നീ;
അതുപൊഴുതിതാ, ഞാനോ?—വെറുങ്ങലി-
ച്ചടിവു നൈരാശ്യപാതാളവീഥിയിൽ!

(കൊടുംകൈ കുത്തി ഒരു വശത്തേക്കു ചരിഞ്ഞ്, ശിരസ്സുതാങ്ങിക്കൊണ്ട്)

ശരി,യിതുതന്നെ ലോകഗതി;— യതേ
സ്ഥിരതയില്ലിപ്രപഞ്ചത്തിലൊന്നിനും,
കപടതയ്ക്കേ കഴിഞ്ഞിടൂ കാഞ്ചന-
ജയപതാകയിവിടെപ്പറത്തുവാൻ!
ഹൃദയശൂന്യതമാത്രമാണേതൊരു
വിജയലബ്ധിക്കുമേകാവലംബനം!
ഇവിടെയാദർശമെല്ലാമനാഥമാ,-
ണിവിടെയാത്മാർത്ഥതയ്ക്കില്ലൊരർത്ഥവും.

(ചാടി എഴുന്നേല്ക്കുന്നു.)

രജതതാരകേ, നിൻ മുന്നിൽ നിർമ്മല-
ഭജനലോലുപം നിന്നു ഹാ! മന്മനം!
കരുതിയില്ല കിനാവിലുംകൂടി ഞാൻ
കരിപുരട്ടുവാൻ നിൻ ശുദ്ധചര്യയിൽ!
കരഗതമായെനിക്കതിനായിര-
മിരുൾപുരണ്ട നിമിഷങ്ങളെങ്കിലും,
ചിലപൊഴുതെന്റെ മാനവമാനസം
നിലയുറയ്ക്കാതഴിഞ്ഞുപോയെങ്കിലും,
അവയിൽനിന്നൊക്കെ മുക്തനായ് നിന്നു ഞാ-
നടിയുറച്ചൊരെന്നാദർശനിഷ്ഠയിൽ
നിയതമെൻചിത്തസംയമനത്തിനാൽ
സ്വയമിരിമ്പിൻകവചം ധരിച്ചു ഞാൻ
അതിചപലവിചാരശതങ്ങളോ-
ടമിതധീരമെതിർത്തുനിന്നീടിനേൻ!

ഒരുതരത്തിലും സാധിച്ചതില്ലവയ്-
ക്കൊളിവിലെന്നെയടിമപ്പെടുത്തുവാൻ!
അതുവിധം നീയപങ്കിലയാകുമാ-
റനവരതം പ്രയത്നിച്ചതല്ലയോ,
ഇതുവിധം നീയൊടുവിലെന്നെക്കൊടു-
മിരുളിലേക്കുന്തിനീക്കുവാൻ കാരണം?
ക്ഷിതിയിതിങ്കൽ മറ്റേവനെപ്പോലെയും
മുതിരുവോനായിരുന്നു ഞാനെങ്കിലോ,
അടിയുമായിരുന്നില്ലേ ദുരന്തമാ-
മവതിതന്നഗാധഗർത്തത്തിൽ നീ?
അതിനിടയാക്കിടാഞ്ഞതിനുള്ളൊരെൻ-
പ്രതിഫലമോ തരുന്നതെനിക്കു നീ?
ശരി;-യതുമൊരു ലേശം പരിഭവം
കരുതിടാതിതാ സ്വീകരിക്കുന്നു ഞാൻ!
പരിഗണിച്ചിടേണ്ടെന്നെ നീയല്പവും;
പരമതുച്ഛനാം ഞാനൊരധഃകൃതൻ
പരിണതാനന്ദലോലയായ് മേല്ക്കുമേൽ
പരിലസിക്ക നീ വെള്ളിനക്ഷത്രമേ!
ഇരുളുമുഗ്രനിരാശയും മന്നിലെൻ
മരണശയ്യ വിരിക്കുന്നു— പോട്ടെ ഞാൻ!

(കുറച്ചുനേരം ഒരു പ്രതിമയെപ്പോലെ അനങ്ങാതെയിരിക്കുന്നു. പെട്ടെന്നു ചാടിയെഴുന്നേറ്റ് കയറിന്റെ ഒരു തുമ്പിൽ ഒരു കുരുക്കുണ്ടാക്കുന്നു. അനന്തരം മറ്റേത്തുമ്പ് വൃക്ഷശാഖയിൽ ദൃഢമായി ബന്ധിക്കുന്നു. വീണ്ടും അനങ്ങാതെ ഇതികർത്തവ്യതാമൂഢനായി കുറെനേരം നില്ക്കുന്നു. ശരീരം കിലുകിലാ വിറയ്ക്കുന്നു. കണ്ണുകളിൽ ജലം നിറഞ്ഞു ധാരധാരയായി ഇരുകവിളുകളിലൂടെയും ഒഴുകുന്നു. ചുറ്റുപാടും പരിഭ്രമത്തോടും ഭയത്തോടുംകൂടി പകച്ചുനോക്കുന്നു. വീണ്ടും പൂർവ്വാധികം വേദനയോടെ മാറത്തു രണ്ടു കൈയും ചേർത്ത് ഏങ്ങലടിച്ചു കരഞ്ഞുകൊണ്ട്)

പ്രിയകരങ്ങളേ, നീലമലകളേ,
കുയിലുകൾ സദാ കൂകും വനങ്ങളേ,

അമിതസൗരഭധാരയിൽ മുങ്ങിടും
സുമിതസുന്ദരകുഞ്ജാന്തരങ്ങളേ,
കുതുകദങ്ങളേ, കഷ്ട,മെമ്മട്ടു ഞാൻ
ക്ഷിതിയിൽ വിട്ടേച്ചു പോകുന്നു നിങ്ങളെ?...

കുളിർതരംഗതരളിത നിർമ്മല-
സലിലപൂരിതസ്രോതസ്വിനികളേ,
ലളിതനീലലസത്തൃണകംബള-
മിളിതശീതളച്ഛായാതലങ്ങളേ
അനുപമങ്ങളേ, കഷ്ടമെമ്മട്ടു ഞാൻ
തനിയെ വിട്ടേച്ചുപോകുന്നു നിങ്ങളെ?....

ക്ഷിതിയിലെന്തിലും മീതെ ഞാൻ വാഴ്ത്തിടും
ഹൃദയഹാരിയാം ഹേമന്തചന്ദ്രികേ,
സുരുചിരോജ്ജ്വലശാരദാകാശമേ,
സുകൃതിനികളേ, താരാമണികളേ,
മദകരങ്ങളേ, കഷ്ട,മെമ്മട്ടു ഞാൻ
മഹിയിൽ വിട്ടേച്ചുപോകുന്നു നിങ്ങളെ?....

സസുഖമെന്നോടൊത്തിത്രയും കാലവും
സഹവസിച്ചോരജകിശോരങ്ങളേ,
സദയമെന്നെപ്പിരിഞ്ഞിടാതിത്രനാൾ
സഹകരിച്ചോരെന്നോമന്മുരളികേ,
കവിത കാണിച്ച മൽപ്രകൃത്യംബികേ,
കരൾകവർന്നൊരെൻ കൊച്ചുപുഴകളേ,
അഭയദങ്ങളേ, കഷ്ട,മെമ്മട്ടു ഞാ-
നവനിയിൽ വിട്ടു പോകുന്നു നിങ്ങളെ?....

(ഒരു നടുക്കത്തോടുകൂടി)

മണിമുഴക്കം!—സമയമായ്—മാരണ-
മണിമുഴക്കം—വിടതരൂ, പോട്ടെ ഞാൻ
മദന, മൽപ്രാണസോദരാ, സൗഹൃദം
മഹിയിലെന്തെന്നു കാണിച്ച മത്സഖ,

പ്രണയനാടകം മാമകം ഘോരമാം
നിണമണിയലിൽത്തന്നെ കഴിയണം
ഇനിയൊരിക്കലും കാണുകയില്ല നാം-
അനുജ, മാപ്പുതരൂ, യാത്രചൊൽവു ഞാൻ!
ഇതുവരെയ്ക്കെൻ സുഖദുഃഖമൊന്നുപോൽ
പ്രതിദിനം പങ്കുകൊണ്ടവനാണു നീ!
ഹൃദയമയ്യോ! ദഹിക്കുന്നു നിന്നെയി-
ക്ഷിതിയിൽ, വിട്ടുപിരിവതോർക്കുമ്പോൾ മേ!
കഠിനമാണെന്റെ സാഹസമെങ്കിലും
കരുണയാർന്നതു നീ പൊറുക്കേണമേ!
അനുജ, മൽപ്രാണതുല്യനാമെന്റെ പൊ-
ന്നനുജ, നിന്നൊടും യാത്രചോദിപ്പൂ ഞാൻ!
കരയരുതു നീ നാളെയെൻ ഘോരമാം
മരണവാർത്ത കേട്ടി,ന്നു പോകട്ടെ ഞാൻ!

മമ ഹൃദയരക്തം കുടിച്ചെങ്കിലും
മലിനലോകമേ,യാശ്വസിച്ചീടു നീ!
വികൃതജീവിതപ്പുല്ലുമാടം സ്വയം
വിരവിലിന്നിത, തീവെച്ചെരിപ്പൂ ഞാൻ!
മമ ശവകുടീരത്തിൽ നീയെന്നെയോർ-
ത്തൊരു വെറും കണ്ണുനീർത്തുള്ളിയെങ്കിലും
പൊഴിയരുതേ, നമോവാകമോതി ഞാ-
നൊഴികയായിതാ വെള്ളിനക്ഷത്രമേ!

(അത്യന്തം ഭയപാരവശ്യത്തോടെ ഞെട്ടി പിന്മാറി ചുറ്റും പകച്ചു നോക്കി കയറിൽ കടന്നുപിടിക്കുന്നു.)

മണിമുഴക്കം!....സമയമായ്....മാരണ-
മണിമുഴക്കം!....വരുന്നു....വരുന്നു ഞാൻ
പ്രിയകരമാം...പ്രപഞ്ചമേ....ഹാ!...
പ്രിയ...വെ...ള്ളി...ന...ക്ഷ...ത്ര...മേ!
....

രംഗം നാല്

(വനത്തിന്റെ ഒരു ഭാഗം. മദനൻ ആടുകളെയും തെളിച്ചുകൊണ്ട് പതിവുപോലെ വനത്തിലെത്തി. രമണനെ നോക്കുന്നു. കാണുന്നില്ല. അവിചാരിതമായി, അകാരണമായി, ഒരാശങ്ക, ഒരു ഭയം മദനന്റെ ഹൃദയത്തിൽ കടന്നുകൂടന്നു. അവൻ രമണനെ വിളിച്ചുകൊണ്ടു കാട്ടിൽ അങ്ങിങ്ങലഞ്ഞുതിരിയുന്നു.)

മദനൻ

രമണാ, രമണാ, നീയെങ്ങുപോയി?
സമയമിന്നേറെക്കഴിഞ്ഞുപോയി,
പതിവില്ലാതിന്നിത്ര താമസിക്കാൻ
കഥയെന്തു ഹാ! നിനക്കെന്തുപറ്റി?
പരിചിൽ കിഴക്കേ മലമുകളിൽ
പകലോനുദിച്ചൊട്ടുയർന്നുപൊങ്ങി.
ദിവസവും നീയാണിങ്ങാദ്യമെത്താ-
റെവിടെ നീയിന്നു; നിന്നാടുകളും?
കുളുർകാറ്റു വീശുന്നു, പൂത്തുനില്ക്കും
കുറുമൊഴിമുല്ലകളാടിടുന്നു;
കലിതാനുമോദം വനം മുഴുവൻ
കളകളം പെയ്യുന്നു പൈങ്കിളികൾ;
മലർമണം വീശുന്നു; പീലി നീർത്തി
മയിൽ മരക്കൊമ്പിൽനിന്നാടിടുന്നു-
ഇവയെ വർണ്ണിച്ചൊരു പാട്ടുപാടാ-
നെവിടെ, രമണ, നീയെങ്ങുപോയി?

(മദനൻ നടന്നു നടന്ന് കാടിന്റെ ഉൾഭാഗത്തേക്കുള്ള ഒരരുവിയുടെ കരയിലെത്തുന്നു. പെട്ടെന്നു മുൻപിൽ അരുവിയിലേക്കു ചാഞ്ഞ മരക്കൊമ്പിൽ തൂങ്ങിമരിച്ചുകിടക്കുന്ന രമണനെ കാണുന്നു. ശരീരം കിലുകിലാ വിറയ്ക്കുന്നു. തലകറങ്ങി ബോധരഹിതനായി നിലംപതിക്കുന്നു. അപ്പോഴേക്കും മറ്റു ചില ഇടയന്മാരും അവിടെ എത്തിച്ചേരുന്നു. എല്ലാവരും ഇടിവെട്ടേറ്റപോലെ സ്തബ്ധരായിത്തീരുന്നു; ഏതാനുംപേർ മദനനെ ശീതോപചാരങ്ങൾ ചെയ്യുന്നു. ക്രമേണ അവനു ബോധക്ഷയം വിട്ടുമാറു

ന്നു. അവൻ വീണ്ടും രമണനെ ഉറ്റുനോക്കുന്നു. കഴുത്തിൽ ഒരു പൂമാല; നീണ്ടു മരവിച്ച ശരീരം; ഒരു വശത്തേക്കല്പം ചരിഞ്ഞു കിടക്കുന്ന ശിരസ്സ്; വസ്ത്രമാകമാനം രക്തമയം. മദനന്റെ ഹൃദയം ദ്രവിക്കുന്നു. അവൻ ഒരു ശിശുവിനെപ്പോലെ വാവിട്ടു കരയുന്നു. മറ്റിടയന്മാർ ആശ്വസിപ്പിക്കുന്നു. അല്പനേരം കഴിഞ്ഞ്)

മദനൻ

വിശ്വസിക്കാവതോ, കാണുമിക്കാഴ്ച;—ഹാ!
വിശ്വമേ, കഷ്ടം! ചതിച്ചു ചതിച്ചു നീ;
സത്യമോ?—സത്യമാണയ്യോ! നടുങ്ങുന്ന
സത്യം;—ഭയങ്കരം! പൈശാചസംഭവം!
അങ്ങതാ തൂങ്ങിക്കിടപ്പൂ മരക്കൊമ്പിൽ,
നിത്യപ്രപഞ്ചമേ, നിന്മഹാപാതകം!
ആഹാ!ദയനീയ,മയ്യോ!ഭയാനകം
സാഹസം!—എന്തു; നീ നിർജ്ജീവമായിതോ?
സുന്ദരഗാനപ്രചോദനം വിങ്ങുമാ
സ്പന്ദനമെല്ലാം നിലച്ചുകഴിഞ്ഞുവോ?
അക്കണ്ഠനാളത്തിൽനിന്നൊരു നേരിയ
ഗദ്ഗദംപോലുമിനിക്കേൾക്കുകില്ലയോ?
ആ നാവിനിമേലനങ്ങുകില്ലേ, കഷ്ട-
മാ മനം മേലിൽത്തുടിക്കുകില്ലേ, ലവം?
എല്ലാം കഴിഞ്ഞോ! കഴിഞ്ഞോ—കഴിഞ്ഞുപോ-
യെല്ലാം കഴിഞ്ഞു!—കഴിഞ്ഞു സമസ്തവും!
അയ്യോ! വെറുങ്ങലിച്ചല്ലോ—മമോത്സവം!
വയ്യ മേ, വയ്യ മേ, കണ്ടിതു നില്ക്കുവാൻ!

*   *   *

നോക്കൂ ജഗത്തേ, ഞെരിച്ചു ഞെക്കിക്കൊന്നു
പേക്കൂത്തിൽ നീയാക്കളകോകിലത്തിനെ!
തൂങ്ങിക്കിടപ്പൂ മരവിച്ചൊരു കയർ-
ത്തുമ്പിലൊരത്യന്തമോഹനജീവിതം!
ചെമ്പനീർപ്പൂപോൽ വിരിഞ്ഞുവരുന്നോരു
സമ്പൂതസൗമ്യനവയുവ ജീവിതം!
പുഞ്ചിരിക്കൊള്ളാൻ തുടങ്ങുന്നതിൻമുൻപു
നെഞ്ചിട പൊട്ടിത്തകർന്നൊരു ജീവിതം

ഇങ്ങിനിയെത്ര കൊതിക്കിലും കിട്ടാത്ത
സംഗീതസാന്ദ്രമൊരോമനജ്ജീവിതം!
ഇന്നിതിനെത്തച്ചുകൊന്നരപ്പാതക-
മെന്നിനിത്തീരും പ്രപഞ്ചവേതാളമേ?
അജ്ജീവരക്തമൊരുതുള്ളിയില്ലാതെ-
യൊക്കെയുമൂറ്റിക്കുടിച്ചുകഴിഞ്ഞു നീ?

പിന്നെയും മന്ദഹസിക്കയോ നീ?—നിന്റെ
നിന്ദ്യചരിത്രം പരമഭയങ്കരം!
അപ്രാണവാതം വലിച്ചെടുത്തിട്ടു നീ
ജല്പിപ്പു വീണ്ടും നിരർത്ഥമെന്തൊക്കെയോ!
അസ്ഥികൂടങ്ങളാൽ നിൻ വിജയോത്സവ-
നർത്തനമണ്ഡപം സജ്ജീകരിപ്പു നീ!
കഷ്ടമിനിയും തലപൊക്കി നോക്കുവാൻ
ലജ്ജയാവാത്തതാണത്ഭുതം, ലോകമേ!

അത്താമരക്കുരുന്നയ്യോ! കരിഞ്ഞുപോയ്,
വിത്തപ്രതാപമേ, നിന്നിടിവെട്ടിനാൽ!
അക്കൊച്ചു ഹംസം ചിറകറ്റടിഞ്ഞുപോയ്,
ദുഷ്കുബേരത്വമേ, നിൻ കരവാളിനാൽ!
ഭാസിച്ചിരുന്നൊരപ്പൂമൊട്ടരഞ്ഞുപോയ്
ഹാ! സമുദായമേ, നിൻ കാൽച്ചവിട്ടിനാൽ!

(മദനന്റെ മുഖം വ്യസനസമ്മിശ്രമായ കോപംകൊണ്ടു പൂർവ്വാധികം രക്താഭമായിത്തീരുന്നു.)

അല്ലെങ്കിലെന്തിനവയെപ്പഴിപ്പു ഞാ-
നില്ലില്ല-ദുഷ്ടേ, ഭയങ്കരിയാണു നീ!
ചന്ദ്രികയല്ല, വിഷമയധൂമിക
ചിന്തുന്നൊരദ്ധൂമകേതുവാകുന്നു നീ,
നീയാണു നിർദ്ദയേ, ഹാ! രക്തസാക്ഷിയാം
നീയാണു കൊന്നതിഗ്ഗന്ധർവ്വബാലനെ!
ആ മനസ്സിൻ ചെങ്കുരുതിയാൽ, നിൻ നിന്ദ്യ-
കാമചിത്രത്തിന്നു ചായം പുരട്ടി നീ!
കത്തുമൊരാത്മാവുകൊണ്ടു നിൻ മച്ചിലെ-
ക്കസ്തൂരികത്തിരി കഷ്ടം! കൊളുത്തി നീ!

പൊട്ടിത്തകർന്നോരിളം മനസ്സാൽ നിന്റെ
പട്ടുകിടക്കയിൽപ്പൂവിട്ടു ദുഷ്ട നീ
കണ്ടാൽ നടുങ്ങും!—ഭയാനകേ, നിന്മുഖം
കണ്ടാൽ നടുങ്ങും—ജഗത്തിതെന്നെന്നുമേ!

നിൻ കുബേരത്വവും നീയും!—മതി, നിന്റെ
സങ്കല്പവും നിൻ സുദൃഢശപഥവും
ഹാ! വെറും കാമത്തിൽനിന്നുമുയർന്ന നിൻ-
ഭാവനാമാത്രപ്രണയവും വേഴ്ചയും;
ലജ്ജയില്ലല്ലോ നിനക്കു!— നീ നോക്കുകൊ-
ന്നിജ്ജഡം!—നീയിജ്ജഡത്തെയറിയുമോ?
പണ്ടു നിൻ കാമസങ്കല്പലതയിലെ-
ച്ചെണ്ടായി നീയോമനിച്ചതാണിജ്ജഡം-
ഇന്നലെയോളം നിനക്കുവേണ്ടിച്ചുടു-
കണ്ണീരിൽ മുങ്ങിക്കുളിച്ചതാണിജ്ജഡം-
നിർമ്മലരാഗവ്രതത്തിലീനാളൊക്കെ
നിൻനാമമന്ത്രം ജപിച്ചതാണിജ്ജഡം-
നിന്നെക്കുറിച്ചുള്ള സംഗീതമിത്രനാൾ
നിന്നുതുളുമ്പിക്കളിച്ചതാണിജ്ജഡം
എത്രനാൾ ലോകം തപസ്സുചെയ്തീടിലും
കിട്ടാത്തൊരത്ഭുതസിദ്ധിയാണിജ്ജഡം-
ഹാ! നിന്റെ നിഷ്ഠുരമാനസം സ്പന്ദിത-
പ്രാണനെപ്പാടേ കവർന്നതാണിജ്ജഡം-
ചെറ്റുമശുദ്ധമാക്കാതെ നിൻ ജീവിത-
മിത്രനാൾ കാത്തുരക്ഷിച്ചതാണിജ്ജഡം-
ലജ്ജയില്ലല്ലോ നിനക്കു!—നീ നോക്കുകൊ-
ന്നിജ്ജഡം!—നീയിജ്ജഡത്തെയറിയുമോ?

(വീണ്ടും വാവിട്ടു കേണുകൊണ്ട്)

അയ്യോ! രമണ, സഹോദര, പോയി നീ!
വയ്യിനി മേലിൽ വരില്ല വരില്ല, നീ!
എന്നേക്കുമായ് നിൻമൃദുമനസ്പന്ദങ്ങ-
ളൊന്നോടെ നിന്നു!—മരിച്ചുകഴിഞ്ഞു നീ?

ദുസ്സഹം, ദുസ്സഹം!—അയ്യോ!— മമ മനം
മത്സഖ, നീറുന്നു!— മൂർച്ഛിച്ചിടുന്നു ഞാൻ!....

(വേച്ചുവേച്ചു നിലത്തു വീഴുന്നു. ഒരു വൃക്ഷത്തിന്മേൽ ചാരിയിരുന്നുകൊണ്ട്)

കൂരിരുട്ടത്തുനിന്നേതോ വെളിച്ചത്തെ
വാരിപ്പുണരാൻ ചിറകു വിടുർത്തി നീ.
നീയുമഹോ നിന്റെ ദുഃഖസംഗീതവും
മായാപ്രപഞ്ചത്തിൽ മാഞ്ഞിതെന്നേക്കുമായ്!
അള്ളിപ്പിടിക്കയാണിന്നെൻ മനസ്സിനെ
മുള്ളുകൾകൊണ്ടു പൊതിഞ്ഞൊരിസ്സംഭവം!

അക്കയറിന്റെ കുരുക്കു നിൻ കണ്ഠത്തെ
ഞെക്കി ഞെക്കി സ്വയം വീർപ്പുമുട്ടിക്കവേ;
ഉൽക്കടപ്രാണദണ്ഡത്തിൽപ്പിടഞ്ഞു കാ-
ലിട്ടടിച്ചയ്യോ! കിടന്നു പുളയവേ;
ആദ്യം വലിഞ്ഞു നിന്മെയ്, മന്നിനോടൊരു
ചോദ്യചിഹ്നംപോൽ, സ്വയം ചമഞ്ഞീടവേ!
അന്ത്യമൊരുഗ്രമാമാശ്ചര്യചിഹ്നമായ്
നിൻ തനു നീണ്ടു മരവിച്ചു തൂങ്ങവേ;
എമ്മട്ടു പൊട്ടിത്തെറിക്കാതെ നിന്നു, ഹാ!
കർമ്മപ്രപഞ്ചമേ, നീ നിർവ്വികാരമായ്!
തുണ്ടുതുണ്ടായിച്ചിതറിയതില്ലല്ലി
വിണ്ടലമിക്കൊടുംകാഴ്ച കണ്ടിട്ടുമേ?
നിന്നെയതിനു വിലക്കിയതില്ലല്ലി
മുന്നിലായ് നില്ക്കുമിക്കാടും മലകളും?

പണ്ടൊക്കെയോരോ കവനാങ്കുരങ്ങൾ നീ
കണ്ടിരുന്നോരീ മരതകക്കാടുകൾ,
നീയത്രമാത്രം പ്രിയപ്പെട്ടതായിട്ടു
നീളവേ പാടിപ്പുകഴ്ത്തിയ കാടുകൾ,

മർമ്മരഗാനംപൊഴിച്ചുനിന്നോ,ഹന്ത!
നിന്നെ ത്യജിച്ചൊരപ്രാണമരുത്തിനാൽ.
*   *   *
കഷ്ടം! നിണത്തിൽ കലാശിച്ചു, നീ ചൊന്ന-
മട്ടിലയ്യോ! നിന്നനുരാഗനാടകം!
ദൂരത്തു നിന്ന മരണത്തിനെ സ്വയം
ചാരത്തണച്ചു ചെങ്കുങ്കുമംചാർത്തി നീ!
സാഹസമായി സഹിക്കുവാനാകാത്ത
സാഹസമായി, നീ ചെയ്തതെൻ സോദര!
മന്നിൻ മലീമസരംഗത്തിലിന്നിതാ,
നിന്നെച്ചതിച്ചു നിന്നാദർശജീവിതം!
നിസ്സാരമായൊരു പെണ്ണിനുവേണ്ടി നിൻ-
നിസ്തുലജീവിതം ഹോമിച്ചെരിച്ചു നീ!
കഷ്ടമായ്പ്പോയീ, സഹോദരാ, നീ ചെയ്ത-
തെ,ത്രയിനി ഞാൻ കരകിലെന്തേ ഫലം?

നിസ്സ്വാർത്ഥനാം നീ നിരൂപിച്ചപോ,ലത്ര-
നിസ്സാരമായിരുന്നില്ല നിൻ ജീവിതം,
ഹന്ത! നിനക്കല്ല, ജഗത്തിനാണായതിൻ-
ഹാനി!-ലോകത്തിന്റെയാവശ്യമാണു നീ?

കുഞ്ഞുമേഘങ്ങളൊളിച്ചുകളിക്കുമാ
മഞ്ഞണിക്കുന്നിനും കാടിനും പിന്നിലായ്
അന്തിമേഘങ്ങൾ നിരന്നു, നീലാംബര-
മന്തരംഗം കവർന്നുല്ലസിച്ചീടവേ,
എത്ര ദിനാന്തത്തിലിപ്പുഴവക്കിൽ വ-
ന്നുദ്രസം തൈത്തെന്നലേറ്റിറ്റിരുന്നു നാം!
അന്നൊക്കെ,യെന്നോടു വർണ്ണിച്ചു വർണ്ണിച്ചു
ചൊന്നു നിന്നാത്മരഹസ്യങ്ങളൊക്കെയും
ആയിരം മിന്നൽക്കൊടികളിളക്കി വ-
ന്നാവതെന്തിപ്പോൾ ദഹിപ്പിച്ചു മന്മനം!

നിന്നനുരാഗമിതിൽക്കലാശിക്കുമെ-
ന്നന്നൊന്നുമല്പവും ശങ്കിച്ചതില്ല ഞാൻ!
അസ്ഥാനരാഗങ്ങളെല്ലാമിതുവിധ-
മശ്രുകുടീരം ചമയ്പവയായിടാം;
എന്നല്ലൊടുവിലാത്മാഹുതി കാണാതെ
പിന്മടങ്ങീടാതിരിപ്പവയായിടാം.

നീ വിചാരിച്ചപോൽ പൂവിരിയിട്ടത-
ല്ലീ വിശ്വരംഗത്തു ജീവിതപ്പാതകൾ;
കാപട്യകണ്ടകം, കർക്കശത്വക്കൊടും-
കാളാശ്മഖണ്ഡം നിറഞ്ഞതാണിസ്ഥലം!
ഞെട്ടിത്തെറിക്കും വിടരാൻ തുടങ്ങുന്ന
മൊട്ടുപോലുള്ള മനസ്സിതു കാണുകിൽ
സുസ്ഥിരനിസ്സ്വാർത്ഥരാഗമില്ലെങ്ങെ,ങ്ങു-
മൊക്കെച്ചപലമാണെല്ലാം കപടവും!
പൊന്നും പണവും പ്രതാപവും മാത്രമാ-
ണെന്നും ഭരിപ്പതീ വിശ്വരംഗത്തിനെ.
ഓടക്കുഴലുകൊണ്ടാവശ്യമില്ലിങ്ങു;
പാടുന്നകൊണ്ടില്ലൊരു ഫലമെങ്കിലും!
നാണയത്തുട്ടിൻ കിലുക്കത്തിലേതൊരു
വേണുസംഗീതവും ഗണ്യമല്ലേതുമേ!
ഇപ്പരമാർത്ഥമറിയാതെ പെട്ടെന്നു
ഞെട്ടറ്റു വീണു നീ പൊല്പനീർപുഷ്പമേ!
നിശ്ചയമാണു, നിൻ പട്ടടയെക്കൂടി
നിർദ്ദയം കുറ്റപ്പെടുത്തും ജഗത്തിനി!
സത്യമറിയേണ്ട ഭാരമതിനില്ല,
കുറ്റപ്പെടുത്തിപ്പുലമ്പുകയെന്നിയേ!

ചന്ദ്രിക നിന്നെ തിരസ്കരിച്ചെങ്കിലും
മന്നിൽ നീയെന്നേക്കുമായ് മറഞ്ഞെങ്കിലും
നിൻനാമമെന്നുമലയടിച്ചാർത്തിടും
സുന്ദരകാവ്യാന്തരീക്ഷത്തിലെപ്പൊഴും!

കല്പാന്തകാലംവരേക്കും ലസിച്ചിടും
ദുഃഖമഗ്നം നിൻ മധുരഗാനാമൃതം
കോരിക്കുടിച്ചു ജഗത്തതു നിത്യവും
കോൾമയിർക്കൊണ്ടു നിൻ നാമം സ്മരിച്ചിടും.
ഹാ! മരിച്ചാലു,മനശ്വരനായ്ഗ്ഗാന-
സീമയിൽ നില്പോരു ഗന്ധർവ്വനാണു നീ!
നിന്നന്ത്യവിശ്രമസ്ഥാനത്തു നമ്മുടെ
നിർമ്മലസൗഹൃദസ്മാരകലക്ഷ്യമായ്,
അക്കല്ലറമേൽ ജഗത്തിനു കാണുവാ-
നിത്രയുംകൂടിക്കുറിച്ചുകൊള്ളട്ടെ ഞാൻ:

"സ്നേഹദാഹത്താൽപ്പൊരിഞ്ഞുപൊരിഞ്ഞൊരു
മോഹനചിത്തമടിഞ്ഞതാണിസ്ഥലം
ഇങ്ങിതിന്നുള്ളിൽക്കിടക്കുന്നതുണ്ടൊരു
സംഗീതസാന്ദ്രമാം ശോകാപ്തജീവിതം-
മന്ദഹസിക്കാൻ തുടങ്ങുന്നതിൻമുമ്പു
മന്നിൻ ചവിട്ടിൽ ചതഞ്ഞോരു ജീവിതം-
വിത്തപ്രതാപവും നിർദ്ദയനീതിയും
ഞെക്കിഞ്ഞെരിച്ചു തകർത്തോരു ജീവിതം!

ആദർശശുദ്ധിതൻ നിശ്ശബ്ദഗദ്ഗദം-
ഹാ! തപ്തചിന്തതൻ രാഗസംഗീതകം-
എന്നും തുളുമ്പിക്കിടക്കുമിതിന്നുള്ളിൽ
മന്നിൻ മലിനത തേഞ്ഞു മായുംവരെ!
മാനസം കല്ലുകൊണ്ടല്ലാത്തതായുള്ള
മാനവരാരാനുമുണ്ടെന്നിരിക്കുകിൽ
ഇക്കല്ലറതൻ ചവിട്ടുപടിയിലൊ-
രല്പമിരുന്നു കരഞ്ഞേച്ചു പോകണേ!
അസ്സൗഹൃദാശ്രുക്കൾ കണ്ടുകൊണ്ടെങ്കിലു-
മാശ്വസിക്കട്ടെയൊന്നിപ്രേമഗായകൻ..."

ഇടപ്പള്ളി, 1936 ആഗസ്റ്റ്.

www.ingramcontent.com/pod-product-compliance
Lightning Source LLC
LaVergne TN
LVHW090307051026
849518LV00005B/1688
* 9 7 8 8 1 8 8 0 2 8 0 4 7 *